സ്വാതന്ത്ര്യത്തിനു വയസ്സാകുന്നു

swathanthriathinu vayassakunnu
(stories)
•
v r sudheesh
•
first chintha edition
april 2015
•
typesetting
akshara dtp centre, thiruvananthapuram
•
published
chintha publishers, thiruvananthapuram
•
printed at
Repro India Ltd, Mumbai.
•
cover
prasoon
•
price
rupees one hundred and twenty five only

വിതരണം

ദേശാഭിമാനി ബുക്ക് ഹൗസ്

H O തിരുവനന്തപുരം-695 035
phone: 0471-2303026, 6063026
www.chinthapublishers.com
chinthapublishers@gmail.com

ബ്രാഞ്ചുകൾ

ഹെഡ്ഓഫീസ് ബ്രാഞ്ച് കുന്നുകുഴി • സ്റ്റാച്യു തിരുവനന്തപുരം • കെ എസ് ആർ ടി സി ബസ് സ്റ്റേഷൻ ആലപ്പുഴ • കെ എസ് ആർ ടി സി ബസ് സ്റ്റേഷൻ എറണാകുളം • ചിറ്റൂർ റോഡ് എറണാകുളം • മച്ചിങ്ങൽ ലെയ്ൻ തൃശൂർ • ഐ ജി റോഡ് കോഴിക്കോട് • മാവൂർ റോഡ് കോഴിക്കോട് • എൻ ജി ഒ യൂണിയൻ ബിൽഡിങ് കണ്ണൂർ • സെൻട്രൽ ബസ് ടെർമിനൽ കോംപ്ലക്സ് താവക്കര കണ്ണൂർ

CO - 2182 / 3646

സ്വാതന്ത്ര്യത്തിനു വയസ്സാകുന്നു

(കഥകൾ)

വി ആർ സുധീഷ്

ചിന്ത പബ്ലിഷേഴ്സ്
തിരുവനന്തപുരം-695 035
വില : ₹ 125

വി ആർ സുധീഷ്

വടകരയിൽ ജനനം. അച്ഛൻ: എം ശേഖരൻ. അമ്മ: വി ആർ സുശീല. മടപ്പള്ളി ഗവ. കോളേജ്, തലശ്ശേരി ബ്രണ്ണൻ കോളേജ്, മദിരാശി യൂണിവേഴ്സിറ്റി കോളേജ് എന്നിവിടങ്ങളിൽ വിദ്യാഭ്യാസം. കഴിഞ്ഞ 40 വർഷമായി എഴുതിക്കൊണ്ടിരിക്കുന്നു.

ക്രൂരഫലിതക്കാരൻ ദൈവം, കഥ പറയും കഥമാമൻ, ദൈവത്തിനൊരു പൂവ്, വംശാനന്തര തലമുറ, ചോലമരപ്പാതകൾ, രാജാവിന്റെ മീനുകൾ, സങ്കടമരം, ക്ഷീരപഥം, വാക്കുകൾ സംഗീതമാകുന്ന കാലം വരുന്നുണ്ട്, എന്റെ പ്രിയപ്പെട്ട നോവലെറ്റുകൾ, തീയ്യക്കുട്ടികൾ ഇന്നും വിചാരിക്കുന്നു, വിമത ലൈംഗികം, പ്രിയപ്പെട്ട കഥകൾ, ചെറിയ ചെറിയ കഥകൾ, പുലി, ഭവനഭേദനം, തെരഞ്ഞെടുത്ത കഥകൾ, എന്റെ പ്രണയകഥകൾ, വി ആർ സുധീഷിന്റെ കഥകൾ (കഥാസമാഹാരങ്ങൾ), *അമ്പിളിപ്പൂതം* (ബാലസാഹിത്യം), *ആത്മഗാനം, എഴുതിയ കാലം* (ഓർമ്മക്കുറിപ്പുകൾ), *പ്രണയചന്ദ്രകാന്തം* (സംഗീതസ്മൃതികൾ), *സമുദ്രവിപഞ്ചിക, കഥാന്തരം, നോവൽ വെളിച്ചങ്ങൾ* (നിരൂപണം) *മലയാളത്തിന്റെ പ്രണയകഥകൾ, മലയാളത്തിന്റെ പ്രണയകവിതകൾ, മദ്യശാല എം ടി* എന്നീ പുസ്തകങ്ങൾ എഡിറ്റു ചെയ്തിട്ടുണ്ട്. ചേളന്നൂർ ശ്രീ നാരായണകോളേജിൽ മലയാളവിഭാഗം അദ്ധ്യക്ഷൻ.

മകൾ : വിപഞ്ചിക

വിലാസം : പ്രപഞ്ചം
കോഴിക്കോട് - 5

ഫോൺ : 9447058137

email : vrsudhish@gmail.com

ഉള്ളടക്കം

പ്രസാധകക്കുറിപ്പ്

സാധാരണ മനുഷ്യരുടെ ധർമ്മസങ്കടങ്ങളും സംഘർഷങ്ങളുമാണ് വി ആർ സുധീഷിന്റെ കഥകളിലുള്ളത്. അവ അസാധാരണ അനുഭവങ്ങളായി അദ്ദേഹം ആവിഷ്ക്കരിക്കുന്നു. മലയാള സാഹിത്യത്തിൽ അനിഷേധ്യമായ ഒരിടം വി ആർ സുധീഷിനുണ്ട്.

സ്വാതന്ത്ര്യത്തിനു വയസ്സാകുന്നു എന്ന ഈ സമാഹാരത്തിൽ മനുഷ്യജീവിതത്തിന്റെ അസാധാരണമായ ആവിഷ്ക്കാരങ്ങളാണുള്ളത്. മനുഷ്യർ തമ്മിലുള്ള സ്നേഹദ്വേഷങ്ങളും അവരനുഭവിക്കുന്ന സുഖദുഃഖങ്ങളും, അവരുടെ ആത്മസംഘർഷങ്ങളും അനന്യസാധാരണമായ ചാരുതയോടെ സുധീഷ് എഴുതുന്നു.

ഓരോ കഥയും ഒരു സംവാദമായി വായനക്കാരിൽ വികസിക്കുന്നു.

വി ആർ സുധീഷ് കഥകളുടെ ചിന്ത പതിപ്പ് അഭിമാനപൂർവ്വം വായനക്കാർക്കായി സമർപ്പിക്കുന്നു.

ചിന്ത പബ്ലിഷേഴ്സ്

സ്വാതന്ത്ര്യത്തിനു വയസ്സാകുന്നു

ഇന്ത്യൻ സ്വാതന്ത്ര്യത്തിനു നാല്പതു വയസ്സു തികയുന്ന നാളിൽ ഒരു അച്ഛൻ തന്റെ മകനെയുംകൊണ്ട് രാവിലെ പുറത്തേക്കിറങ്ങി. മരങ്ങളിൽ ഇരച്ചേറിയ കാറ്റ് ഇലകളെ കിടുകിടാ വിറപ്പിക്കുകയായിരുന്നു. പ്രബലനായ സൂര്യന്റെ താപം പിന്നെ ഭൂമിയിൽ തുളച്ചിറങ്ങുകയായി. സാന്ദ്രവും ആകുലതയുണർത്തുന്നതുമായ ഒരു മൗനത്തിന്റെ മൺതട്ടിലൂടെയാണ് മകന്റെ കൈ പിടിച്ച് ആ അച്ഛൻ നടന്നുപോകുന്നത്. അതിയായ ആവേശവും ആഹ്ലാദവും മകനെ മഥിക്കുന്നുണ്ടായിരുന്നു. ഭൂതത്തിലാകെ നീറിപ്പിടിച്ച ഒരാധിയുടെ ചൂരു ബോദ്ധ്യപ്പെടാനുള്ള പ്രായം അവനുണ്ടായിരുന്നില്ല. അവന്റെ കണ്ണുകളിലെ പളുങ്കുതടാകങ്ങളിൽ നിറയെ പൂക്കളായിരുന്നു. ഇന്ത്യൻ സ്വാതന്ത്ര്യത്തിന് നാല്പത് വയസ്സു തികയുന്ന ഇന്നാളിൽ അവൻ തന്റെ അദ്ധ്യാത്മവിദ്യാലയത്തിലെ ആഘോഷച്ചടങ്ങിൽ പ്രസംഗിക്കാൻ പോകുകയാണ്. മനഃപാഠമാക്കിയ പ്രസംഗം വഴിയിലുടനീളം അവൻ പറഞ്ഞുകൊണ്ടിരുന്നു. തലേന്നു രാത്രി അവൻ ഉറങ്ങുകയോ അച്ഛനെ ഉറങ്ങാൻ അനുവദിക്കുകയോ ചെയ്തിട്ടില്ല. രാത്രി മുഴുവനും അവൻ അച്ഛനു മുന്നിൽ പ്രസംഗിച്ചു കാണിക്കുകയായിരുന്നു. അച്ഛന്റെ കൈയടി നേടിയെടുക്കുകയായിരുന്നു. പ്രശംസാവാക്കുകളുടെ ഊഞ്ഞാലിലാടുകയായിരുന്നു. ഇടയ്ക്കൊന്നു മരിച്ചുപോയ അമ്മയെക്കുറിച്ചോർത്തു പോകുകയും അമ്മയുണ്ടായിരുന്നെങ്കിൽ തന്റെ പ്രസംഗം കേൾക്കാൻ അവരും വരുമായിരുന്നില്ലേ എന്ന് ഖേദത്തോടെ വിചാരിക്കുകയും ചെയ്തു അവൻ. പിന്നീട് മയങ്ങിപ്പോയ അവൻ ഇടയ്ക്കിടെ പിടഞ്ഞെണീറ്റ് സ്വാതന്ത്ര്യദിനം വന്നോ എന്നറിയാനായി പുറത്തേക്കു നോക്കുന്നതു കണ്ടപ്പോൾ എന്തുകൊണ്ടോ അച്ഛന്റെ കൺതടങ്ങളിൽ നനവു പടർന്നു. ഒരാൾക്കൂട്ടത്തിനു മുമ്പാകെ ജീവിതത്തിലാദ്യമായി പ്രസംഗിക്കാൻ പോകുന്ന, അതും

സ്വാതന്ത്ര്യദിനത്തെക്കുറിച്ചുള്ള ഗരിമയുള്ള വാചകങ്ങൾ ഇംഗ്ലീഷിൽ അവതരിപ്പിക്കാൻ പോകുന്ന, അവന്റെ തയ്യാറെടുപ്പും വേവലാതിയും ആ അച്ഛന് ആഹ്ലാദം പകരാതിരുന്നില്ല. പാതിരയായപ്പോൾ അവൻ പിന്നെയും മയങ്ങുകയും അച്ഛൻ അവനെ തന്നോടു ചേർത്തു കിടത്തി നെറ്റിയിൽ മൃദുവായി തലോടുകയും അങ്ങനെയങ്ങനെ അവനുറങ്ങിപ്പോകുകയും കൺവെളിച്ചമേറ്റ് ധൃതിയിൽ പിടഞ്ഞെണീക്കുകയും ഇതാ ഇപ്പോൾ ദേശീയ പതാകകൾ വിതാനിച്ച വഴിയിലൂടെ അച്ഛനോടൊപ്പം തന്റെ പ്രിയപ്പെട്ട വിദ്യാലയത്തിലേക്കു നടന്നു പോകുകയും ചെയ്യുന്നു.

പണ്ടൊരു അച്ഛനും മകനും പുറത്തേക്കിറങ്ങിയതായിരുന്നു. വഴിയാത്രയിൽ പരിഭ്രാന്തനായി കാണപ്പെടുന്ന മകനോട് അച്ഛൻ കാരണമാരാഞ്ഞപ്പോൾ മകൻ ചോദിച്ചു: “അച്ഛൻ കാണുന്നില്ലേ പ്രേതത്തെ?” അച്ഛൻ നോക്കിയപ്പോൾ പ്രേതത്തെ കണ്ടില്ല. വന്യമായ പ്രകൃതിയുടെ ഭീതിദമായ മൂളക്കം മാത്രം ശ്രവിച്ചു. യാത്രയുടെ അന്ത്യത്തിൽ മകൻ മരിച്ചപ്പോൾ മാത്രം അച്ഛൻ പ്രേതത്തെ തിരിച്ചറിഞ്ഞു. ഇങ്ങനെയൊരു കവിതയുണ്ട് ആരുടെയോ. ഈ കവിത അകാരണമായി ഓർത്തുപോയതാണ് ആ അച്ഛൻ. അയാളുടെ മനസ്സിൽ പണ്ടു പഠിച്ച ഈ കവിതയുടെ ശകലങ്ങൾ തെളിഞ്ഞുയരാൻ തുടങ്ങി. മകനാകട്ടെ പറഞ്ഞുകൊണ്ടേയിരിക്കുകയാണ്, പായസമുണ്ടാകും, മിഠായിയുണ്ടാകും, പാട്ടുണ്ടാകും. കം എഗയിൻ ഇൻഡിപ്പെൻഡൻസ് ഡേ...

സേക്രട്ട് ഹാർട്ട് നേഴ്സറി സ്കൂളിലേക്ക് കുതിച്ചുപായുന്ന കാറുകൾ, ഓട്ടോറിക്ഷകൾ. അതിനകത്തുനിന്ന് കൈ വീശുന്ന കുഞ്ഞുങ്ങൾ. കുഞ്ഞുങ്ങളുടെ കൈയിൽ കൊടിക്കൂറകൾ. താളാത്മകമായ പല്ലവികൾ. കം എഗയിൻ ഇൻഡിപ്പെൻഡൻസ് ഡേ... മകൻ പറഞ്ഞുകൊണ്ടേയിരിക്കുന്നു. ആ അച്ഛനെല്ലാം മൂളിക്കേൾക്കുന്നു. ഉദാസീനഭാവത്തിലുള്ള മൂളൽ മകനത്ര ഇഷ്ടപ്പെടുന്നില്ല. അത് ആ അച്ഛൻ മനസ്സിലാക്കുന്നുണ്ട്. അവന്റെ സംസാരത്തിന് ഉന്മേഷം പകരാനായി അയാളുമെന്തൊക്കെയോ പറയുന്നു. മകൻ പ്രസംഗവാചകങ്ങൾ ഏറ്റുപിടിക്കുന്നു.

സ്കൂളിനു പുറത്ത് ഒരുപാട് കുഞ്ഞുങ്ങളുടെ അച്ഛന്മാരുണ്ട്. അമ്മമാരുണ്ട്. കുട്ടികളെ കൊണ്ടുവരുന്നവർ സ്കൂളിനകത്തേക്കു പ്രവേശിക്കരുതെന്ന് പ്രത്യേക നിയമമുണ്ട്. മകന്റെ പ്രസംഗം കേൾക്കാൻ കഴിയുമോ എന്ന് ഒട്ടു നൈരാശ്യത്തോടെ ആ അച്ഛൻ ആലോചിച്ചു. അയാൾ മകനെ അകത്തേക്കു പറഞ്ഞയച്ച് പുറത്തെ ആൾക്കൂട്ടത്തിൽ ചേർന്നു. “അച്ഛനും വാ.” ഗേറ്റിനപ്പുറത്തുനിന്ന് അവൻ പറഞ്ഞു. സങ്കടത്തോടെ, ഒരു വിധം സമാധാനിപ്പിച്ച് അവനെ പറഞ്ഞയച്ചപ്പോൾ അയാളുടെ മനസ്സ് അവനു പിന്നാലെ ചെന്നു മന്ത്രിച്ചു: ‘നിന്റെ സ്വാതന്ത്ര്യത്തെക്കുറിച്ച് നീ പറയ്. നിന്റെ രാജ്യത്തിന്റെ സ്വാതന്ത്ര്യത്തെക്കുറിച്ച് നിന്നെ പഠിപ്പിച്ച വാചകങ്ങൾ ഏറ്റു പറയ്.’

മകന്റെ കൂട്ടുകാരെല്ലാം കുപ്പായക്കീശകളിൽ കടലാസു കൊടികൾ കുത്തിയിരിക്കുന്നു. മോനും രണ്ടെണ്ണം വാങ്ങിച്ചു കൊടുക്കാമായിരുന്നു

വെന്ന് ഖേദത്തോടെ അയാൾ ഓർത്തു. കുറേനേരം അയാളവിടെ ചുറ്റിനടന്ന് നേരംപോക്കി. ഇംഗ്ലീഷിൽ കലപിലാ പറഞ്ഞുകൊണ്ടിരിക്കുകയാണ് വലിയ വീട്ടിലെ അമ്മമാർ. മാന്യരായ അച്ഛന്മാർ മൗനം പുതച്ചിരിക്കുന്നു. സ്വയം അമാന്യത സങ്കല്പിച്ച്, ജാള്യത്തോടെ അയാൾ മാറിനിന്നു.

കുറെ കഴിഞ്ഞ് ഗേറ്റിൽ കണ്ണടവെച്ച മദ്ധ്യവയസ്സായ ഒരു സ്ത്രീ പ്രത്യക്ഷപ്പെട്ടു. അവർ സ്കൂളിലെ ഹെഡ്മിസ്ട്രസ്സാണ്. "വരൂ, എല്ലാവരും വരൂ." അവർ അകത്തേക്കു ക്ഷണിച്ചു. പിന്നെ സ്കൂളിനകത്തേക്ക് കാറുകളുടെ പ്രവാഹമായി. അവിടെ കൂടി നിന്നവരെല്ലാം അകത്തേക്കു കടന്നു. ത്രിവർണ്ണപതാകകൾ. വർണ്ണത്തോരണങ്ങൾ. പതാകമരത്തിനു മുന്നിൽ വരിവരിയായി നിർത്തിയ കുട്ടികൾ. നിറഞ്ഞ വർണ്ണപ്രപഞ്ചത്തിലേക്ക് ആ അച്ഛൻ സാകൂതം നോക്കി. അയാൾ തിരഞ്ഞത് മകനെയായിരുന്നു. നൂറ്റ കണക്കിന് കുട്ടികളുടെയിടയിൽ അവനെ തിരിച്ചറിയാൻ കഴിഞ്ഞില്ല. തങ്ങളുടെ മകനെയോ മകളെയോ അക്കൂട്ടത്തിൽ കണ്ട സന്തോഷം അടുത്തു നിന്ന ഒരച്ഛൻ അമ്മയ്ക്കു പകർന്നേകുന്നത് അയാൾ ശ്രദ്ധിച്ചു. അനുവതാ... സാന്ദീപതാ... അയാൾ തന്റെ മകനെ തിരഞ്ഞുകൊണ്ടേയിരുന്നു. കാണുന്നില്ല. കണ്ടാലും അവനതാ എന്നു പറഞ്ഞ് കാണിച്ചുകൊടുക്കാൻ ആ അച്ഛന് ആരാണുള്ളത്?

ചടങ്ങു തുടങ്ങിയത് ഓമനത്തമുള്ള ഒരു കൊച്ചുപെൺകുട്ടിയുടെ പ്രാർത്ഥനയോടെ. പിന്നെ ഇംഗ്ലീഷിൽ ഹെഡ്മിസ്ട്രസ് പ്രസംഗിച്ചു. ഇന്ത്യൻ ഫ്രീഡം 1947 ആഗസ്ത് 15. മഹാത്മാഗാന്ധി, ബ്രിട്ടീഷ്... കനമുള്ള ഇംഗ്ലീഷ് വാക്കുകളിൽ കാച്ചിയ ആ പ്രസംഗത്തിന്റെ തരിമ്പും കുഞ്ഞുങ്ങൾക്ക് മനസ്സിലായിക്കാണില്ല. അല്ലെങ്കിലും അവർക്കുവേണ്ടിയല്ല ആ പ്രസംഗം. വിശിഷ്ടാതിഥിയായി എത്തിച്ചേർന്ന നഗരസഭാ ചെയർമാന്റെ നീണ്ടുപോകുന്ന വാചകങ്ങൾ, അതും ഇംഗ്ലീഷിലാണ്, എഴുതിപ്പഠിച്ചത് ഉരുവിടുന്നതുപോലെ.

കുട്ടികളുടെ ഊഴമായി. അയാൾ ഉണർന്നു. "ഹായ് രാകേഷ്!" ഒരു സ്ത്രീ ഉറക്കെപ്പറഞ്ഞു, തൊട്ടടുത്തുനിന്ന്. അവരുടെ മകനാണ് പ്രസംഗിക്കുന്നത്. ശ്വാസംപോലും വിടാതെ രണ്ടുമിനിട്ട് നീണ്ടുനിന്ന ഒരു പ്രസംഗം കാച്ചി ആ കുട്ടി. സ്ഫുടമായ ഇംഗ്ലീഷിൽ മനഃപാഠമാക്കിയതാണെന്നു തോന്നിപ്പിക്കാതെ നീണ്ട ആ പ്രസംഗം കഴിഞ്ഞയുടനെ നല്ല കൈയടിയായി. അയാളും കൈയടിച്ചു. അയാൾക്കരികിൽ നിന്ന അവന്റെ അമ്മയും എല്ലാവരേയും നോക്കിക്കൊണ്ടു ചിരിച്ച് കൈയടിച്ചു. പിന്നെ വന്നത് ഒരു പെൺകുട്ടിയാണ്. അവളുടെ പ്രസംഗവും മുറിഞ്ഞുപോകാതെ ഒഴുകി. അതിനിടയ്ക്ക് ഒരു സ്ത്രീ അയാൾക്കു മുന്നിലേക്കു കയറിനിന്ന് ആവേശത്തോടെ പ്രസംഗവാചകങ്ങൾ ഉരുവിടാൻ തുടങ്ങി. എപ്പോഴാണ് തന്റെ മകൻ പ്രസംഗിക്കുന്നതെന്നറിയാനായി അയാളുടെ മനസ്സ് തിടുക്കപ്പെടുകയായിരുന്നു. പിന്നീട് എത്രയോ കുട്ടികൾ പ്രസംഗിച്ചു. കൈയടികളുയർന്നു. അച്ഛനമ്മമാർ ആഹ്ലാദം തൂവി.

വെയിലിനു നല്ല ചൂടു വന്നിരുന്നു. ആ അച്ഛന് തലവേദന തോന്നി.

മോന്റെ ഊഴമായിട്ടില്ല.

അവസാനം അവന്റെ പേരു വിളിച്ചപ്പോൾ ആഹ്ലാദമമർത്തി അയാൾ തലയുയർത്തി. അയാളാണ് അവന്റെ അച്ഛനെന്ന് ആരുമറിഞ്ഞില്ല. അവൻ സ്റ്റേജിന്മേൽ കയറി നിശ്ചലം നിന്നു. സഭ കണ്ട് അവനൊന്നു ഭയന്നതു പോലെ. വിളർത്തതുപോലെ. ഔർ ഇന്ത്യ... ഔർ ഇന്ത്യ... എന്ന് അവൻ തുടങ്ങി. പിന്നെ ഒന്നും കേട്ടില്ല. അവനൊന്നും പറയുന്നില്ല. ആ മുഖം ഇരുണ്ടതുപോലെ. അവൻ കരയാൻ തുടങ്ങുന്നതുപോലെ.

ആരൊക്കെയോ ചിരിച്ചു. അയാളുടെ ഹൃദയം പിടച്ചു. അങ്ങനെതന്നെ നിശ്ചലം നിന്നുപോയി അവൻ. ആരോ അവനെ താഴേക്കു പറഞ്ഞയച്ചു. മുഖം താഴ്ത്തി, വരിയിൽ യഥാസ്ഥാനത്തേക്ക് അവൻ നീങ്ങിപ്പോയി. ആ അച്ഛന്റെ മനസ്സ് അപ്പോൾ അവനെ കരഞ്ഞുവിളിച്ചു.

സ്വാതന്ത്ര്യഗാഥകൾ ഉയർന്നു കേട്ടു. അയാൾക്കൊന്നും കേൾക്കാനുള്ള ക്ഷമയില്ലായിരുന്നു. എത്രയും പെട്ടെന്ന് മകനെയും കൂട്ടി സ്ഥലം വിടാൻതന്നെ അയാൾ നിശ്ചയിച്ചു. ചടങ്ങവസാനിക്കുന്നില്ല. അയാൾ കാത്തുനിന്നു. മിഠായിവിതരണം നടന്നു. മോൻ പ്രതീക്ഷിച്ച പായസദാനമുണ്ടായില്ല. പിന്നെ ദേശീയഗാനം. ആ അച്ഛന്റെ നെഞ്ചിൻകൂട്ടിൽനിന്നും ഒരു ദീർഘനിശ്വാസം ഉയർന്നുപൊങ്ങി.

കൂട്ടത്തിൽ തിരഞ്ഞ് അയാൾ മകനെ കണ്ടു. അവന്റെ കൈ പിടിച്ചു പോകാമെന്നു പറഞ്ഞു. അവന്റെ കണ്ണുകൾ നിറഞ്ഞിരുന്നു. ശിരസ്സ് താണിരുന്നു. ഉള്ളംകൈയിലമർത്തിവെച്ച മൂന്നു മിഠായി അവൻ അച്ഛനു നേരെ നീട്ടി. “മോൻ തിന്നോ. അച്ഛനു വേണ്ട.” അയാൾ പറഞ്ഞു. അവന് എന്തൊക്കെയോ തന്നോടു പറയാനുണ്ടെന്ന് അയാൾക്കു തോന്നി. ഗേറ്റു കടന്ന് പുറത്തേക്കിറങ്ങിയപ്പോൾ കൂട്ടുകാരിലാരോ അവനെ കളിയാക്കി. ഒരു സ്ത്രീ അവനെ നോക്കി മറ്റൊരു സ്ത്രീയോട് എന്തോ പറഞ്ഞു ചിരിക്കുന്നത് അയാൾ കണ്ടു. അപ്പോൾ അവൻ ഏങ്ങിപ്പോയി. കുന്നിമണിക്കണ്ണീർ പൊടിഞ്ഞുവീണു.

“സാരല്യ മോൻ മറന്നുപോയതല്ലേ. സാരല്യ.” അയാൾ അവന്റെ പുറത്തു തട്ടി സമാധാനിപ്പിച്ചു. അവൻ കരച്ചിൽ നിർത്തിയില്ല. അയാൾ അവനെയും കൂട്ടി അടുത്ത കടയ്ക്കു മുന്നിലേക്കു നടന്നു. തണുത്ത സ്ക്വാഷും മിഠായിയും വാങ്ങിക്കൊടുത്തു. രണ്ടു കടലാസ്സുകൊടികൾ കൂടി അവനുവേണ്ടി വാങ്ങാനൊരുങ്ങിയതാണ്. വേണ്ടെന്നു പറഞ്ഞ് അവൻ തന്റെ ഇടതുകൈ നിവർത്തി. ആ കൈയിൽ ചുക്കിച്ചുളിഞ്ഞ കടലാസ്സു കൊടികൾ.

“നിലത്തുനിന്നു കിട്ടിയതാ.” അവൻ പറഞ്ഞു.

“മോനിനി കൊടി വേണ്ടേ?”

“വേണ്ട.”

“പിന്നെന്താ വേണ്ടേ?”

“വെശക്കുന്ന്.” അവൻ പറഞ്ഞു.

അടുത്ത ഹോട്ടലിൽനിന്നും ആ അച്ഛൻ വാങ്ങിക്കൊടുത്ത ദോശ

ആർത്തിയോടെ അവൻ തിന്നു. അവന്റെ കുഴിഞ്ഞ കണ്ണുകളിൽ കണ്ണീരുറഞ്ഞിട്ടില്ല. അവന്റെ മുഖത്തെ സങ്കടം വറ്റിയിട്ടില്ല.

അവർ നടന്നുപോകുമ്പോൾ അവരെ കടന്ന് കാറുകളും ഓട്ടോറിക്ഷകളും വരിവരിയായി നീങ്ങി. പ്രസംഗത്തിലെ വാചകങ്ങൾ തേടിപ്പിടിക്കാൻ ശ്രമിക്കുകയായിരുന്നു പോകും പോക്കിൽ മകൻ. അതു മറന്നുകളഞ്ഞേക്ക് എന്ന് മയത്തിൽ അയാൾ അവനോടു പറഞ്ഞു. അവൻ മറക്കാനുള്ള ഭാവമില്ല. ഇനിയും സ്വാതന്ത്ര്യദിനം വരും എന്ന് ആ അച്ഛൻ അവനോടു പറഞ്ഞു. അവനാകട്ടെ, ഔർ ഇന്ത്യ... ഔർ ഇന്ത്യ എന്നു പറഞ്ഞ് തപ്പിത്തടയുകയാണ്.

പണ്ടു പഠിച്ച കവിതയിലെ വരികൾ ആ അച്ഛന് പിന്നെയും തികട്ടി. നീ പ്രേതത്തെ കാണുന്നുണ്ടോ എന്ന് അയാൾ മകനോടു ചോദിച്ചു. അവൻ മിഴിച്ചു നോക്കിയതല്ലാതെ ഒന്നും പറഞ്ഞില്ല. ആധിയുടെ, വ്യാധിയുടെ ചരമാവരണങ്ങൾ അവനെ മറയ്ക്കുന്നു. സങ്കടജലം അവനുമേൽ പേർത്തും പേർത്തും പതിക്കുന്നു.

ഇന്ത്യൻ സ്വാതന്ത്ര്യത്തിന് നാല്പതു വയസ്സു തികയുന്ന നാളിൽ ആ അച്ഛന്റെ മടിത്തട്ടിൽ രാത്രി ആ മകൻ ജ്വരബാധിതനായി കിടന്നു.

വിരൽ

വിരലാണ് ചിഹ്നം. മൗലിക ചിഹ്നം.

നീണ്ട വിരലുകളാണ് നിനക്ക്.

പണ്ടൊരു കൈനോട്ടക്കാരൻ പറഞ്ഞിരുന്നു, നീണ്ട വിരലുകൾ കലാകാരന്മാർക്കും കലാപകാരികൾക്കും മാത്രമേ ഉള്ളൂവെന്ന്.

കൈനോട്ടക്കാരെ നിനക്കിഷ്ടമില്ലായിരുന്നു. ഞാൻ കൈനോക്കുന്നതാകട്ടെ, നിനക്കേറിയ ഇഷ്ടവും. എന്റെ കൈനോട്ടവും കൺനോട്ടവുമായിരുന്നു നിനക്കു പ്രിയം.

നിന്നെയല്ല നിന്റെ വിരലുകളെയാണ് ഞാൻ സ്നേഹിക്കുന്നതെന്നു പറഞ്ഞപ്പോൾ നിനക്കു ഖേദം. വിരലുകൾ ഞാൻ മുറിച്ചുകളയുമെന്ന് നീ ചൊടിച്ചു പറഞ്ഞു.

വേണ്ടായിരുന്നു.

നിനക്കിങ്ങനെ നീണ്ട വിരലുകൾ വേണ്ടായിരുന്നു. എനിക്കിങ്ങനെയൊരാസക്തിയും വേണ്ടായിരുന്നു.

നിന്റെ കൈവെള്ളയിലെ ഭാഗ്യരേഖ സൂര്യനിലെത്തി നില്പായിരുന്നു. വ്യാഴമണ്ഡലത്തിൽ കുരിശും ശുക്രനിൽ താരവും. ദ്വീപൊന്ന് ആത്മരേഖയിൽ.

എന്റെ കൈവെള്ളയിൽ മുറിയാതെ നീണ്ടുപോകുന്ന ആയുർരേഖയിൽ കിരണരാശി കലർന്നിരുന്നു. ആത്മരേഖയിൽ കരിമ്പുള്ളി കത്തിനില്പുണ്ടായിരുന്നു.

നീണ്ടുപോകുന്ന ഈ രേഖകൾ നമ്മെ ഒന്നിപ്പിക്കുമോ എന്ന് ഞാൻ ചോദിച്ചു. ചുഴിയും ദ്വീപും കരിമ്പുള്ളിയും കുരിശും കടന്ന് നാം.

എല്ലാം കിനാവുകളാണ്; ഭ്രാന്തുപോലും.

നിന്റെ വിരലൊന്ന് കടിച്ചുമുറിക്കാൻ കൊതി.
വിരലിനെ വിട്ട് കണ്ണിനെ സ്നേഹിച്ചു കൂടെ.
കണ്ണിനെ വിട്ട് മൂക്കിനെ സ്നേഹിച്ചു കൂടെ.
അഴുക്കുപുരണ്ട ശരീരത്തിനകത്തെ മാലിന്യമുള്ള മനസ്സിനെ സ്നേഹിക്കാമായിരുന്നു.

പ്രണയം ഏതോ തത്ത്വശാസ്ത്രത്തിന്റെ ആവിഷ്കാരമാണെന്ന് പണ്ടൊരാൾ. നമുക്ക് ഒരു തത്ത്വശാസ്ത്രത്തെയും ആവിഷ്കരിക്കാൻ കഴിയുന്നില്ല.

എല്ലാം മടുക്കുന്നു. പ്രണയവും മടുക്കുന്നു.
പ്രണയിച്ചും മിണ്ടിയും ഇണചേർന്നും ഇങ്ങനെ ജീവിക്കുമ്പോൾ...
വേണ്ട. പ്രണയം വേണ്ട.
എല്ലാ പ്രണയവും വാനരനു കൊടുക്കാം.
അതുകൊണ്ടിനി പ്രണയത്തെക്കുറിച്ചു സംസാരം വേണ്ട.
സംസാരം വിരലിനെക്കുറിച്ചാകാം.
ചൂണ്ടുവിരലാണു ചിഹ്നം.
മൗലികചിഹ്നം.

വേഗമുള്ള ഭടനെപ്പോലെ ഓടിക്കിതച്ചെത്തുന്ന കാലം.
ഇപ്പോൾ അയാൾ ഒരു ഭർത്താവാണ്.
തുഴഞ്ഞുപോകുന്ന തോണി. അമരം.
അവളിപ്പോൾ ഒരു ഭാര്യയാണ്.
തുഴഞ്ഞുപോകുന്ന തോണി. അണിയം.

അഴുക്കുപുരണ്ട ഭർത്താവും കരിപുരണ്ട ഭാര്യയുമങ്ങനെ തുഴഞ്ഞുപോകുന്നു.

അവളുടെ വിരലുകൾ അയാളിപ്പോൾ കാണുന്നതേയില്ല.
അവൾക്കു പത്തു വിരലുകളുമുണ്ട്.

അയാളൊന്നുപോലും കടിച്ചുമുറിച്ചിട്ടില്ല. അയാൾക്കു മുന്നിൽ അവൾ അറിയാതെ വിരൽ നീട്ടിപ്പോകുകയും ഞൊടിക്കുകയും ചെയ്യുന്നുണ്ട്.

മാലിന്യങ്ങൾ ആ വിരലുകളിൽ പറ്റിയിരിക്കുന്നു.
അയാളതു ശ്രദ്ധിക്കുന്നില്ല.
എല്ലാം മറവിയാണ്. ആത്മവിസ്മൃതിയാണ്.
പ്രണയവും ജീവിതവും.

വഴിയായ വഴിയൊക്കെയും നടന്ന് അയാൾ തിരിച്ചെത്തുന്ന വീട്ടിൽ അവൾ കരിപിടിച്ച കണ്ണുമായി കാത്തിരിക്കുന്നു. അവളുടെ കണ്ണുകളിൽ അയാൾ കൊളുത്തുന്ന തിരികൾ അന്നന്ന് കരിന്തിരികളായി അടിയുന്നു.

വിളക്ക് കൊളുത്തുന്നേടമെല്ലാം വിലക്കുകൾ മാത്രം.
മുറിയുന്ന വ്രണമായി അഴുകുന്ന വിരലാണ് യാഥാർത്ഥ്യം.
അറിയുന്ന വിരലിന്റെ ജീർണ്ണതയാണ് അനുഭവം.
സീതേ എഴുന്നേല്ക്കൂ.

വിരൽ ഞൊടിക്കരുത്. രാത്രിയാണ്.

രാത്രി വിരൽ ഞൊടിക്കരുതെന്നു പണ്ടു മുത്തശ്ശി പറഞ്ഞിരുന്നു.

പ്രണയം മറന്നു, വിരലിൻ ഭംഗി മറന്നു. പുകിലിൻ കാലവും മറന്നു.

ഞാൻ നിന്നെ തൊടുന്നു, ഈ വിരൽകൊണ്ട്.

വിരൽത്തുമ്പിലെ വ്രണം നിന്നെ നടുക്കുന്നു.

നിന്റെ വിരൽത്തുമ്പിലും വ്രണമുണ്ടെന്നു നീയറിയുന്നില്ല.

സീതേ എഴുന്നേല്ക്കേണ്ട.

നിനക്കു പനിയാണ്.

പണ്ടു പ്രണയകാലങ്ങളിലും നിനക്കു പനി വരാറുണ്ടായിരുന്നു.

അന്നു നിനക്കു പനി കിനാവും പൂക്കാലവുമായിരുന്നു.

നിന്റെ പനിയൊക്കെയും എനിക്കു തരാമോ എന്നു ഞാനന്നു ചോദിക്കാറുണ്ടായിരുന്നു. തരില്ലെന്നു നീ.

പനി, പനിക്കിടക്ക. പനിച്ചൂട്. പനി മണം.

എല്ലാമേല്ക്കാൻ എന്തു കൊതിയായിരുന്നു.

പനിക്കു വല്ലാത്ത മണമാണ്.

ഇപ്പോൾ നമുക്കൊക്കെയും പനിയാണ്.

എനിക്കു നിന്നെ വെറുക്കേണ്ടിവരുന്നു.

നാളെ നിന്നെ കാട്ടിലേക്കെറിഞ്ഞാലോ ഞാൻ!

എന്തൊരത്ഭുതം.

നമ്മുടെ രണ്ടാമത്തെ കുഞ്ഞിനു വിരലുകളില്ല.

ഒന്നാമത്തെ കുഞ്ഞിനു പന്ത്രണ്ടു വിരലുകൾ ഉണ്ടായിരുന്നു.

അവൻ ഏറെ പ്രതിഷേധിച്ചേക്കുമെന്നു ഞാനന്നു പറഞ്ഞതാണ്.

ഇവനാകട്ടെ പ്രതിഷേധിക്കാനേ പറ്റില്ല. വിരലില്ലാത്തവൻ എങ്ങനെയാണു ചെറുത്തുനില്ക്കുക? ചൂണ്ടിക്കാണിക്കുക? എങ്ങനെയാണ് നാളെ ഇവൻ സ്നേഹിക്കുക?

കുഞ്ഞുങ്ങൾ വേണ്ടെന്ന്, അവർക്കു കാണാൻ നല്ല ആകാശമില്ലെന്ന്, നീന്തിത്തുടിക്കാൻ സ്വച്ഛമായ പുഴയില്ലെന്ന്, എണ്ണിയെടുക്കാൻ നക്ഷത്രങ്ങൾ ഇല്ലെന്ന്, കോരിയെടുക്കാൻ നിലാവില്ലെന്ന് ഞാനെത്ര പറഞ്ഞതാണ്.

നീ കേട്ടില്ല.

ഉഴവുചാലിൽനിന്നും അവർ വന്നു.

ഇപ്പോഴും അയാളൊരു ഭർത്താവും അവളൊരു ഭാര്യയും തന്നെയാണ്. അങ്ങനെയല്ല. അയാളൊരു അച്ഛനും അവളൊരു അമ്മയുമാണ്. വളരെ നേരത്തെ അമ്മയായിപ്പോയ ഒരു പെൺകുട്ടിയെന്ന് അവളെ ചൂണ്ടി ഒരാൾ. നീചനായ ഒരു പുരുഷൻ എന്ന് അയാൾക്കുനേരെ ഒരു ഫെമിനിസ്റ്റ്. അവളതാ കൊക്കിക്കുരയ്ക്കുന്ന കുഞ്ഞിനെയെടുത്ത് ആശുപത്രിവരാന്തയിൽ ക്യൂ നില്ക്കുന്നു. ചൊറിപിടിച്ച മൂത്ത ചെക്കൻ വെയിലിൽ

പൊള്ളി അവളുടെ അരക്കെട്ടിൽ മാന്തുന്നു. അവനുനേരെ പഞ്ഞിമുട്ടായി വില്പനക്കാരന്റെ പ്രലോഭനം.

അയാൾ എവിടെപ്പോയി?

തിരഞ്ഞെടുപ്പു കാലമാണ്.

അയാൾ തന്റെ ആദരണീയനായ സ്ഥാനാർത്ഥിക്കു വോട്ടു പിടിക്കാനായി വീടുകൾ തോറും കയറിയിറങ്ങുകയാണ്. ഉച്ചഭാഷിണി കെട്ടിയ ജീപ്പിൽ ഉച്ചത്തിൽ വിളിച്ചു പറഞ്ഞും പാടിയും.

നമ്മുടെ കരുത്തനായ സ്ഥാനാർത്ഥിക്ക്...

വിദൂരസ്ഥമായ ജനപദങ്ങൾ അതു ചെവിക്കൊള്ളുന്നു.

അവൾ വിയർത്തു വിളറി കുഞ്ഞുങ്ങളെയും കൊണ്ടു തിരിച്ചെത്തുന്നു. വീടിനെപ്പോലെ നല്ല ആതിഥേയൻ വേറെ ആരുണ്ട്?

അതിഥികൾ...

അവളിപ്പോൾ ആരെയാണു കാത്തിരിക്കുന്നത്?

അവളുടെ കാത്തിരിപ്പിന്റെ അങ്ങേയറ്റത്തെ സുഗന്ധോദ്യാനത്തിൽ ഏതു രൂപമാണു നിറന്നു തെളിയേണ്ടുന്നത്?

അവൾ കാത്തിരിക്കുകയാണ്.

ആവർത്തിക്കുന്നത് എപ്പോഴും കാത്തിരിപ്പുതന്നെയാണല്ലോ.

എത്ര മടുത്തിട്ടും വിഷയം അതുതന്നെയാണല്ലോ.

അയാളെക്കുറിച്ച് അവളെക്കുറിച്ച് ഇനിയുമെന്തൊക്കെ പറയാനുണ്ട്. എല്ലാം പറഞ്ഞിട്ടും നാമൊന്നും പറയുന്നില്ല.

എല്ലാമറിഞ്ഞിട്ടും നാമൊന്നും അറിയുന്നില്ല.

വിരലിനെ അറിഞ്ഞിട്ടും വിരലിനെ അറിയുന്നില്ല.

അറിയുന്നില്ല. മുറിവിനെ... വ്രണത്തെ...

വല്ലാത്ത ഒരഴുകലിനെ...

അമ്മ തുറക്കുന്ന വാതിൽ

ഒരു ആദിമശിശിരത്തിലേക്ക് ഓർമ്മയുടെ വാതിൽ തുറന്ന് അമ്മ ഇറങ്ങിപ്പോയി. അവിടെ വീടും അവരുടെ പുരുഷനുമുണ്ടായിരുന്നു. അയാളുടെ വിളിക്കായി അവർ കാതോർക്കുകയായിരുന്നു. ഏറ്റവും സൗമ്യയായി, പ്രിയയായി അയാൾക്കായി വാതിൽ തുറക്കുകയായിരുന്നു. കാലം അവർക്ക് മൂന്നു കുഞ്ഞുങ്ങളെ നല്കി. മുതിർന്ന് മൂപ്പെത്തിയ കുഞ്ഞുങ്ങളുടെ ശിരസ്സ് വാതിൽപ്പടിയിൽ മുട്ടിയപ്പോൾ അമ്മ വൃദ്ധയായി. ഒരു നാൾ ഒരു തീവേനലിന്റെ നിറുകയിൽ കിടന്ന് പുരുഷൻ പൊലിഞ്ഞുപോയപ്പോൾ അമ്മ ഏകാന്തയായി. എങ്കിലും കുഞ്ഞുങ്ങൾക്കു മുന്നിൽ വെളിച്ചത്തിന്റെ വലിയ വാതിൽ തുറന്നുവെച്ച് പ്രതീക്ഷാഭരിതമായ നിറഹൃദയത്തോടെ ജീവിച്ചുപോന്ന അമ്മ പുലർകാലത്തിനു തൊട്ടുമുമ്പ് നിദ്രമുറിഞ്ഞ് ഇരുളിൽ സ്വയമറിയാതെ ഓർമ്മയുടെ വാതിൽ തുറന്നുപോയി. അങ്ങനെ ഒരു ആദിമശിശിരത്തിലേക്ക് ഇറങ്ങിപ്പോയി.

നേരം പുലർന്നു തുടുത്തു. പുലർച്ചയുടെ ഇളംകൈകളിൽ മഞ്ഞു പരന്നു. ഓലേഞ്ഞാലിയും കാട്ടുഞ്ഞാലിയും മരക്കൊമ്പത്തു പാടി. സസ്യങ്ങൾ കുളിർന്നു. ആദിമശിശിരത്തിൽനിന്നും തിരിച്ചുവന്ന് അമ്മ പായ ചുരുട്ടി. അടുപ്പിൽ തീ പുകയ്ക്കാനായി അവർ ബദ്ധപ്പെട്ടു നടക്കുമ്പോൾ ഇരുവശങ്ങളിലുമുള്ള മുറികളിൽ മക്കളുടെ ഉറക്കത്തിന്റെ തിരയൊഴുക്കം കേട്ടു. അടുപ്പിൽ അമ്മ തീ കൊളുത്തി. അപ്പോൾ പുറത്ത് നന്നേ വെളിച്ചമായി. ഉമ്മറത്തെ വാതിൽ അമ്മ തുറന്നുവച്ചു.

മക്കൾക്ക് ഇഷ്ടപലഹാരങ്ങളൊരുക്കാൻ അമ്മ ഉഴുന്നരച്ചു. ചിരവനാക്കിൽ തേങ്ങ ചീന്തി. കലവറയിൽ കയറി പഴുത്ത കദളി ഉരിഞ്ഞെടുത്തു. കുളിക്കാൻ ചൂടുവെള്ളമൊരുക്കി. അപ്പോഴേക്കും അമ്മ തളർന്നിരുന്നു. പുറത്ത് വെയിലായിരുന്നു. അമ്മ തുറന്നുവെച്ച വാതിലിലൂടെ അമ്മ

അറിയാതെ എപ്പോഴോ മക്കൾ പുറത്തുപോയിക്കഴിഞ്ഞിരുന്നു. അത് ഈയിടെ പതിവായിരിക്കുന്നു. നന്നേ കാലത്ത് പുറത്തു പോകുന്ന മക്കൾ കനച്ച രാത്രിയിലോ പാതിരയിലോ മാത്രമാണ് തിരിച്ചെത്തുന്നത്. വാതിലിൽ മുട്ട് വീഴുന്നതും കാത്ത് ഉത്കണ്ഠയോടെ ഉറക്കം വെടിഞ്ഞ് അമ്മയ്ക്ക് കിടക്കേണ്ടിവരുന്നു.

വീട് നിശ്ശബ്ദമായിരിക്കുന്നു. അമ്മ വാതിലടച്ചു. അല്ലെങ്കിലും മക്കൾ വന്നാലും വീട് മൗനത്തിന്റെ കൈനിലതന്നെ. അവരൊന്നും പറയാതെയായിരിക്കുന്നു. എവിടേക്കാണ് മക്കൾ പോകുന്നതെന്ന് അമ്മയ്ക്ക് അറിവില്ല. നന്നേ ഇരുട്ടും വരെ അവർ പുറത്തെന്തെടുക്കുന്നുവെന്ന് നിശ്ചയമില്ല. വളർന്ന് മീശ കുരുത്തപ്പോൾത്തന്നെ കാര്യമായ മാറ്റം അവർക്കുണ്ടായിട്ടുണ്ട്. വളരെ ഗൗരവതരമായ നിറപ്പകർപ്പുകൾ അവരുടെ മുഖത്ത് കാണാനുണ്ട്. ഒന്നും അമ്മ ചോദിക്കാറില്ല. ചോദിച്ചാലും ഉത്തരം കിട്ടിയെന്നുവരില്ല. അതുകൊണ്ട് നിശ്ശബ്ദയായി ഖിന്നയായി മക്കളുടെ മുഖത്തേക്ക് ഉറ്റുനോക്കും. ആഹാരംപോലും അവർക്ക് വേണ്ടെന്നായിരിക്കുന്നു. തുറന്ന വാതിലിലൂടെ ഒന്നുരിയാടുകപോലും ചെയ്യാതെ അവർ കടന്നുപോകുന്നു. അവരിറങ്ങിപ്പോയ ലോകത്തിലേക്ക് അമ്മ കണ്ണുനട്ടു. കടുത്ത വെയിൽ ചുവന്നു കത്തിയാളുന്ന ലോകം അമ്മയ്ക്ക് കാണാം, ഇങ്ങ് ദൂരെനിന്ന്.

അമ്മ പുറത്തിറങ്ങാറില്ല. വൈധവ്യം മൂർദ്ധാവിൽ കുത്തിയിറങ്ങിയതോടെ അവർ തന്റെ പുരുഷനായി എന്നും തുറന്നുകൊടുത്ത വാതിൽവിട്ട് ഇറങ്ങാതെയായി. വീട്ടുവാതില്ക്കൽ ഒരു കാവൽക്കാരി കണക്കെയായി. ഭർത്താവിന്റെ ഓർമ്മകളും കുട്ടികളും ഉൾക്കൊള്ളുന്ന വീട് ഉപാസിച്ചു കാക്കുന്നു. ഉച്ചയ്ക്ക് ഊണ് ഒരുക്കിയെങ്കിലും കഴിഞ്ഞ ദിവസങ്ങളിലൊന്നും മക്കൾ വന്നില്ല. രാത്രി വന്നാലും അവർക്ക് അത്താഴം വേണ്ട. പിറ്റേന്നു പശുവിന്റെ കാടിവെള്ളത്തിലും അയലത്തെ പാറുവമ്മയുടെ ഭാണ്ഡത്തിലും മക്കൾ തിന്നാത്ത ചോറ്.

മക്കൾ പോയതോടെ വ്യസനത്തോടെ അമ്മ ഉച്ചയൂണിനുള്ള ഒരുക്കമായി. അഥവാ ഇന്ന് അവർ വന്നാലോ? ആരെങ്കിലും ഒരാൾ! അമ്മ അരി കഴുകിയിട്ടു. വെള്ളരി മുറിച്ച് മഞ്ഞളും മുളകും കലക്കി. ചീര നുറുക്കി ഉപ്പേരിയൊരുക്കി. അടുത്ത വീട്ടിലേക്കു നോക്കിയപ്പോൾ ആരെയും കണ്ടില്ല. എന്തോ ഈയിടെ അയൽവീടുകളിലെല്ലാം ഒരു മാറ്റമുണ്ടായിട്ടുണ്ട്. പിറകുവശത്തെ കാവിനപ്പുറം മൈതാനത്തിൽ ഇപ്പോൾ ഫുട്ബോൾ കളി നടക്കാറില്ല. ഒരു ചെറുക്കനേയും കാണാറില്ല. ഇവരൊക്കെ എവിടെപ്പോയി? അപ്പോൾ അമ്മ ഓർത്തു. കഴിഞ്ഞ ദിവസം അപ്പുറത്തെ പറമ്പിൽനിന്ന് ആരോ പറഞ്ഞത്. 'പുറത്ത് എന്തോ കുഴപ്പം നടക്കുന്നുണ്ടത്രെ.' എന്തു കുഴപ്പമാണെന്ന് അമ്മയ്ക്കു മനസ്സിലായില്ല. ഉമ്മറത്ത് പത്രക്കാരൻ എറിഞ്ഞ പത്രം നിവർത്തിനോക്കിയിട്ടും ഒന്നും കണ്ടില്ല. എല്ലാം ശാന്തമായിരിക്കുന്നു പത്രത്തിൽ. അമ്മ ഉമ്മറത്തു വന്ന് വീണ്ടും പത്രം നിവർത്തി. നിറഞ്ഞ ചിരിയുമായി കൈകൂപ്പി നില്ക്കുന്ന മനുഷ്യർ ഒന്നാംപേജിൽത്തന്നെയുണ്ട്. കുഴപ്പം നടക്കുന്നുവെങ്കിൽ ഇവർക്കൊക്കെ ഇങ്ങനെ മതിമറന്നു ചിരിക്കാൻ കഴിയുമോ? അമ്മ പത്രമെറിഞ്ഞു തന്റെ ജോലിയിലേക്കു തന്നെ

തിരിച്ചുപോയി. എങ്കിലും അവരുടെ ഉള്ളിൽ വേവലാതി കരളുന്നുണ്ടായി രുന്നു. അഥവാ എന്തെങ്കിലും കുഴപ്പം പുറത്ത് നടക്കുന്നുവെങ്കിൽ എന്റെ മക്കൾ ദൈവമേ, നട്ടപ്പാതിര വരെ പുറത്ത് അവർ എന്തെടുക്കുകയാണ്! ഇന്ന് തിരിച്ചെത്തിയാൽ അവരെ പ്രത്യേകമായി ഇക്കാര്യം ഓർമ്മപ്പെടുത്ത ണമെന്ന് അമ്മ നിശ്ചയിച്ചു. നേരമന്തിയാകുന്നതിനു മുമ്പ് ഇനി വീടണ യണം. കണിശമായിത്തന്നെ പറയണം.

ഉച്ചയൂണ് ഒരുക്കി അമ്മ പുറത്തേക്കു കണ്ണയച്ചു. തിളയ്ക്കുന്ന വെയിൽ മുറിച്ച് കടന്നെത്തുന്ന മക്കളിൽ ഒരാളെങ്കിലും... കണ്ടില്ല. നിശ്ശ ബ്ദമായ ചെറുതുരുത്തുകൾപോലെ എല്ലാ വീടുകളും കണ്ടു. വിധവയുടെ വിചാരങ്ങൾപോലെ ആകാശത്തിൽ മേഘങ്ങൾ. ഒരാളെയും പുറത്തു കാണാനില്ല. അയൽവീടുകളിലെ അമ്മമാരെല്ലാം ഇങ്ങനെ അകത്തു തനിച്ചു മക്കളെയും കാത്തിരിക്കുകയാണോ? ഒച്ച കെട്ടടങ്ങിയ ചുറ്റുപാ ടുകൾ അമ്മയെ വല്ലാതെ ചകിതയാക്കി. ലക്ഷ്മിക്കുട്ടിയെ... തെക്കേവീട്ടി ലേക്കു നീട്ടിവിളിച്ചു. മറുപടിയൊന്നുമുണ്ടായില്ല. പാറുവമ്മയെയും വിളി ച്ചുനോക്കി. അവിടെ ആളനക്കമുള്ള ലക്ഷണമേയില്ല.

അമ്മ അടുക്കളയിലേക്കുതന്നെ തിരിച്ചുവന്നു. പാത്രങ്ങൾ വെണ്ണീ റിട്ടു കഴുകിവെച്ച് അമ്മ കുളിച്ചുവന്നു. അപ്പോൾ ഉച്ച അടങ്ങി. മക്കളാരു മെത്തിയിട്ടില്ല. വാതില്ക്കൽ അവർ കാത്തിരിപ്പായി. വല്ലാതെ ക്ഷീണിത യായിരുന്നു അമ്മ. ഒന്നു മയങ്ങണമെന്ന് തോന്നിയെങ്കിലും കിടന്നപ്പോൾ ഉറക്കം വന്നില്ല. ഉള്ളിൽ പേടി പാളിക്കൊണ്ടിരിക്കുന്നു. മക്കളെവിടെയാണ്?

എന്തോ ബഹളം കേട്ട് അമ്മ എഴുന്നേറ്റ് ജാലകത്തിലൂടെ നോക്കി യപ്പോൾ തെരുവ്. തെരുവിലൂടെ ആരൊക്കെയോ പരക്കം പായുന്നു. തെരു വിന്റെ അങ്ങേ തലയ്ക്കൽ തീ കത്തിയാളുന്നു. അമ്മ പുറത്തേക്കിറങ്ങി നോക്കി. ഏതോ കട കത്തിയെരിയുകയാണ്. അമ്മ പേടിച്ച് അകത്തേക്കു തന്നെ കയറി. വല്ലാതെ തളർച്ച തോന്നി. ഉറങ്ങാൻ കഴിയുന്നില്ല. കണ്ണട യ്ക്കുമ്പോൾ തല മുരണ്ടു കറങ്ങുന്നു. നെഞ്ച് ശക്തിയായി മിടിക്കുന്നു.

അമ്മയുടെ ഏകാന്തനിമിഷങ്ങളിലേക്കു സന്ധ്യ പാഞ്ഞെത്തി. അമ്മ വിളക്കു കൊളുത്തി. സന്ധ്യാവന്ദനം ചെയ്തു. ഒരു ഫയർ എഞ്ചിൻ കുതിച്ചു പോകുന്ന ശബ്ദം അവരുടെ ചെവിയിലിരമ്പി. അമ്മ വാതിലടച്ചു. അകത്തെ ഇരുട്ടു പമ്മിക്കിടന്ന മുറികളിലെല്ലാം വെളിച്ചം നിറച്ചു. പേടിച്ചു പേടിച്ച് ഓരോ മുറികളിലും ചെന്നുനോക്കി. ജാലകങ്ങൾ അടച്ചുപൂട്ടുമ്പോൾ പുറത്തെ ഇരുട്ടു കണ്ണുതുറക്കുന്നു. പേടി തുളച്ചു കയറുന്നു. മക്കൾ ഒന്നു വേഗം വന്നെ ത്തിയെങ്കിൽ!

ഇനി വയ്യ. ഇനി മക്കളെ പുറത്തു വിടാനേ പറ്റില്ല. ഇരുണ്ട രാത്രിക്കപ്പുറം എന്റെ മക്കൾ തനിച്ചാണ്. അമ്മ വാതിലിൽ വീഴുന്ന മുട്ടു കൾക്കായി, മക്കളുടെ വിളികൾക്കായി കാതോർത്തു. അവരുടെ കാത്തി രിപ്പ് ആഴത്തിലുള്ള സഹനമായി – അവിടേക്കു രാത്രിയുടെ പേടിപ്പിക്കുന്ന ശബ്ദങ്ങൾ കടന്നു ചെന്നു. കണ്ണടച്ച് അമ്മ മക്കളെ കാത്തു. നേരം ഇഴ ഞ്ഞുകടന്നു.

മക്കളാരും വന്നിട്ടില്ല. രാവേറെ ചെന്നിരിക്കുന്നു. ഇക്കഴിഞ്ഞ രാത്രി

കളിലെ പതിവ് ഇന്നും ആവർത്തിക്കുന്നു. എപ്പോഴാണ് അവർ വരികയെന്നറിയില്ല. വരുന്നതും ഒന്നിച്ചായിരിക്കില്ല. ഒന്നുറങ്ങാൻ, സ്വസ്ഥയാകാൻ അമ്മ കൊതിച്ചു. പക്ഷേ, ഉറക്കം വരുന്നില്ല. എപ്പോഴാണ് മക്കൾ വന്നു വിളിക്കുകയെന്നറിയില്ലല്ലോ. തിരിഞ്ഞും മറിഞ്ഞും അമ്മ കിടന്നു. മനസ്സും ദേഹവും ഒരുപോലെ നൊന്തു. പുറത്ത് ഇരുട്ടു കടലായി തിളച്ചു. അമ്മ തന്റെ പുരുഷനെ ഓർത്തു. രാത്രിയിൽ ഈ സമയത്താണ് അദ്ദേഹം വാതിലിൽ വന്നു മുട്ടുക. ഉറക്കമിളച്ചു താൻ കാത്തിരിക്കും. അദ്ദേഹം വന്നാൽ പിന്നെ പുലർച്ചയിലേക്ക് അധികം ദൂരമുണ്ടാവില്ല. വെളിച്ചം വീഴുമ്പോൾ തോർത്തെടുത്തു കഴുത്തിൽ ചുറ്റി ഇറങ്ങും. രാത്രിയിൽ താൻ തുറക്കുന്ന വാതിലിലൂടെ തിരിച്ചെത്താനായി. എങ്ങോട്ടു പോകുന്നുവെന്നറിയില്ല. അദ്ദേഹത്തെപ്പോലെ ഇന്ന് ഇതാ മക്കളും. ജന്മം മുഴുവനും താൻ വാതിൽക്കാവൽക്കാരിയായി മാറിയിരിക്കുന്നു. ശാന്തമായ ഒരുറക്കം എന്നോ എന്നെ കൈവിട്ടുപോയിരിക്കുന്നു. എല്ലാ അമ്മമാരും ഇങ്ങനെ തന്നെപ്പോലെയായിരിക്കും. അവർക്കാർക്കും ഉറക്കമുണ്ടാകില്ല. ഉറങ്ങാൻ അവരുടെ മക്കൾ, അവരുടെ പുരുഷൻ അനുവദിച്ചെന്നുവരില്ല. നിദ്രകെട്ട രാത്രിയാകുന്നു അമ്മ. കാത്തിരിപ്പിന്റെ മുനമ്പ്. ആഴത്തിലുള്ള സഹനം. അടയ്ക്കുകയും തുറക്കുകയും ചെയ്യുന്ന വാതിൽ. എന്നാണ് ഒരമ്മയ്ക്കു സ്വസ്ഥമായി ഒന്നുറങ്ങാൻ കഴിയുക?

വാതിലിൽ ആരോ മുട്ടിയതുപോലെ, 'അമ്മേ' എന്നു വിളിക്കുന്നതുപോലെ. അമ്മ ചാടിപ്പിടഞ്ഞെണീറ്റു വാതിലിൽ ഒന്നുകൂടി ചെവിയോർത്തു നിന്നു. അതെ, ഇളയമകന്റെ സ്വരം. അവൻതന്നെ എന്ന് ഒന്നുകൂടി ഉറപ്പുവരുത്തി അമ്മ വാതിൽ തുറന്നു. പുറത്ത് ആരെയും കണ്ടില്ല. ഇരുട്ട്. തെരുവിൽ അപ്പോഴും കത്തിയടങ്ങാത്ത തീ. അമ്മയുടെ മനസ്സിലും തീയാളി. അവർ വാതിൽ പെട്ടെന്ന് അടച്ചുപൂട്ടി. ആരായിരുന്നു വിളിച്ചത്? തനിക്കു തോന്നിയതായിരുന്നോ?

അമ്മ വന്നു കിടന്നതേയുള്ളൂ. അപ്പോൾ പിന്നെയും വാതിലിൽ മുട്ടു കേട്ടു. 'അമ്മേ' എന്നു വിളിക്കുന്നു. അതെ, മകൻ തന്നെ. ഇളയവൻ. അമ്മ പോയി വാതിൽ തുറന്നു. തുറന്ന വാതിലിലൂടെ അവൻ അകത്തു കടന്നു. അവനാകെ ക്ഷീണിച്ചിട്ടുണ്ട്. നന്നേ മുഷിഞ്ഞിരിക്കുന്നു വേഷം. "എവിടെയായിരുന്നു നീയിത്ര നേരവും!" അമ്മ പതിവുപോലെ ചോദിച്ചു. അവനൊന്നും പറഞ്ഞില്ല. "വന്ന് അത്താഴം കഴിക്ക്." അമ്മ വാത്സല്യം നീട്ടി. അവൻ തന്റെ മുറിയിൽ കയറിപ്പോകുമ്പോൾ പതുക്കെ പറഞ്ഞു: "വേണ്ട." അമ്മയുടെ മനസ്സിടിഞ്ഞു. "കുറച്ചു കഴിച്ചോ." "വേണ്ട, വിശപ്പില്ല." അവന്റെ മുറിയുടെ വാതിലടഞ്ഞു.

അമ്മയ്ക്കു കരച്ചിൽ വന്നു. വിളമ്പിവച്ചത് ആറിത്തണുത്തിരിക്കും. എപ്പോഴായിരിക്കും മറ്റുള്ളവരെത്തുക? നേരമെത്രയായെന്നറിയില്ല. മകന്റെ മുറിയിൽനിന്നു ശബ്ദമൊന്നും കേൾക്കാനില്ല. അവനുറങ്ങിക്കഴിഞ്ഞിരിക്കും. അവനിന്നു വല്ലതും കഴിച്ചുകാണുമോ? അവന്റെ മുഖത്തു കടുത്ത പരവശതയുണ്ട്.

നേരം പിന്നെയും നീങ്ങിപ്പോയി. ഒരുറക്കത്തിന്റെ ഇല വന്ന് അമ്മ

യുടെ കണ്ണുകളിൽ വീഴാൻ തുടങ്ങിയതായിരുന്നു. അന്നേരം വാതിലിൽ മുട്ടുവീണു. 'അമ്മേ' എന്ന വിളികേട്ടു. അമ്മ ചാടി എണീറ്റു വാതിൽ തുറന്നു. മൂത്തമകൻ. അവനും അകത്തായി. ദീർഘമായി അമ്മ ഒന്നു നിശ്വസിച്ചു. "എവിടെയായിരുന്നു നീയിത്ര നേരവും?" പതിവുചോദ്യം അമ്മ എടുത്തിട്ടു. അവൻ ഒന്നും പറഞ്ഞില്ല. വാത്സല്യത്തിന്റെ ക്ഷണമുണ്ടാകുന്നതിനു മുമ്പ് അവൻ പറഞ്ഞു: "അത്താഴം വേണ്ട. വിശപ്പില്ല." അമ്മ പിന്നെ ഒന്നും പറയാൻ പോയില്ല. നിർബ്ബന്ധിച്ചാൽ അവൻ കുറച്ചു കഴിച്ചെന്നുവരും. വേണ്ട, വിശപ്പില്ലെന്നല്ലേ പറഞ്ഞത്. അവൻ മുറിയിൽ കയറി വാതിലടച്ചു.

ഘടികാരത്തിലേക്ക് അമ്മ നോക്കി. മൂന്നുമണി കഴിഞ്ഞിരിക്കുന്നു. ഇനി പ്രഭാതത്തിലേക്ക് അധികമൊന്നുമില്ല. ഉണ്ണി എപ്പോഴാണു വരിക? അമ്മ മൂത്തമകന്റെ മുറിയുടെ വാതിലിൽ മുട്ടി ചോദിച്ചു. "ഉണ്ണി വന്നില്ലല്ലോ. നീ അവനെ കണ്ടോ?" അകത്ത് ഇല്ലെന്നു പതിഞ്ഞ ശബ്ദമുയർന്നു. അമ്മ വീണ്ടും കിടന്നു. പുറത്തെ വിളക്ക് അണച്ചില്ല. ഇരുട്ടിൽ തപ്പിത്തടഞ്ഞല്ലേ മകൻ വരിക. ഓരോന്നാലോചിച്ച് അമ്മ കിടക്കുകയായിരുന്നു. അമ്മ ഓർത്തതു മക്കളുടെ അച്ഛനെയായിരുന്നു. ഇനിയും തിരിച്ചെത്താത്ത ഉണ്ണിയെയും. ഈ രാത്രിയിൽ അവൻ എവിടെയാണു പോയിക്കിടക്കുന്നത്? മൂത്തമകന്റെ മുഖത്തു ദുഃഖത്തിന്റെയും നൈരാശ്യത്തിന്റെയും വടുക്കൾ കെട്ടിക്കിടക്കുന്നത് അമ്മ ശ്രദ്ധിച്ചിരുന്നു. മക്കളെല്ലാം ഇങ്ങനെ പരവശരാകുന്നതെന്തുകൊണ്ടാണ്? ഇവരൊക്കെ പുറത്തെന്താണു ചെയ്യുന്നത്?

സമയം ഇരുട്ടിൽ വെന്തുനീറി. ഏതോ പാതിരാപ്പക്ഷി കൂവി. അപ്പോൾ വാതിലിൽ മകൻ മുട്ടിവിളിച്ചു. ഒരുറക്കത്തിന്റെ നീർച്ചോലയിലേക്ക് അമ്മ ഇറങ്ങാൻ തുടങ്ങിയതായിരുന്നു. അവർ ഞെട്ടിയുണർന്നു. പരിഭ്രമത്തോടെ ചെന്നു വാതിൽ തുറന്നു. അവശതയുടെ ദുഃഖരൂപമായി മുന്നിൽ ഉണ്ണി. "എവിടെയായിരുന്നു നീ..." അമ്മയ്ക്ക് ഉത്തരം കിട്ടിയില്ല. "നിനക്കും വേണ്ടേ അത്താഴം..." അമ്മേ അങ്ങനെയാണു ചോദിച്ചത്. അമ്മയുടെ ശബ്ദത്തിൽ കണ്ണീരു കലർന്നിരുന്നു. അവൻ ഒന്നും പറയാതെ മുറിയിൽ കയറി വാതിലടച്ചു. അമ്മയ്ക്ക് ഒന്നുറക്കെ കരയണമെന്നു തോന്നി. ചുവരിൽ മക്കളുടെ അച്ഛൻ എല്ലാം കാണുന്നുവെന്ന് അവർ ശ്രദ്ധിച്ചു. കരയരുതെന്ന് തന്നോടു പറയുന്നുവെന്ന് അവരറിഞ്ഞു. ഘടികാരം സമയമറിയിച്ചു. നാലര. അമ്മയ്ക്കു കിടക്കണമെന്നു തോന്നിയില്ല. അവർ മരക്കസേരയിൽ നടുനിവർത്തിയിരുന്നു. മക്കളുടെ മുറിയിൽനിന്നും ശബ്ദമൊന്നും കേൾക്കാനില്ല. കുറെയിരുന്നപ്പോൾ തളർച്ച തോന്നി. അവർ പിന്നെയും കിടന്നു. ഒരുറക്കം തന്നെ ഒഴുക്കിലേക്ക് എടുക്കുന്നതുപോലെ തോന്നി. അപ്പോൾ കാക്കകൾ കരഞ്ഞു. പ്രഭാതം പൊട്ടി.

അമ്മ പായ ചുരുട്ടി. അടുപ്പിൽ തീ പുകയ്ക്കാനായി അവർ ബദ്ധപ്പെട്ടു നടക്കുമ്പോൾ ഇരുവശങ്ങളിലുമുള്ള മുറികളിൽ മക്കളുടെ ഉറക്കത്തിന്റെ തിരയൊഴുക്കം കേട്ടു. അമ്മ അടുപ്പിൽ തീ കൊളുത്തി. അപ്പോൾ പുറത്തു നന്നേ വെളിച്ചമായി.

പ്രഭാതത്തിൽ അന്നും അമ്മ തുറന്ന വാതിലിലൂടെ മക്കൾ പുറത്തു പോയി.

ചരമവാക്യങ്ങൾ

മരിച്ചവരുടെ അവസാനവാക്കുകളായിരുന്നു അമ്മുവേടത്തിയുടെ നീലച്ചട്ടയുള്ള ഡയറി നിറയെ. മരിച്ചവരിൽ അസാധാരണരും സാധാരണരും വലിയവരും ചെറിയവരുമുണ്ടായിരുന്നു. ക്രിസ്തുവും സോക്രട്ടീസും തൊട്ട് കഴിഞ്ഞയാണ്ടിൽ ഹൃദ്രോഗബാധയാലെ മരിച്ച അയൽക്കാരൻ അച്യുതക്കുറുപ്പിന്റെയും കള്ളുഷാപ്പിൽവെച്ചുണ്ടായ കശപിശയിൽ കുത്തേറ്റു ചത്ത കുഞ്ഞാണ്ടിയുടെയും അവസാനവാക്കുകൾവരെ ആ ഡയറിയിൽ സ്ഥാനം പിടിച്ചിരുന്നു. മനുഷ്യൻ എത്ര പരിമിതനാകട്ടെ, അവിശുദ്ധനാകട്ടെ അവന്റെ അവസാനവാക്ക് വിശുദ്ധവും ഉദാത്തവുമാണെന്നാണ് അമ്മുവേടത്തിയുടെ വിശ്വാസം. ഈ ചുരുങ്ങിയ കാലത്തിനുള്ളിൽ എത്രയോ പണിപ്പെട്ടാണ് അമ്മുവേടത്തി ഈ ചരമവാക്യങ്ങളൊക്കെയും സമാഹരിച്ചത്. വെളിച്ചം, കൂടുതൽ വെളിച്ചം എന്ന് അന്ത്യമായി മൊഴിഞ്ഞ് കണ്ണടച്ച ഗെഥെയാണ് അമ്മുവേടത്തിയുടെ ആത്മീയാചാര്യൻ. “നോക്കൂ ഉണ്ണീ, അതല്ലേ മനുഷ്യന്റെ എന്നത്തെയും സ്വപ്നം. വെളിച്ചത്തിലേക്ക്, കൂടുതൽ കൂടുതൽ വെളിച്ചത്തിലേക്ക്...”

അമ്മുവേടത്തിയുടെ കണ്ണുകൾ അനന്തതയിലേക്ക് നീളുകയായി. ഡയറി തുറന്നുവെച്ച് ഓരോ അന്ത്യമൊഴിയും വായിച്ച് അമ്മുവേടത്തി അവയിലൊക്കെ എനിക്കജ്ഞാതമായ വിസ്മയമുണർത്തുന്ന ലോകങ്ങൾ കണ്ടെത്തുന്നു. അമ്മുവേടത്തിയുടെ അസാധാരണമായ ഈ ശീലം എന്നെ അത്യന്തം രസിപ്പിച്ചിരുന്നു. മരിച്ചവരോടുള്ള ഈ പ്രിയം ഇന്നോ ഇന്നലെയോ തുടങ്ങിയതല്ല അമ്മുവേടത്തി എന്ന് പലരും പറഞ്ഞുകേട്ടിട്ടുണ്ട്. പരിചിതമായ മരണവീട്ടിൽ എത്രയും തിടുക്കപ്പെട്ട് എത്തിച്ചേരാൻ അമ്മുവേടത്തിക്ക് വെപ്രാളം തന്നെയാണ്. അവിടെ എത്തിയാൽ കുറെനേരം മൃതദേഹം ശ്രദ്ധയോടെ ഉറ്റുനോക്കും. ചുറ്റുമുള്ള ദുഃഖിതരിൽ ഓരോരുത്തരെയായി നിരീക്ഷിക്കും. സൗകര്യം കിട്ടിയെങ്കിൽ ശവമെടുപ്പ് കഴിയുന്നതു

വരെ എല്ലാം കണ്ടറിഞ്ഞ് അമ്മുവേടത്തി അവിടെ നിന്നു കളയും.

ഈ സ്വഭാവം നല്ലതല്ല എന്ന് പലപ്പോഴും ഞാൻ ഓർമ്മപ്പെടുത്തിയിട്ടുണ്ട്. അപ്പോഴൊക്കെ അമ്മുവേടത്തി ചിരിക്കും. ചിലപ്പോൾ ഒന്നോ രണ്ടോ ഉരിയാട്ടങ്ങളുമുണ്ടാകും.

“മരിച്ചവർ... അവർ എന്നെന്നേക്കുമായി യാത്രപോകുന്നവർ. ഭൂമിക്കപ്പുറം ഒരു അയൽരാജ്യത്ത് പാർക്കുന്നവർ. അവരുടെ ചരമവാക്യങ്ങൾ... ഉണ്ണീ ലോകത്തിൽ വിലമതിക്കാനാകാത്തതാണ്. അവർ നമ്മുടെ ലോകത്തെ ശരിയായറിയുന്ന സമയത്തിലാണ് ആ വാക്കുകളുണ്ടാകുന്നത്. യാത്ര പോകുന്നവരേ പരമാർത്ഥമറിയുന്നുള്ളൂ.”

അമ്മുവേടത്തിയുടെ ഈ തത്ത്വശാസ്ത്രം കേട്ടാൽ ഞാൻ പിന്നെ അടങ്ങിപ്പോകുകയേയുള്ളൂ. എന്നാലും ചിലപ്പോൾ, മറ്റൊന്നും വായിക്കാനില്ലാതെവന്നാൽ, ഞാൻ രഹസ്യമായി അമ്മുവേടത്തിയിൽനിന്നും ആ ഡയറി കൈവശപ്പെടുത്തി മഹാന്മാരുടെ ചരമവാക്യങ്ങളിലൂടെ കടന്നുപോകും. ക്രിസ്തുവിന്റെ അന്ത്യവചനത്തെ അതിശയിക്കുന്ന മറ്റൊന്നുമില്ലെന്ന് ഞാൻ പറഞ്ഞാൽ അമ്മുവേടത്തി വിയോജിക്കും. ഗെഥേക്കുവേണ്ടി വാദിക്കും. വെളിച്ചം, കൂടുതൽ വെളിച്ചം. അതിന്റെ അർത്ഥം നിനക്കറിയാൻ ഇനിയും കാലമെടുക്കും എന്നു പറഞ്ഞ് നിർത്തുകയും ചെയ്യും.

മഹാന്മാരല്ലാത്തവരുടെ ചില അവസാനവാക്കുകൾ കൂടുതൽ രസകരമായി എനിക്കു തോന്നിയിട്ടുണ്ട്. ഞങ്ങളുടെ മുത്തച്ഛന്റെ അവസാനവാക്കും അമ്മുവേടത്തി രേഖപ്പെടുത്തിയിട്ടുണ്ട് ഡയറിയിൽ. മുത്തച്ഛൻ പറഞ്ഞു: “ഞാൻ പോയാൽ പിന്നെ ആരാ ഈ തറവാട്ടിന്?” അഭിമാനിയും മുൻകോപിയുമായ മുത്തച്ഛൻ അത്രയേ പറഞ്ഞുള്ളൂ. അപ്പോഴേക്കും ജീവന്റെ പക്ഷി പടികടന്നു പറന്നു.

“കൃഷ്ണാ, നീയെന്താ എന്നെ വിളിക്കാത്തേ?” എന്ന് ആർദ്രമായി ഞങ്ങളുടെ മുത്തശ്ശി വിളിച്ചുചോദിച്ചതേയുള്ളൂ. അപ്പോഴേക്കും നാക്കുമറിഞ്ഞ് മുത്തശ്ശിയുടെ നെഞ്ചു തണുത്തു. അതും രേഖപ്പെടുത്തിയിട്ടുണ്ട്, അമ്മുവേടത്തി, ഡയറിയിൽ.

കാൾ മാർക്സിന്റെ അവസാനവാക്കുകളെന്തെന്ന് ആർക്കും അറിയാൻ കഴിഞ്ഞില്ലല്ലോ എന്ന് അമ്മുവേടത്തിക്ക് സങ്കടമായിരുന്നു പലപ്പോഴും. മാർക്സ് എന്തായിരിക്കും പറഞ്ഞിരിക്കുക? എനിക്ക് ചിരിയാണു വരിക. ഞാൻ ശുണ്ഠി പിടിപ്പിക്കാനായി പറയും, “മൂലധനം, കൂടുതൽ മൂലധനം, എന്നാകും.” പക്ഷേ, അമ്മുവേടത്തിക്ക് അത്ര എളുപ്പത്തിലൊന്നും ദേഷ്യം വരില്ല. വളരെ സൗമ്യയാണ്, ആർദ്രമനസ്കയാണ് അമ്മുവേടത്തി. മരണവീട്ടിലേ ആ ധീരത തിളങ്ങിക്കാണുകയുള്ളൂ. മരിച്ച വീടെന്നു പറഞ്ഞാൽ അമ്മുവേടത്തി തിരുത്തും. മരണവീടെന്നു പറയണം. മരിച്ച വീട് എന്ന് ഒന്നില്ല. ഒരാൾ മരിച്ചാൽ അത് മരണവീടാണ്. മരിച്ച വീട് മനുഷ്യരില്ലാത്ത, ജീവിതമില്ലാത്ത വീടാണ്.

എന്നെക്കാളും ആറുവയസ്സ് കൂടുതലുണ്ട് അമ്മുവേടത്തിക്ക്. ഇംഗ്ലീഷ് ലിറ്ററേച്ചറിന് ഒന്നാം റാങ്കിൽ പാസ്സായതിനുശേഷം കാല്പനിക കവികളുടെ

മൃത്യുവാഞ്ഛയെക്കുറിച്ച് ഗവേഷണം നടത്തുകയാണ് അമ്മുവേടത്തി. “മരണം ഉദാത്തമായ ഒരു സങ്കല്പം മാത്രമാണ്; അത് സത്യമേയല്ല” എന്ന ഡയറിയിലെ അമ്മുവേടത്തിയുടെ മുഖവാചകം തീസിസിൽ ആദ്യം കുറിച്ചത് ഞാൻ ശ്രദ്ധിക്കുകയുണ്ടായി. കവിതയിലെ ജീവിതമല്ല, ആഴത്തിലുള്ള മൃത്യുദർശനമാണ് നല്ല ഒരു വായനക്കാരിയായ അമ്മുവേടത്തിയെ എപ്പോഴും ചലിപ്പിച്ചതെന്ന് ഞാൻ മനസ്സിലാക്കിയിട്ടുണ്ട്. മൃതിയോടുള്ള ഈ അനുരാഗവായ്പിനു പിന്നിലെ സവിശേഷമായ മനോഘടനയെക്കുറിച്ച് അന്നൊന്നും അന്വേഷിച്ചിരുന്നില്ല. ഇലക്ട്രോണിക്സ് എഞ്ചിനീയറിങ്ങും ഡെത്ത് ഇൻസ്റ്റിൻക്റ്റും തമ്മിൽ എന്തു ബന്ധം? അമ്മുവേടത്തി പറയുന്നതുപോലെ?

യൂണിവേഴ്സിറ്റിയിലെ ഗവേഷണകാലത്ത് അമ്മുവേടത്തി ഹോസ്റ്റലിൽ ആയിരുന്നു താമസം. ആഴ്ചയിലൊരിക്കൽ എനിക്കു കത്തെഴുതും. എല്ലാ എഴുത്തിലും മരണത്തെക്കുറിച്ചുള്ള സംസാരമുണ്ടാകും. ‘എന്റെ സുഹൃത്ത് പറയുന്നു, മരണം ദയനീയമായ ഒരു ചുരുങ്ങൽ മാത്രമാണെന്ന്.’ ഒരു കത്ത് അങ്ങനെയാണ് ആരംഭിച്ചത്. ഞാൻ തർക്കിച്ചു. മരണത്തിന്റെ അപാരമായ വികാസത്തെക്കുറിച്ച്, മരണം തുറക്കുന്ന വാതിലുകളെക്കുറിച്ച് അയാളെ ബോദ്ധ്യപ്പെടുത്താൻ കിണഞ്ഞു ശ്രമിച്ചു. വല്ലാത്തൊരു പ്രകൃതമാണ് അയാളുടേത്. സമ്മതിച്ചു തരില്ല.

മരണത്തെക്കുറിച്ച് സംസാരവുമായി, മരണത്തെക്കുറിച്ചുള്ള കവിതകളുടെ അനുബന്ധവുമായി, അമ്മുവേടത്തിയുടെ എഴുത്തുകൾ എത്രയോ വന്നുകൊണ്ടേയിരുന്നു. അമ്മുവേടത്തി ഒരിക്കലും പേരു പറഞ്ഞിട്ടില്ലാത്ത ആ സുഹൃത്ത് ജീവിതസഖാവാകാൻ പോകുന്ന ആളാണെന്ന് പിന്നീടാണ് ഞാൻ അറിഞ്ഞത്. അതേക്കുറിച്ച് ചോദിച്ചപ്പോൾ അവർ ആകെ ചൂളിപ്പോയി. മടിച്ചുമടിച്ചാണ് പേരു പറഞ്ഞത്, ശശീന്ദ്രദാസ്. ഒന്നും എനിക്കുമുന്നിൽ ഇന്നേവരെ മൂടിവെച്ചിട്ടില്ലാത്ത അമ്മുവേടത്തി രഹസ്യപേടകം തുറന്നു. “ഞങ്ങൾക്ക് പരസ്പരം ഇഷ്ടമാണ്. പക്ഷേ, എന്റെ ഗവേഷണവിഷയം അയാൾക്ക് ഇഷ്ടമല്ല. എന്റെ ഡയറി പിടിച്ചുവാങ്ങി തീയിലിടാൻ നോക്കി പഹയൻ.”

“അയാള് കേമനാ. കെട്ടിക്കോ അയാളെത്തന്നെ.” ഞാൻ എന്റെ അഭിപ്രായം പാസാക്കി. അമ്മുവേടത്തി ആരെ കെട്ടിയാലും വീട്ടുകാർക്ക് എതിർപ്പുണ്ടാകില്ല. അങ്ങനെയൊരു സ്വാതന്ത്ര്യവും അവകാശവും നേടിയെടുക്കാൻ ആ അസാധാരണവ്യക്തിത്വത്തിന് സാധിച്ചിരുന്നു. ഒരിക്കൽ യൂണിവേഴ്സിറ്റിയിൽ വന്നാൽ ശശീന്ദ്രദാസിനെ പരിചയപ്പെടാമെന്ന് അമ്മുവേടത്തി എഴുതി. സമയക്കുറവുകൊണ്ടുമാത്രം എനിക്ക് പോകാൻ പറ്റിയില്ല, കാണാൻ ആശയുണ്ടായിരുന്നെങ്കിലും.

തീസിസ് സമർപ്പിച്ച് അമ്മുവേടത്തി വീട്ടിലേക്കു തിരിച്ചുവന്ന നാളിൽ ഞാൻ ഹോസ്റ്റലിൽ ആയിരുന്നു. സെമസ്റ്ററിനുള്ള തയ്യാറെടുപ്പ്. അതുകൊണ്ട് അമ്മുവേടത്തി കൊണ്ടുവരുന്ന പുതിയ വിശേഷങ്ങളൊന്നും അറിയാൻ കഴിഞ്ഞില്ല.

പരീക്ഷയുടെ തലേന്നാൾ അമ്മുവേടത്തിയുടെ ഒരു കുറിപ്പു കിട്ടി. പരിചയമുള്ള ഒരാൾവശം കൊടുത്തയച്ചതാണ്;

“പരീക്ഷ കഴിഞ്ഞ് നീ പെട്ടെന്നു വാ. എനിക്കിവിടെ ശ്വാസം മുട്ടുന്നു.”

പരീക്ഷ കഴിഞ്ഞ് ഏപ്രിൽ അവസാനത്തിൽ വീട്ടിൽ എത്തിയപ്പോൾ എനിക്ക് അത്ഭുതമായിരുന്നു. അമ്മുവേടത്തി ആകെ മാറിയിരിക്കുന്നു. ക്ഷീണിച്ച്, കോലംകെട്ട ഒരു രൂപം. കണ്ണുകളിൽ ആഴങ്ങളിലേക്കിറങ്ങിയ വനരാജി. മുഖത്ത് കറുത്ത പാടുകളും വരകളും.

“എന്തു പറ്റി?”

“ഒന്നൂല്യ.”

“അതല്ല. അമ്മുവേടത്തിക്കെന്താ?”

എന്റെ ഉത്കണ്ഠയെ അമ്മുവേടത്തി ചിരിച്ചു ചെറുത്തു.

“ഉണ്ണീ, കുറേ നാള് കാണാഞ്ഞ് കണ്ടിട്ടാ. എന്തായാലും നീ ഇനി കുറേ ദിവസം ഇവിടെയുണ്ടാവുമല്ലോ. എനിക്ക് സമാധാനമായി.”

തിസീസിനെക്കുറിച്ചോ ശശീന്ദ്രദാസിനെക്കുറിച്ചോ ആയിടെ മരിച്ച അയൽരാഷ്ട്രത്തിലെ പ്രധാനമന്ത്രിയുടെ അവസാനവാക്കിനെക്കുറിച്ചോ അമ്മുവേടത്തി ഒന്നും പറയുകയുണ്ടായില്ല. സന്ധ്യവരെ ഞങ്ങൾ കുളക്കടവിൽ ഇരുന്നു. എന്റെ പരീക്ഷാവിശേഷങ്ങൾ മൂളിമൂളി കേൾക്കുകയല്ലാതെ ഒരു ഉരിയാട്ടവും ഇല്ല. ദുഃഖച്ചരിവിൽ പൂത്ത കറുത്ത സസ്യം പോലെ അമ്മുവേടത്തി ഇരുണ്ട സന്ധ്യയിൽ എനിക്കു മുന്നിൽ ചന്ദനമണവുമായി ഇരുന്നു. രാത്രി അത്താഴത്തിനുശേഷം ഇനി ഒന്നുമില്ല പറയാൻ എന്നായി. എനിക്ക് ഉറക്കം വരുന്നു എന്നറിഞ്ഞപ്പോൾ അമ്മുവേടത്തി പറഞ്ഞു:

“ഉണ്ണി പോയി കിടന്നോളൂ.”

ഉറക്കം വരുന്നുണ്ടായിരുന്നു. പക്ഷേ, അമ്മുവേടത്തി എന്തോ ഒളിക്കുന്നുവെന്ന്, എന്നോടെന്തോ പറയാൻ ഒരുങ്ങുകയാണെന്ന്, ഞാൻ രഹസ്യം വായിച്ചു. ആ കണ്ണുകളിലേക്ക് നോക്കിയിരുന്നപ്പോൾ അമ്മുവേടത്തിയുടെ ശബ്ദം:

“എന്താ ഉണ്ണീ?”

“ഒളിക്കണ്ടാ. എന്തായാലും പറഞ്ഞോളൂ. എന്തിനാ മടിക്കുന്നേ?”

അമ്മുവേടത്തി തെല്ലു നിശ്ശബ്ദയായി.

“ശശീന്ദ്രദാസ് എന്തു പറയുന്നു?”

അമ്മുവേടത്തിക്ക് ധൈര്യം നല്കാൻ ഞാൻ അങ്ങനെ തുറന്നു ചോദിച്ചു.

“നാളെ എന്റെ കൂടെ ഉണ്ണി ഒരിടംവരെ ഒന്നു വര്വോ?”

മുറിഞ്ഞുമുറിഞ്ഞ് വീഴുന്ന വാക്കുകൾ.

“എവിടെയാ?”

“വര്വോ?”

“വരാം. എവിടെയാ?”

“അതു നാളെ പറയാം.”

അതും പറഞ്ഞ് ദീർഘമായി ഒന്നു നിശ്വസിച്ച് അമ്മുവേടത്തി നടന്നു.

എവിടെയായിരിക്കും? ആലോചിച്ചിട്ട് എനിക്ക് ഒരു പിടിയും കിട്ടിയില്ല.

പിറ്റേന്ന് ട്രാൻസ്പോർട്ട് ബസ്സ്റ്റാൻഡിലെത്തുംവരെ അമ്മുവേടത്തി ഒന്നും സംസാരിക്കുകയുണ്ടായില്ല. ചോദ്യങ്ങൾക്കെല്ലാം പകരം ഒന്നു മൂളിയതേയുള്ളൂ. പിന്നെ ഞാനൊന്നും ചോദിക്കാനും പോയില്ല.

ബസിൽ കയറിയിരുന്നപ്പോഴാണ് അമ്മുവേടത്തി പറഞ്ഞത്:

"മെഡിക്കൽ കോളേജിലേക്കാ. അവിടെ ശശീന്ദ്രദാസ് ഉണ്ട്."

രോഗത്തിന്റെ ചെതുമ്പലുകൾ വീണുകിടക്കുന്ന കോണിപ്പടികൾ. തണുത്തുറഞ്ഞ ഇടനാഴികൾ. മൂളിപ്പോകുന്ന ചരമവായു. മുപ്പത്തൊന്നാം വാർഡ്. വാർഡിലങ്ങോളമിങ്ങോളം നടന്നിട്ടും ആളെ കണ്ടില്ല. ശശീന്ദ്രദാസിന് എന്താണു സംഭവിച്ചതെന്ന് ആലോചിക്കുകയായിരുന്നു ഞാൻ. നേഴ്സിനോട് അന്വേഷിച്ചപ്പോൾ ഇന്റൻസീവ് കെയറിലാണെന്നറിഞ്ഞു. അകത്തേക്കു പ്രവേശനമില്ല. ഏന്തിവലിഞ്ഞാൽ ചില്ലുജാലകത്തിലൂടെ കാണാം. അങ്ങനെ നോക്കിയ അമ്മുവേടത്തി ഒന്ന് ഏങ്ങിപ്പോയി. ഞാനും കണ്ടു. അകത്ത് ഏതോ മുനമ്പിലേക്കു തുറിച്ച കണ്ണുകൾ. മൂക്കിലേക്ക്, കൈത്തണ്ടയിലേക്ക് ട്യൂബുകൾ. കറുത്തിരുണ്ട ഒരു അവ്യക്ത രൂപമായി ശശീന്ദ്രദാസ് എനിക്ക് ആദ്യകാഴ്ചയായി.

വാതില്ക്കൽ നിന്ന ശശീന്ദ്രദാസിന്റെ ബന്ധുക്കളൊന്നും ഞങ്ങളെ തിരിച്ചറിയുകയുണ്ടായില്ല. തിരികെ വരുമ്പോൾ അമ്മുവേടത്തിയുടെ സാന്ദ്ര ശബ്ദം:

"ആസ്ട്രോസൈറ്റോമയാ. ഒരുതരം ബ്രെയിൻ ട്യൂമർ. കാണാൻ ശേഷിയില്ലാഞ്ഞിട്ടാ ഉണ്ണീ ഞാൻ ഇതുവരെയും പോകാതിരുന്നത്. നീ ഉണ്ടായിരുന്നെങ്കിൽ നേരത്തെ വന്ന് ഒന്നു കാണായിരുന്നു. എന്നാലും എനിക്കു സംശയമായിരുന്നു, കാണാൻ പറ്റ്വോന്ന്."

അടുത്ത ദിവസങ്ങളിൽ അമ്മുവേടത്തി നിശ്ശബ്ദതയിലൊളിച്ചു നടന്നു. "ഇനി പോകേണ്ടേ ആസ്പത്രീല്?" എന്നു ചോദിച്ചപ്പോഴൊക്കെ വേണ്ടെന്ന മറുപടി എന്നെ ആശ്ചര്യപ്പെടുത്തുകയുണ്ടായി. അതിൽപ്പിന്നെ മൂന്നാം ദിവസം ഉച്ചയ്ക്കാണ് അമ്മുവേടത്തി വന്നു പറഞ്ഞത്.

"ഉണ്ണീ! ശശി..."

അത്രമാത്രം. ആ കണ്ണുകളിലെ ഇരുൾക്കയങ്ങളിൽ ആളുന്ന ചിതാഗ്നി ഞാൻ കണ്ടു. അമ്മുവേടത്തി കരഞ്ഞില്ല.

"അറിയോ ഉണ്ണിക്ക്, ശശി അവസാനം പറഞ്ഞ വാക്കെന്താണെന്ന്... അമ്മുവിന്റെ ഡയറിയിൽ എന്റെ അവസാന വാക്ക് എഴുതരുതേ എന്ന്."

അതുപറഞ്ഞ് അമ്മുവേടത്തി കുതറിവന്ന തേങ്ങൽ അമർത്താനാവാതെ അകത്തേക്കോടി. ഞാൻ ചെന്നപ്പോൾ മുറിയിൽ ഗീതയുണ്ട്. അമ്മുവേടത്തിയുടെ കൂട്ടുകാരി. അവളായിരിക്കാം വാർത്ത കൊണ്ടുവന്നത്. ഗീതയുടെ മടിയിൽ തലചായ്ച്ച് ഏങ്ങുന്ന അമ്മുവേടത്തിയെ കണ്ട് എന്റെ മനസ്സുവെന്തു.

ശശീന്ദ്രദാസിന്റെ ചരമവാക്യം അമ്മുവേടത്തി ഡയറിയിലെഴുതുമോ എന്ന് എനിക്കു ജിജ്ഞാസയായിരുന്നു. ചോദിക്കാൻ മടിച്ചു. നാളുകൾക്കു

ശേഷം അമ്മുവേടത്തി കാണാതെ ഞാനതു മറിച്ചുനോക്കി. ഇല്ല. എഴുതിയിട്ടില്ല. പിന്നീടു മഴക്കാലം വന്നപ്പോഴാണ് അമ്മുവേടത്തി കുറച്ചു പ്രസന്നവതിയായത്. ആ മുഖത്തെ സസ്യപ്രസാദം തിരിച്ചുവന്നതുപോലെ.

എനിക്ക് കോളേജ് തുറന്നു. അമ്മുവേടത്തിയെ ഏകാന്തതയിൽ വിട്ടു ഞാൻ യാത്രയായി. വെറുതെയിരിക്കാതെ എവിടെയെങ്കിലും പോയി ക്ലാസ്സെടുക്കാൻ ഞാൻ പലതവണ അമ്മുവേടത്തിയെ നിർബ്ബന്ധിച്ചതാണ്. തീരെ താല്പര്യമില്ലായിരുന്നു. അമ്മയും അച്ഛനും പറഞ്ഞു മടുത്തു. ഇങ്ങനെ എത്ര കാലാ വെറുതെ കുത്തിയിരിക്കുക? ഞാൻ അമ്മുവേടത്തിക്ക് എഴുതി. മറുപടി വന്നു.

"ഒരു സ്പർശവും ഇല്ലാത്ത മനുഷ്യനല്ലേ ഏകാന്തതയുള്ളൂ. എനിക്ക് വേണ്ടുവോളം അതുണ്ട്."

ജൂലൈ ഇരുപത്തിയെട്ടിനായിരുന്നു അമ്മുവേടത്തിയുടെ പിറന്നാൾ. എല്ലാ പിറന്നാളിനും ഞാൻ അമ്മുവേടത്തിക്ക് എന്തെങ്കിലും വാങ്ങിക്കൊടുക്കാറുള്ളതാണ്. ഇത്തവണ വീട്ടിൽ പോകാൻ പറ്റാത്തതുകൊണ്ട് ആരുടെയെങ്കിലും കൈയിൽ കൊടുത്തയയ്ക്കാമെന്നു കരുതി. പലതും തിരഞ്ഞു. പറ്റിയതൊന്നും കണ്ടില്ല. അവസാനം ഒരു കലമാൻരൂപം കിട്ടി. അത് ഇരുപത്താറിന് ആ വഴി നാട്ടിലേക്കു പോകുന്ന മോഹനന്റെ കൈയിൽ ഏല്പിച്ചയച്ചു. ഇരുപത്തിയേഴിന് രാവിലെ അവിടെ അമ്മുവേടത്തിക്ക് അത് കിട്ടിക്കാണും. അന്നുച്ചയ്ക്കു പന്ത്രണ്ടു മണിക്ക് എന്നല്ലേ പറഞ്ഞത്. അതെ. ഉച്ചയ്ക്ക് പന്ത്രണ്ടു മണിക്ക്.

മോഹനൻ പറഞ്ഞതു രാവിലെ എട്ടുമണിക്ക് അവിടെ ചെന്ന് അമ്മുവേടത്തിക്ക് അതു കൊടുത്തു എന്നാണ്. ഉണ്ണി വരില്ലേ എന്ന് രണ്ടുമൂന്നു തവണ ചോദിച്ചുപോലും.

മുറിയിൽ പുകയും വെളിച്ചവും കണ്ടപ്പോൾ അമ്മ കതകിൽ മുട്ടിയതാണ്. നേർത്ത ഞരക്കം മാത്രം കേൾക്കാമായിരുന്നു. അമ്മയുടെ നിലവിളിയുയർന്നപ്പോൾ അപ്പുറത്തുള്ള ആരൊക്കെയോ വന്നു വാതിൽ ചവുട്ടിപ്പൊളിച്ചു. അകത്തെ തീത്തെയ്യം പുറത്തേക്കു കുതിച്ചു നിലത്തു വീണടിഞ്ഞു. കരിഞ്ഞ ശരീരത്തിൽ വെളുത്ത അസ്ഥികൾ പുകഞ്ഞു തെളിഞ്ഞു. പാണ്ഡുപോലെ.

എനിക്കൊന്നുമറിയില്ല. രഹസ്യങ്ങളുടെ ഒരു കലവറയാണ് അമ്മുവേടത്തി എന്നുപോലും എനിക്ക് തോന്നിയിട്ടില്ല. മരിച്ചവരുടെ അവസാനവാക്കുകൾ ഡയറിയിൽ എഴുതിവെക്കുന്ന അമ്മുവേടത്തി മാത്രമാണ് എനിക്ക് അപരിചിത. ബാക്കിയുള്ള അമ്മുവേടത്തി എന്റെ അമ്മുവേടത്തി തന്നെ. എന്റെ സ്നേഹം... സാന്ത്വനം... ആശ്രയം.

എന്തായിരുന്നു അമ്മുവേടത്തിയുടെ അവസാനവാക്കുകൾ? സ്വയം തീ കൊളുത്തുന്നതിനു മുമ്പ് എന്താണു പറഞ്ഞതെന്നറിയില്ല. നീലച്ചട്ടയുള്ള ഡയറിയുടെ അവസാനത്തെ പേജിൽ ഞാൻ പോയതിനുശേഷം അമ്മുവേടത്തി ഇങ്ങനെ എഴുതിയിരിക്കുന്നു:

വെളിച്ചം, കൂടുതൽ വെളിച്ചം.

നിന്നോട് നിലവിളിക്കുന്നു

വീഞ്ഞുവീടെന്നു വിളിച്ച ഇവിടേക്ക് എന്നെ അവൻ കൊണ്ടുവന്നിട്ടു നാളേറെയായിട്ടില്ല. എനിക്കു മീതെ എന്നും അവൻ ഉയർത്തിയ കൊടി സ്നേഹമായിരുന്നു. അവന്റെ സ്നേഹം ഗാഢവും ഭ്രാന്തവും എന്നെ ലഹരി പിടിപ്പിക്കുന്നതുമായിരുന്നു. അവനോടുള്ള ഭക്തി എനിക്ക് ആശ്രയമായി മാറുകയും അവന്റെ ഉടലിനോടും മനസ്സിനോടുമുള്ള ചേർച്ച നിർമ്മലമായ പ്രത്യാശയായിത്തീരുകയും ചെയ്തു. പ്രണയകാമങ്ങൾ പതഞ്ഞുയരുന്ന വേളകളിൽ അവനെന്റെ ശരീരത്തിൽ ചുറ്റിപ്പിണയുകയും ആവോളം കടിച്ചു കീറുകയും ചെയ്തു. അസൗമ്യമായ അവന്റെ ഓരോ ആവിഷ്കാരങ്ങളിലും ഞാൻ എന്നെ തിരിച്ചറിയുകയും സ്വയം തീർത്ഥതടമാവുകയുമുണ്ടായി.

അവന്റെ മനോഘടനകൾ സൂക്ഷ്മമായറിയുന്നതിൽ അവനു വിധേയയാകേണ്ട ഒരുവളായി സ്വയം പരിശീലിപ്പിച്ചും അവനെ പരിചരിച്ചും കഴിയുന്നതിൽ ഒട്ടും പരാജയപ്പെടുകയുണ്ടായില്ല ഞാൻ. അതുകൊണ്ട് പേർത്തും പേർത്തും അവൻ എന്റെ ശിരസ്സിനു മീതെ കൊടിയുയർത്തുകയും അതൊക്കെയും സ്നേഹമായിത്തന്നെ എനിക്ക് അനുഭവപ്പെടുകയും ചെയ്തു. അവനു പ്രിയപ്പെട്ട നിറങ്ങളിൽ ഞാൻ ചമഞ്ഞൊരുങ്ങണമെന്ന് അവന് ഇഷ്ടം. അതുകൊണ്ട് ഞാൻ എന്റെ സ്വീകാര്യനിറങ്ങൾ എന്നെന്നേക്കുമായി തിരസ്കരിച്ച് അവന്റെ സ്നേഹവസ്ത്രങ്ങളിൽ ശരീരം മറച്ചു. കറുപ്പ് അവന് പ്രിയമായിരുന്നു. ചുവപ്പ് അവനു കലിയായിരുന്നു. നീലയും വെള്ളയും അവനു ഹിതമായി. ഓറഞ്ചോ വയലറ്റോ വലിയ നീരസവും. അതിനാൽ എല്ലായ്പോഴും ഞാൻ കറുപ്പോ നീലയോ വെള്ളയോ മാറി മാറി ചുറ്റി. നാലു നാൾ എന്നെ കറുപ്പിൽ കണ്ടാൽ അവനു വെറുപ്പാകും. "ഒരേ നിറത്തിൽ എല്ലാ പകലും എനിക്കു മുന്നിൽ എന്റെ പ്രിയേ നീ വരരുതെന്ന്" അവൻ ചൊടിച്ചു പറഞ്ഞു. അവന്റെ സ്നേഹവർണ്ണങ്ങൾ എത്ര

പരിമിതമെന്ന് എനിക്കു ദുഃഖമായി. ദുഃഖം മറച്ച് ആ വർണ്ണങ്ങളിലൊക്കെയും ഞാനവനു പിന്നെയും പിന്നെയും പ്രത്യക്ഷയായി. അവൻ ആഹ്ലാദവാനുമായി.

എന്റെ പ്രിയേ, ഈ ഉപവനം കാലം ചെല്ലുമ്പോൾ മുൾക്കാടാകുമെന്നും നീ എനിക്ക് ചെടിപ്പാകുമെന്നും നിന്റെ മൃദുഹാസം എന്നെ കലുഷമാക്കുമെന്നും അവൻ മുന്നറിയിപ്പു നല്കുകയുണ്ടായി. അന്നൊരിക്കൽ, അവൻ ഇപ്രകാരം തുടരുകയുമുണ്ടായി. "മാറി മാറി അണിയാൻ നീ നിന്റെ ഉടലിൽ മറ്റൊരു ഉടൽ കരുതുക. മനസ്സിൽ മറ്റൊരു മനസ്സ്. മുഖഭാവങ്ങളിൽ മറുഭാവങ്ങൾ."

അതെനിക്ക് ഉത്കണ്ഠയായി. എപ്പോഴാണ് അവനെന്നെ മടുക്കുക എന്ന വിചാരം ഓരോ നിമിഷവും ശല്യം ചെയ്യാൻ തുടങ്ങി. ശരീരചലനങ്ങൾ ആവർത്തിക്കുന്നുവെന്ന് ഈയിടെ അവൻ സൂചിപ്പിക്കുകയുണ്ടായി. ഒരേപോലെ നീ ചിരിക്കുന്നെന്ന്, നടക്കുന്നെന്ന്, കിതയ്ക്കുന്നെന്ന്. ക്ലേശത്തോടെ എല്ലാം ഞാൻ പരിവർത്തിച്ചപ്പോൾ അവനു മമതയായി. കൃത്രിമമായി പുതിയ ചിരികൾ ചലനങ്ങൾ സമ്മാനിച്ചപ്പോൾ അവനതു സ്വീകാര്യമായി. അപ്പോഴെല്ലാം എന്റെ ശിരസ്സിനു മീതെ അവൻ സ്നേഹമായി ഉയർത്തിയ കൊടി പറക്കുകയായിരുന്നു. ആജ്ഞയ്ക്ക്, ഇഷ്ടകല്പനകൾക്ക് അനുഭാവപൂർവ്വം കീഴ്പ്പെട്ട് വർണ്ണങ്ങൾ മാറി, ചിരി മാറി, ഉടൽ മാറി, മനം മാറി, മുഖഭാവങ്ങൾ മാറി ഞാനവന് അസംഖ്യതകളായി; അസാധാരണങ്ങളായി.

ഈ വീഞ്ഞുവീടും പ്രിയനായ ഇവനും എന്റെ ചിരകാല സ്വപ്നങ്ങളിൽ എന്നുമുതലേ മുദ്രയായി പതിഞ്ഞിരുന്നു. സസ്യസുഗന്ധങ്ങളുടെ തടവായ അവന്റെ കവിളിൽ ഞാൻ എന്നേ ഉമ്മകളെറിഞ്ഞിരുന്നു. നീർത്തോടുകൾക്കരികെ പ്രാവെന്നപോലുള്ള അവന്റെ കണ്ണുകളിൽ ഞാനെന്നേ നീന്തിത്തുടിച്ചിരുന്നു. ഇത് അവന്റെ ഉദ്യാനം. വീഞ്ഞുവീട്, സുഗന്ധചന്ദ്രിക, നീരുറവകൾ, ആട്ടിൻപറ്റങ്ങൾ, മുന്തിരിവള്ളികൾ, മഞ്ഞുരാത്രികൾ, പ്രേമഭോഗങ്ങൾ. ആശകളെ ഒക്കെയും അവൻ പുതപ്പിച്ചു വിരുന്നൂട്ടി. ആശാഭംഗങ്ങളിൽ തൈലം പകർന്നു. അവൻ എന്റെ പ്രിയൻ. വെണ്മയുള്ളവൻ. അതിശ്രേഷ്ഠൻ.

നമ്മുടെ കിടക്കയും പച്ചയാകുന്നു എന്ന് അവൻ പറഞ്ഞതു മരണം വരെ തുടരണം. എന്ന് അതു പഴുക്കുന്നുവോ അന്ന് നമ്മളില്ലെന്ന് അവൻ പറയാതെതന്നെ എനിക്കറിയാം. അതുകൊണ്ടല്ലേ ഞാൻ അവനായി എന്റെ ഉടലിൽ മറ്റൊരു ഉടൽ പണിയുന്നതും അവനുവേണ്ടി എന്നെ ആവുംവിധമെല്ലാം അഴിച്ചുമാറ്റുന്നതും. പരിണാമങ്ങളിലൂടെ ആയിത്തീരുന്ന അവന്റെ പ്രിയയാകുന്നതും. അതറിയുന്ന അവന്റെ ഹർഷം എന്നെ വീർപ്പുമുട്ടിച്ചുകളയുന്നു. നാളെ അവനുവേണ്ടി ഏതൊരു രൂപാന്തരമാണ് ഞാൻ തേടേണ്ടതെന്നെ വിചാരം എന്നെ ചകിതയാക്കുന്നുവെങ്കിലും.

എന്നെങ്കിലും എന്റെ മുഖഭാവങ്ങളിൽ, അംഗചലനങ്ങളിൽ വൈരൂപ്യമറിഞ്ഞ് മനംമടുക്കുന്ന അവന്റെ കണ്ണുകൾ കുത്തിപ്പൊട്ടിക്കാൻ എന്നെ

ശക്തയാക്കേണമേ എന്നു ഞാനൊരിക്കലും പ്രാർത്ഥിക്കുകയുണ്ടായില്ല. എന്റെ ശിരസ്സിനു മീതെ അവൻ ഉയർത്തിയ കൊടി എന്റെ വിശ്വാസങ്ങളെ പ്രബലപ്പെടുത്തി. വരുംവരായ്കകളിൽ അതുണ്ടാകില്ല. അവൻ അതിന ശക്തൻ. വാക്കുകളിലൊതുങ്ങാത്തവൻ. കർമ്മങ്ങളിൽ നിശ്ചലനാകാത്ത വൻ. വിചാരങ്ങളിൽ അലിയാത്തവൻ. നിത്യമായി ആളുന്നവൻ. ഈ വീഞ്ഞുവീട്ടിൽ ചിരന്തനമായി എനിക്കു മീതെ അവനുയർത്തിക്കൊണ്ടേ യിരിക്കും ഈ കൊടി. സ്നേഹം.

അവൻ പറയാറുണ്ടായിരുന്നു എനിക്കു മാതളങ്ങളുടെ മണമാണെന്ന്, ചിലപ്പോൾ ലില്ലിപ്പൂക്കളുടെ. വിഭിന്ന ഗന്ധങ്ങളോടെ നീ പൂത്തുലയണമെന്ന് അവൻ കാതിൽ മന്ത്രിക്കും. എന്റെ ശരീരത്തിൽനിന്നും സ്വേദരന്ധ്രങ്ങളിൽ നിന്നും പൊഴിയുന്ന ഗന്ധങ്ങളെ ഞാൻ എങ്ങനെ അറിയാനാണ്? ഒരൊറ്റ ഗന്ധം മാത്രം സ്രവിപ്പിക്കുന്ന ഉടലാണ് എന്റേതെന്ന അറിവ് എനിക്കു ഭയാ ശങ്കകളായി. അത് അവൻ കണ്ടുപിടിക്കുമോ എന്ന ആധിയിൽ ഞാൻ നീറവേ, പുതിയൊരു ഗന്ധത്തിനായി ഉടൽ ത്രസിക്കവേ, അവന്റെ വചനം ഇടി ത്തീപോലെ എനിക്കു മീതെ വീണു.

“കുറെയായി നിനക്കെന്തോ ഒരൊറ്റ ഗന്ധം. നമ്മുടെ കിടക്കയിൽ ഇന്നും അതേ പഴുത്ത ഗന്ധം. എനിക്കു മനംപുരട്ടുന്നു.”

ഞാൻ വ്യാകുലയായി, നിസ്സഹായയായി അവനു നേരെ മനസ്സു കൊളുത്തി, വാക്കുകൾക്കും വികാരങ്ങൾക്കും ആംഗ്യങ്ങൾക്കും വിഭിന്ന മായ പകർപ്പുകൾ നല്കി. അവൻ എന്റെ ദേഹത്തുനിന്ന് മുങ്ങിയെണീറ്റു.

എനിക്കു നിന്നോടുള്ള പ്രണയം ഒരു യാത്രയാണ്. കാമവും വൈരാ ഗ്യവും നിസ്സംഗതയുമതെ. നിനക്ക് എന്നോടുള്ള വിധേയത്വവും നിന്റെ പരി ചരണങ്ങളും അനുരാഗവും എല്ലാം അങ്ങനെതന്നെ. നാം എത്രയെത്ര യാത്ര കൾ. എത്രയെത്ര മറികടക്കലുകൾ. ഈ യാത്രകൾ ഒന്നും ഒരിക്കലും ബന്ധിതമാകാതെ നിത്യതയിലേക്കു നീണ്ടെങ്കിൽ!

അവൻ പറയുന്നതെല്ലാം എനിക്കു മനസ്സിലാകുന്നുണ്ടായിരുന്നു. പക്ഷേ, അവൻ നിനയ്ക്കുന്നത് ആ വാക്കുകൾ ഉൾക്കൊള്ളാനുള്ള ഹൃദ യവ്യാപ്തി എനിക്കില്ലെന്നാണ്. എന്റെ അശരണമായ, ദീനമായ വിധേയത്വ ത്തിൽ ഞാൻ അവനു പിന്നെയും വിളക്കു കൊളുത്തിവച്ചു. ഉടലിന്റെ വാതിലു കൾ അവനായി തുറന്നു കിടന്നു. അവനു മുങ്ങിനിവരാൻ അവൻ വിശേഷി പ്പിച്ചതുപോലെ വിശുദ്ധ തീർത്ഥതടങ്ങൾ. കാലങ്ങളോളം സ്നാനം ചെയ്യാൻ, മുത്തുകൾ വാരാൻ, അവന്റെ ഇച്ഛപോലെ പുതിയ ആഴങ്ങൾ. നിരാശനായ മുക്കുവനാകുന്നു അവനെന്ന് എനിക്കു തീർപ്പായി. വരണ്ട കൈത്തോടിലൂടെ ഇഴയുന്ന ഒരു മഞ്ഞച്ചേരയെപ്പോലെ അവൻ എന്നിലൂടെ യാത്രയാകുന്നതും അവന്റെ ശരീരത്തിൽ അശാന്തമായ ഒരു നിറപ്രസര മുണ്ടാകുന്നതും ഞാനറിഞ്ഞു. എന്നിൽ കെട്ടുപോകുന്ന തേജസ്സുകൾ ഒന്നൊന്നായി അവൻ എണ്ണിത്തുടങ്ങി. അവന്റെ കോപം എനിക്കു നേരെ ജ്വലിച്ചു തുടങ്ങി. ഉദാസീനതകളെ, മാന്ദ്യങ്ങളെ കുടഞ്ഞെറിഞ്ഞ് ഞാൻ അവനെ ഉയിർപ്പിക്കാൻ തീവ്രമായി തപിച്ചു. അപ്പോൾ അവൻ പറഞ്ഞു:

“വെറുമൊരു ഉടലോ മനസ്സോ ആയിത്തീരുന്നതിലും ഭേദം അങ്ങനെയൊന്നല്ലാതായി മാറുകയാണ്.”

നിലാവിന്റെ ഇരുൾചിത്രങ്ങൾ കണ്ട് ഞാൻ മയങ്ങിക്കിടന്നു. ഉടലിന്നുള്ളിൽ അവന്റെ വിത്ത് ഭദ്രമായ സൂക്ഷിപ്പാകുന്നു. അവൻ സ്വയം മറന്ന് നിക്ഷേപിച്ച വിത്ത് ഞാൻ മുത്തുപോലെ കാത്തു. അവനറിയാതെ അതു പൊടിച്ചുണർന്നു. ഞാൻ അവനെ അറിയിച്ചതേയില്ല. ഞങ്ങൾക്കിടയിലെ ആനന്ദനിർഭരമായ നിഗൂഢതയായി ആ പൊരുൾ വളർന്നു. അനന്തരം ഒരു നാൾ അവൻ എന്റെ ഉടലിന്റെ പൊയ്കയിൽ മുങ്ങിയപ്പോൾ ഞാൻ വിളിച്ചു പറഞ്ഞു:

“എത്ര മുത്തുകൾ നീയെടുത്തു. ഒരു മുത്തു മാത്രം എനിക്കു പകരം തന്നു നീ.”

കാണാനാവാത്ത അതിന്റെ ദിവ്യവെളിച്ചം കോരിക്കുടിക്കാൻ, ചൈതന്യത്തുടിപ്പുകൾ കേൾക്കാൻ, അവൻ ഇന്ദ്രിയങ്ങളെ തെളിച്ചുവന്നു. ഞാനവന്റെ കവിളിൽ നുള്ളി ശകാരിച്ചു: “പോടാ കള്ളാ ധൃതികൂട്ടാതെ.”

അവൻ എനിക്കരികിൽനിന്നു പോകാതെയായി. സന്ധ്യക്ക് കാടപ്പക്ഷികളെ വേട്ടയാടി വന്ന് അവൻതന്നെ പാചകംചെയ്തു. സുഖദമായ സുഗന്ധം സ്വദിക്കാൻ എപ്പോഴും സസ്യഫലങ്ങൾ മാത്രം എന്നെ തീറ്റിച്ച അവൻ വെളിച്ചെണ്ണയിൽ കരിമുളകും കടുംജീരകവുമിട്ടു മൊരിച്ചെടുത്ത മാംസക്കഷണങ്ങൾ വെച്ചുനീട്ടിയപ്പോൾ ഞാൻ പുളകംകൊണ്ടു. മാംസം ഭുജിച്ച എന്റെ ശരീരത്തിലെ ഗന്ധോറവിടങ്ങളിൽ അവൻ മേഞ്ഞു നടന്നു.

സന്ധ്യക്ക് അവൻ കാടപ്പക്ഷികളെ വേട്ടയാടാൻ പോയതായിരുന്നു. അവന്റെ നിറത്തോക്കിന്റെ ശബ്ദം വനാന്തരങ്ങളുടെ ഇരുളിൽ ഉയരുന്നതും കാത്തു ഞാൻ ജാലകോരത്തിരിപ്പായിരുന്നു. നിലാവു പെയ്യുന്ന രാത്രി. രാത്രിദർശനങ്ങൾ. എനിക്കു പേടി തോന്നിയില്ല. ആയുസ്സിൽ രാത്രിയെ ഞാനിതേവരെ പേടിച്ചിട്ടില്ല. വെടിയൊച്ചയ്ക്കായി കാത്തിരിക്കെ രാച്ചുക്കുകൾ ഒച്ചവെക്കുന്നതു കേട്ടു. കരിന്തലിച്ചിക്കിളിയുടെ ദീനമായ കരച്ചിലും കേട്ടു. രാവേറെ ചെന്നിട്ടും വെടിയൊച്ച കേൾക്കുകയോ അവൻ വരികയോ ഉണ്ടായില്ല. എന്റെ ഉടലിനുള്ളിൽ എന്തോ ത്രസിച്ചു. നോവായി. പൊറാനാവാത്ത പേറ്റുനോവായി. ഞാൻ ഭിത്തിയിൽ മാന്തിനിന്നു. അടിവയറ്റിൽ കോറിക്കിടന്നു. മുഖം അമർത്തി തറയിൽ ഉരുണ്ടു. മാംസപിണ്ഡങ്ങൾ ഇളകിമറിയുന്നു. മുത്തെടുക്കാൻ സമയമായില്ലെന്ന് എനിക്ക് അറിയാമായിരുന്നു. അവനുമറിയാമായിരുന്നു. എന്നിട്ടും നോവിന്റെ പൊരുളറിയാതെ പേടിച്ച് ഞാൻ വീഞ്ഞുവീടിന്റെ വാതിൽ തുറന്നു. മുറ്റത്തേക്കിറങ്ങി അവനെ വിളിച്ചു. എന്റെ വിളി ഇരുളോളം ചെന്നു. അവൻ വരികയുണ്ടായില്ല. നൊമ്പരം കഠിനമായപ്പോൾ ഞാൻ മുറിയിലേക്കുതന്നെ ഓടിക്കയറി. ശയ്യയിൽ പുളഞ്ഞു കിടന്നപ്പോൾ ആകാശം വിണ്ടുകീറുന്നതായി തോന്നി. ഇരുണ്ട മാനത്തു നക്ഷത്രമുദിക്കുന്നു. പൊടുന്നനെ കെട്ടുപോകുന്നതായുമറിയുന്നു. ആരോ ഉടലിന്റെ വാതിൽ പൊളിച്ചിറങ്ങിയതായി എനിക്ക് അനുഭവപ്പെട്ടു. നോവുകൾ തോർന്നതായും. വിളക്കിന്റെ തിരി നീട്ടിയപ്പോൾ ചോര. ചോരയിൽ

ഒരു മാംസപിണ്ഡം. കുന്നിക്കുരുപോലെ രണ്ടു കണ്ണുകൾ. പാതിയുടഞ്ഞ മുട്ടത്തോടുപോലെ ഒരു വായ. മൂക്കില്ലായിരുന്നു. ഉടലിനു പകരം ഒരു രക്ത വള്ളി. ഞാൻ നിലവിളിച്ചില്ല. എന്റെ ശരീരം വിറയ്ക്കുകയുണ്ടായില്ല. അവ നായി ഞാൻ ഒച്ചവെക്കാതെ കാത്തിരുന്നു. പുലരുവോളം. അവൻ വന്നില്ല.

കണ്ണു തുറന്നപ്പോൾ അവൻ മുന്നിൽ. വെയിൽ ഉദിച്ചിരിക്കുന്നു. മൂക്കു പൊത്തി അവൻ എനിക്കു മുന്നിൽ കോപിച്ചു നില്ക്കുകയാണ്. ഞാൻ പറ ഞ്ഞു:

"ജന്മമൊന്നു പാഴായി. നാം പാഴാക്കി."

"നാമല്ല. നീ."

അവൻ അട്ടഹസിച്ചു. 'മ്ശും' എന്ന് ഒച്ചവെച്ച് മൂക്കുപൊത്തി പുറത്തേ ക്കിറങ്ങി.

"എവിടെയെങ്കിലും കുഴിച്ചിട് നിന്റെ മാലിന്യം."

അവന്റെ ശബ്ദം ഞാൻ കേട്ടു.

ഞാൻ കുഴി തോണ്ടുമ്പോൾ സൂര്യൻ ശിരസ്സിനുമീതെ ഉണ്ടായിരുന്നു. അവനില്ലായിരുന്നു. ദുർഗന്ധമൊന്നും എനിക്ക് അനുഭവപ്പെടുകയുണ്ടായില്ല. ആ കുന്നിക്കുരു കണ്ണുകളിൽ ഉമ്മവെക്കണമെന്നേ തോന്നിയുള്ളൂ. കൈയി ലെടുത്തു ശിരസ്സോടു ചേർത്തു ഞാൻ മന്ത്രിച്ചു:

"സമയവും സ്ഥലവും തെറ്റി ഓമനേ. വഴി മാറിപ്പോകൂ. വെറുതെ പാഴാക്കാനുള്ളതല്ല ജന്മങ്ങളൊന്നും."

പിന്നീടു സന്ധ്യക്കാണ് അവൻ വന്നത്. എന്റെ ശരീരത്തിൽ ചോര ക്കറ കണ്ട് അവൻ കാർക്കിച്ചു തുപ്പി. എന്നെ വാരിയെടുത്ത് ഇരുളിൽ നദി യിൽ എറിഞ്ഞു. ഞാൻ കുളിച്ചെത്തിയപ്പോൾ അവൻ എരണ്ടകളെ വേവിച്ചു വെച്ചിരിക്കുന്നു. തീരെ രുചി തോന്നാതെ, തിന്നാതെ ഞാൻ മടങ്ങിപ്പോന്നു. മാനത്തു കണ്ണുനട്ട് കിടന്നു. എനിക്കൊരു നക്ഷത്രത്തെ കാണാനായി അപ്പോൾ. എന്റെ ആത്മാവിൽ വസന്തമായി. കഷ്ടവും വ്യാകുലതകളും ക്ഷണനേരംകൊണ്ടു മാഞ്ഞുപോയി. കഷ്ടത്തെ ഗർഭം ധരിച്ച് അനർത്ഥ ത്തെ പ്രസവിച്ചവളോ ഇവൾ എന്ന ആധിയുമില്ലാതെയായി. നിർമ്മലമായ ആ പ്രാർത്ഥനാനേരത്തിലേക്ക് അവൻ മുറുമുറുത്തുവന്നു. സ്നാനം ചെയ്ത എന്റെ ഉടലിൽ വിളക്കണയ്ക്കാതെ വീണ് അവൻ മുങ്ങിനിവർന്നു. എന്റെ അടിവയറ്റിൽനിന്നും അവന്റെ കൈപ്പത്തി പൊള്ളലേറ്റതുപോലെ വലിഞ്ഞതു ഞാൻ ശ്രദ്ധിച്ചു. ഞാനവനെ ആശ്ലേഷിച്ചു വിളിച്ചു. "മോനേ, മോനേ."

"ഇതെന്താ?"

അവൻ കുതറിയെണീറ്റ് ആരാഞ്ഞു.

എന്റെ അടിവയറ്റിലെ വെളുത്തപാടുകൾ എനിക്കു കാണായി. ചെറിയ പോറലുകൾ, ചുളിവുകൾ. ഞാൻ പറഞ്ഞു:

"പിറവിയുടെ അടയാളങ്ങൾ."

അവനു മനസ്സിലായില്ല. ഞാൻ തുടർന്നു:

"ജന്മം നല്കുമ്പോൾ ഉടലിൽ ചിഹ്നങ്ങൾ വീഴും. ഇതു പ്രകൃതി."

"അല്ല വികൃതി."
അവൻ തിരുത്തി.
"ആരുടെ? എന്റെയോ?"
ഞാൻ ചോദിച്ചു.
അവൻ നിശ്ശബ്ദനായി.

എന്റെ ശിരസ്സിനുമീതെ അവൻ ഉയർത്തിയ കൊടി പിന്നെ വൈരാഗ്യമായി.

അതിൽപ്പിന്നെ ഞാനവനെ കണ്ടില്ല. മൂന്നാംനാൾ അവൻ വീണ്ടും വന്നു. വിശുദ്ധ ശരീരത്തിന്റെ വാതിൽ തുറന്നു ഞാൻ കാത്തിരുന്നു. അവൻ അകത്തു കടന്നില്ല.

"നിനക്കു പ്രകാശിപ്പിക്കാൻ പുതിയതൊന്നുമില്ലാതെയായിരിക്കുന്നു. എനിക്കു കണ്ടെത്താനും."

അവൻ ഉച്ചത്തിൽ അങ്ങനെ പറഞ്ഞപ്പോൾ എന്റെ തൊണ്ടയിൽ ഗദ്ഗദമായി.

അവൻ തുടരുകയായിരുന്നു.

"ആവിഷ്കാരങ്ങളുടെ കുടമാറ്റങ്ങളല്ലാതെ മറ്റെന്താണു പ്രണയത്തിന്റെ നിത്യത."

അവനു മറുപടി കൊടുക്കാൻ ഞാൻ വാക്കുകൾ തേടി. ഇല്ലാതെ പോകുന്നു. വാക്കും പൊരുളും ഇല്ലാതെയാകുന്നു. അവന്റെ പഴികൾ ഒന്നൊന്നായി വീണെരിയുന്ന കുന്തിരിക്കക്കുന്നായി ഞാൻ മാറി. അവന്റെ അകൃത്യങ്ങളിൽ സന്തപിച്ച് എപ്പോഴും അവനായി മനംകൊളുത്തി ഞാൻ കേണു വിളിച്ചു. നിർമ്മലമായി പ്രാർത്ഥനകൾ തുടർന്നു. അവൻ അകത്തു വരികയുണ്ടായില്ല. എനിക്കൊരിക്കലും മെരുക്കിയെടുക്കാനാവാത്ത മൃഗമായി അവൻ വഴിമാറി.

ഒരു സന്ധ്യക്ക് അവൻ ഇറങ്ങിപ്പോയതിൽപ്പിന്നെ രണ്ടു രാത്രികൾ ഞാൻ വാതിൽ തുറന്നിരിക്കുകയായിരുന്നു. അവൻ വരികയുണ്ടായില്ല. മൂന്നാം രാവും നാലാം രാവും ഞാൻ കരഞ്ഞു. വനാന്തരങ്ങളിൽ വെടിയൊച്ചകൾക്കായി ചെവിയോർത്തു. എല്ലാം വെറുതെ. ഈ വീഞ്ഞുവീട്ടിൽ എന്റെ ശിരസ്സിനുമീതെ അവൻ സ്നേഹമായി ഉയർത്തിയ കൊടി കിനാവുകണ്ടു ഞാൻ ഉറങ്ങി. രാവുകളിലെല്ലാം അതുതന്നെ ഓർത്തു. പുലർച്ചകളിൽ അവൻ വന്നിരിക്കുമെന്നു നിനച്ചു കണ്ണു തുറന്നു. ഇല്ല. അവൻ വരികയുണ്ടായില്ല. ഏകാന്തമായ എന്റെ കിടപ്പിൽ, നിശ്ചലമായ ഇരിപ്പിൽ, അടഞ്ഞു കിടന്ന ഉടലിന്റെ വാതായനങ്ങളിൽ തേയ്മാനങ്ങൾ വന്നു നിറഞ്ഞു. അവനെച്ചൊല്ലി പൊള്ളുന്ന എന്റെ ഉള്ളം ജീർണ്ണിക്കുന്നതും അറിയുകയായി.

ഞാൻ അവനെ തിരഞ്ഞുകൊണ്ടിരുന്നു. പ്രേമപരവശയായി അവനെ വിളിച്ചുകൊണ്ടിരുന്നു. അവനെ തേടി അലയുന്ന നാൾ മലഞ്ചെരുവിലെ കോലാട്ടിൻപറ്റങ്ങളും താഴ്വാരങ്ങളിലെ മാടപ്പിറാവുകളും എന്നെ കണ്ടു. തിരിച്ചെത്തിയപ്പോൾ ഏറ്റവും പ്രതീക്ഷാനിർഭരമായ വരികൾ ഞാൻ അകം നൊന്തു ചൊല്ലി. ഒറ്റപ്പെട്ട പ്രാവിനെകണ്ട് അവനാണെന്ന്, പച്ചപ്പ് അവനാ

ണെന്ന്, നദിയും മേഘരാജിയും ഹിമകണികയും പൂവും പുകയും അവനാണെന്നു സ്വയം സാക്ഷ്യപ്പെടുത്തി.

അങ്ങനെയിരിക്കെ ഒരു ശീതകാലരാത്രിയിൽ കാലടിഒച്ചകൾ കേൾക്കുന്നു. അവൻ വരുന്നു. നഗ്നനായി മലിനരൂപനായി എനിക്കു മുന്നിൽ നിവർന്നുനിൽക്കുന്നു. ഉടലിന്റെ ഗന്ധങ്ങൾക്കായി നാസാരന്ധ്രങ്ങൾ വിടരുന്നു. അടഞ്ഞ വാതിലിൽ മുട്ടാനായുന്ന കൈകൾ. ജ്ഞാനിയാകാനായി വെമ്പുന്ന അവന്റെ ശരീരം. “എന്റെ പ്രിയേ, നീയെത്ര സുന്ദരി! ഞാൻ തിരിച്ചു വന്നിരിക്കുന്നു. നിന്നോടുള്ള എല്ലാ ആഗ്രഹങ്ങളോടെയും.” അവൻ പരവശനായി പറഞ്ഞു. മൂകയായി നിന്ന് കുറേനേരം ഞാൻ ആ മുഖത്തേക്കു കൺനട്ടു.

അനന്തരം ഞാനവന്റെ ശിരസ്സു കൊയ്തു.
താഴ്വാരങ്ങൾ എന്റെ പ്രാർത്ഥന കേട്ടിരിക്കാം.
അയ്യോ ഭൂമിയേ അവന്റെ രക്തം മൂടരുതേ...
എന്റെ നിലവിളി എങ്ങും തടഞ്ഞുപോകരുതേ...

അയനപ്പക്ഷികൾക്ക് വിരുന്ന്

മഞ്ഞുകാലമായപ്പോൾ പതിവുപോലെ പുരാസ്മൃതികളുടെ ധാവള്യവുമായി ദേശാടനപ്പക്ഷികളുടെ വരവായി. കിഴവന്റെ വീട്ടുപറമ്പിലെ നിലാവു പെയ്യുന്ന പേരയ്ക്കാത്തോട്ടത്തിൽ കൃത്യം തെറ്റാതെ അവ എത്തിച്ചേർന്നു. മഞ്ഞപ്പക്ഷികളായിരുന്നു ഇത്തവണ കൂടുതൽ. പതിവായി എത്താറുള്ള ഒന്നുരണ്ടു നാകമോഹനും എരണ്ടകളും കൂട്ടത്തിലുണ്ടായിരുന്നു. ശൈത്യത്തിന്റെ മർദ്ദിതമേഖലയിൽനിന്നും രക്ഷതേടി എത്തിയ പക്ഷികൾ കിഴവന്റെ ഭൂമിയിലെ പുതിയ ഋതുകാലകോടരത്തിൽ സ്വച്ഛന്ദതയുടെ ചിറകുവിരുത്തി പാടാൻ തുടങ്ങി.

ദേശാടനപ്പക്ഷികളുടെ ആഗമനം കിഴവൻ അറിഞ്ഞതേയില്ല. തെരുവിൽനിന്നും അടിച്ചെത്തുന്ന പുകയും ഭൂമിയിൽ പുതയ്ക്കാനെത്തുന്ന മഞ്ഞും തിരിച്ചറിയാൻ കഴിയാതെ ആയുസ്സിന്റെ വൃദ്ധമായ ചതുപ്പിൽ ജീർണ്ണവസ്ത്രവുമായി കിഴവൻ മുടന്തുകയാണ്. ദേശാടനപ്പക്ഷികൾക്കു വിരുന്നൊരുക്കാൻ ചിത്രപ്പണികളുള്ള മുറിയിലെ പിയാനോ തൊടാൻ കടുത്ത വിവശത ഇത്തവണ കിഴവനെ അനുവദിച്ചെന്നു വരില്ല. എല്ലാ ഹിമപാതകാലങ്ങളിലും ആ ഹരിതഭൂമിയിൽ കായ്കനികളും ഇലത്തളിരുകളും മാത്രമല്ല ദേശാടനപ്പക്ഷികൾക്കു വിരുന്നായിത്തീരാറ്. പതംഗങ്ങളുടെ രാത്രികളെ തന്റെ ആർദ്രമായ സംഗീതംകൊണ്ട് ഇളവേല്പിച്ചും ഉച്ചമായ ഗസലുകൾകൊണ്ട് ചൈതന്യവത്താക്കിയും കിഴവൻ അതേ ഭൂമിയിലെ അതേ വൃക്ഷശാഖകളിലേക്ക് അവയെ പതിവായി ആകർഷിച്ചുകൊണ്ടേയിരുന്നതാണ്.

കിഴവന്റെ മകൾ വാസന്തി ദേശാടനപ്പക്ഷികൾ വന്നതറിഞ്ഞു. നാകമോഹൻ ചിലച്ചപ്പോൾ അവൾ ജാലകം തുറന്നു. മഞ്ഞപ്പക്ഷികൾ നിരയായി പേരയ്ക്കാക്കൊമ്പിൽ തുനിവോടെ കണ്ണടച്ചിരിക്കുന്നത് അവൾ ഉള്ളുതു

ളുമ്പി കണ്ടു. കൈവീശി അവയെ സ്വാഗതം ചെയ്യുമ്പോൾ അവൾക്കു ചെറിയൊരു വിങ്ങലനുഭവപ്പെട്ടു. തന്റെ മുഖത്തു ഖേദത്തിന്റെ നിഴലുകൾ പിണഞ്ഞുവീഴുന്നത്, മനസ്സാകെ സന്തപിച്ച് സാന്ദ്രമാകുന്നത്, അവളറിഞ്ഞു.

കഴിഞ്ഞ മഞ്ഞുകാലം പോയി ഗ്രീഷ്മാരംഭത്തിനുമുമ്പ് ദേശാടനപ്പക്ഷികൾ തിരിച്ചുപോകുമ്പോൾ അവളോടു പറഞ്ഞിരുന്നു: അടുത്ത മഞ്ഞുകാലത്തു ഞങ്ങൾ എത്തുമ്പോഴേക്കും നിനക്കു പ്രിയൻ വന്നിരിക്കും. നീ അവനോടൊത്തു സുഗന്ധദ്രവ്യങ്ങളുടെ പർവ്വതങ്ങളിൽ ഇളമാൻപോലെ മേയും. ആട്ടിൻപറ്റത്തെ മേയ്ക്കാനും ലില്ലിപ്പൂക്കൾ ശേഖരിക്കാനും ഉദ്യാനങ്ങളിലും താഴ്വാരങ്ങളിലും അവനോടൊത്തു ഹർഷത്തോടെ പാടിനടക്കും.

അവൾ ഇപ്പോഴും മരുപ്പറമ്പിൽ ചൂടുവെയിലേല്ക്കുന്നു. എന്റെ ആത്മപ്രിയനെ നിങ്ങൾ കണ്ടുവോ എന്ന് വടക്കൻ കാറ്റിനോടും തെക്കൻ കാറ്റിനോടും ആരായുന്നു. പടക്കാറ്റു ചീറുന്ന മരുസ്ഥലിയിൽ ചൂഴ്ന്നുപോയ അശ്വരഥചക്രങ്ങൾക്കു പിന്നിൽ വിയർത്തു തളരുന്ന പ്രിയനെ കാത്തിരിക്കുന്നു. വന്നില്ലല്ലോ... വന്നില്ലല്ലോ... ദേശാടനപ്പക്ഷികളുടെ ആശിസ്സുകളൊക്കെയും പാഴായല്ലോ.

വാസന്തിക്കു കരച്ചിൽ വരുമെന്നായി. കരയാൻ തുടങ്ങുന്ന വാസന്തിയെ കണ്ടപ്പോൾ ദേശാടനപ്പക്ഷികൾക്കു കാര്യം മനസ്സിലായി. അവയുടെ മൃദുവും വശ്യവുമായ സ്വഗതങ്ങൾ പരസ്പരം അറിവായി പകർന്നു. അവൾക്കു സാന്ത്വനമായി നാകമോഹൻ വചനമെറിഞ്ഞു. വിതുമ്പിപ്പൊട്ടുമെന്നായപ്പോൾ വാസന്തി ജാലകമടച്ചുകളഞ്ഞു. കാണേണ്ട, പക്ഷികളെന്നെ. അശ്രീകരത്തെ കണ്ട് ദേശാടന സഞ്ചാരത്തിന്റെ ഉല്ലാസവും പ്രജനനത്തിന്റെ തേജപുഞ്ജങ്ങളും കെടുത്തേണ്ട.

കിഴവൻ ഉറക്കമായിരിക്കുന്നു. അവൾ ചെന്നു പറഞ്ഞില്ല അച്ഛനോട്, ദേശാടനപ്പക്ഷികളുടെ വരവിനെപ്പറ്റി. കാഴ്ചയും ശ്രവണവും കുറേശ്ശെയായി ഒഴിഞ്ഞുപോയ കിഴവനെ ഇപ്പോൾ എന്തും പറഞ്ഞറിയിക്കണമെന്നായിരിക്കുന്നു. ദേശാടനപ്പക്ഷികൾ വന്നില്ലല്ലോ എന്ന് ഒന്നുരണ്ടു ദിവസങ്ങൾക്കു മുമ്പ് കിഴവൻ ഉത്കണ്ഠ പൂണ്ടതാണ്. പക്ഷികളുടെ വരവ് അസംഖ്യം പൂർണ്ണചന്ദ്രന്മാരെ കണ്ട, മഞ്ഞുകാലം അനേകം പിന്നിട്ട, ദേശാടനഗമനങ്ങൾ കാലങ്ങളായി സൂക്ഷ്മം നിരീക്ഷിച്ചറിഞ്ഞ, കിഴവനെ അതിരറ്റ് ആഹ്ലാദിപ്പിക്കുകതന്നെ ചെയ്യും.

വാസന്തി ഉറങ്ങാൻ കിടന്നപ്പോൾ പേരയ്ക്കാത്തോട്ടത്തിൽ ഈണം കലർന്നു. നാകമോഹൻ പാടുകയാണ്. വിഹ്വലമായ ചേതനയാലേ അവൾക്കു കണ്ണൊലിച്ചു. നാകമോഹൻ പാട്ടു നിർത്താതായപ്പോൾ അവൾ കരഞ്ഞുതിമർത്തു. പ്രഭാതത്തിൽ അവൾ ജാലകം തുറന്നില്ല. മദ്ധ്യാഹ്നത്തിലും. ദേശാടനപ്പക്ഷികൾ അവളെ അന്വേഷിക്കുന്നുണ്ടായിരുന്നു. പുറത്തേക്കിറങ്ങാതെ അവൾ അച്ഛനെ പറഞ്ഞയച്ചു. വൃദ്ധതയുടെ കെട്ടുപാടുകളിൽനിന്നും മരവിച്ച വിനാഴികകളിൽനിന്നും പ്രസരിപ്പോടെ ഉണർന്ന് പേരയ്ക്കാത്തോട്ടത്തിലേക്ക് കിഴവൻ ആനന്ദിച്ചു ചെന്നു. ദേശാടനപ്പക്ഷി

കളുടെ വർത്തമാനങ്ങൾ കേട്ടു.

വാസന്തീ... വാസന്തീ...

പക്ഷികൾക്കു വാസന്തിയെ കാണണം. കിഴവന്റെ വീണാസംഗീതം കേൾക്കണം.

"മോളേ, പക്ഷികൾ നിന്നെ വിളിക്കുന്നു." കിഴവൻ വന്നു പറഞ്ഞു. അവൾ പോയില്ല. വിലാപവസ്ത്രവുമായി പക്ഷികളെ അഭിമുഖീകരിക്കാൻ അവൾക്കു സങ്കോചമായി.

കിഴവൻ നാളുകൾക്കു ശേഷമാണ് അന്നു പിയാനോവിൽ തൊട്ടത്. ഇണയുടെ ചൂടേറ്റ് പക്ഷികൾ കിഴവന്റെ പാട്ടിൽ മുഴുകി. ആൺപക്ഷി പെൺപക്ഷിയോടു ചോദിച്ചു:

"വാസന്തിക്കെന്താ പ്രിയൻ വരാത്തെ?" പെൺപക്ഷി ഭൂമിയിലേക്കു നോക്കി. എങ്ങും എറുമ്പുകളുടെ ഘോഷയാത്ര. വറ്റിപ്പോയ നദിക്കരയിൽ കുഞ്ഞുങ്ങളും മാറാപ്പുമായി അമ്മമാർ. ദൂരെ ആൾക്കൂട്ടത്തിന്റെ ഒടുങ്ങാത്ത ആരവം.

ഈ ദേശത്തിന് എന്തുപറ്റി?

പെൺപക്ഷി ആൺപക്ഷിയോടു തിരികെ ചോദിച്ചു. അവ അന്യോന്യം ചോദ്യം കൈമാറി. ദേശാടനപ്പക്ഷികൾ ഒട്ടാകെ ആ ചോദ്യത്തിൽ കൊക്കുരുമ്മി.

അടുത്ത പ്രഭാതത്തിലും തുറക്കാതെ കിടന്ന ജാലകത്തിൽ പക്ഷികൾ ചിറകിട്ടടിച്ചു. വാസന്തീ... വാസന്തീ... ജാലകം തുറക്കേണ്ടി വന്നു വാസന്തിക്ക്. കാർമഷിയൊലിച്ച കണ്ണുകളിൽ, കത്തിയമർന്ന ഉഡുക്കളിൽ മഞ്ഞപ്പക്ഷികൾ ഉമ്മവെച്ചു.

രാജകുമാരീ, നീയെന്തിനാ കരേന്നേ?

സുന്ദരീ, നിനക്കെന്തിനാ ഞങ്ങളോടു കെറുവ്?

വാസന്തീ നിന്നെ കാണാൻ കൂടിയല്ലേ ഞങ്ങള് വന്നത്.

വാസന്തി തേങ്ങിക്കൊണ്ട് പക്ഷികൾ ഓരോന്നിനെയും ആശ്ലേഷിച്ചു. സുഖാന്വേഷണം നടത്തി. പ്രണയത്തിന്റെയും പരിണയത്തിന്റെയും പ്രജനനത്തിന്റെയും കഥകൾ പക്ഷികൾ പറഞ്ഞു. വാസന്തി എല്ലാം കേട്ടിരുന്നു. വലിയൊരു വേട്ടയാടലിൽ വംശം ചുരുങ്ങിപ്പോയ കഥ അവളിൽ പരിഭ്രാന്തിയുണ്ടാക്കി. പിന്നെ അവളുടെ വർത്തമാനം കേൾക്കാൻ ദേശാടനപ്പക്ഷികൾക്കു തിടുക്കമായി.

ഒരു രാജകുമാരനും വന്നില്ലേ...?

പേരയ്ക്കാത്തോട്ടത്തിൽ വാസന്തിയുടെ കണ്ണീരു വീണു. മൂകമാം മാത്രകളിൽ വികാരപ്പെട്ട നെഞ്ചുമായി അവൾ നിശ്ശബ്ദയായി. മഴക്കാലത്ത് ആദ്യം വന്ന പ്രിയനെപ്പറ്റി അവൾ പതുക്കെ പറഞ്ഞുതുടങ്ങി:

അവൻ മുടന്തനായിരുന്നു. മുടന്തി മുടന്തി വന്ന അവനു മുന്നിൽ ഞാൻ ഉടുത്തൊരുങ്ങി ചെന്നു. എനിക്ക് അവനോടു സ്നേഹം തോന്നി. കരുണ തോന്നി. എന്നെയും അവനു പ്രിയമായി. എന്നാൽ അവൻ കന്യാസ്വത്തായി ഈ ഭൂമി ചോദിച്ചു. കൊടുക്കാമായിരുന്നു. ഈ ഭൂമിയാകെ ഉഴുതുമറിച്ചു

ഗോതമ്പുപാടമാക്കണമെന്ന് അവൻ ആഗ്രഹം പറഞ്ഞു. അച്ഛനു സമ്മതമായിരുന്നു. പക്ഷേ, ഈ വീട് പൊളിച്ചു മാറ്റണമെന്ന് അവൻ പറഞ്ഞു. അതും അച്ഛനു സമ്മതമായി. എനിക്കു സമ്മതമായില്ല. ഇവിടെ കിടന്നു മരിക്കാനാ അച്ഛനു മോഹം. ഈ വീടു പൊളിക്കുന്നത് അച്ഛന്റെ നെഞ്ചു പൊളിക്കുന്നതുപോലെയാ. ഞാൻ എതിർത്തു. മുടന്തൻ മുടന്തി ഇറങ്ങിപ്പോയി.

ദേശാടനപ്പക്ഷികൾ വിസ്മയിച്ചു പരസ്പരം നോക്കി. വാസന്തി പിന്നീടു വന്നവനെപ്പറ്റി പറഞ്ഞു. അവൻ അന്ധനായിരുന്നു. വിരൂപനായിരുന്നു. എന്നാലും എനിക്കവനെ ഇഷ്ടമായി. പക്ഷേ, അവൻ ഈ ഭൂമിക്കും വീടിനും പുറമേ സ്വർണ്ണപേടകം ചോദിച്ചു. വീടും ഭൂമിയും സന്തോഷത്തോടെ തരാമെന്ന് അച്ഛൻ കരഞ്ഞു പറഞ്ഞു. സ്വർണ്ണപേടകത്തിന് എവിടെ പോകാനാണ്? അച്ഛൻ കരഞ്ഞു കാലുപിടിച്ചതാണ്. അന്ധൻ വിരോധത്തോടെ തപ്പിത്തടഞ്ഞു പോയി.

വാസന്തി കരയുകയുണ്ടായില്ല. അതു പറയുമ്പോൾ ഉള്ളിലെ കനം മുഴുവൻ അവൾക്ക് ഒഴിയുന്നതുപോലെയായി. വീർപ്പുകളൊക്കെയും പക്ഷികൾ പങ്കിട്ടെടുക്കുന്നതുപോലെ. നെഞ്ചിലെ ചെങ്കുരിശ് ഇളകിപ്പോകുന്നതുപോലെ.

അവൾ തുടർന്നു:

"പിന്നെയും വന്നു മുടന്തന്മാർ; അന്ധന്മാർ. എല്ലാവരും അതുതന്നെ പറഞ്ഞു. ഒടുക്കം മൂന്നുതവണ പരിണയിച്ച ഒരു വൃദ്ധൻ വന്നു. എനിക്കു സമ്മതമായിരുന്നു. പക്ഷേ, പരിണയമുറപ്പിക്കുന്നതിന് തലേന്ന് അയാൾ നെഞ്ചുപൊട്ടി മരിച്ചുപോയി. ഒരു ബധിരനും വരികയുണ്ടായി പിന്നെ. അവൻ അമ്പത് ഏക്കർ ഭൂമി ചോദിച്ചു. ഞങ്ങൾക്ക് ഇക്കാണുന്ന ഭൂമിയല്ലേ ഉള്ളൂ. ഈ മണ്ണിൽ ഇതൊക്കെയല്ലേ ഉള്ളൂ. അവന്റെ കാലിലും അച്ഛൻ കരഞ്ഞു വീണു. ബധിരൻ കേട്ടില്ല. ബധിരൻ എങ്ങനെയാണു കേൾക്കുക, പക്ഷികളേ?"

വാസന്തി ഇടർച്ചയോടെ പറഞ്ഞുനിർത്തി. സന്ധ്യയായി. വാസന്തിക്ക് വല്ലാത്ത ആശ്വാസമായി. കിഴവൻ മകളെ വിളിച്ചു. നെഞ്ചിൽനിന്നും എന്തൊക്കെയോ ഒഴിഞ്ഞുപോയിരിക്കുന്നു. വാസന്തി സ്വയം പറഞ്ഞു. അവൾ പൈമ്പാലും ധാന്യങ്ങളും പക്ഷികൾക്കു കൊണ്ടുനല്കി.

രാത്രി എത്രനേരം കിഴവൻ പാടുകയുണ്ടായി. രാവേറെ ചെന്നപ്പോൾ പിയാനോവിൽ തല ചായ്ച്ച് കിഴവൻ ഉറങ്ങിപ്പോയി. സുരതപഞ്ചമിയിൽ ദേശാടനപ്പക്ഷികളും മയങ്ങി. തന്റെ ഏകാന്തതയിൽ വാസന്തി നിദ്രയ്ക്കായി കാത്തു. മരുപ്പറമ്പിലെ രഥവീഥിയിൽ കൊടുങ്കാറ്റ് ഉയരുകയാണ്. തേർചക്രങ്ങൾ മണ്ണിൽ പൂണ്ടുതന്നെ കിടക്കുന്നു. സൂര്യതാപംകൊണ്ട് കരിഞ്ഞുപോയ പ്രിയന്റെ മുഖം വിണ്ടുപിളരുന്നു. അവൻ കൈയുയർത്തി നിലവിളിക്കുന്നു. ദുഃസ്വപ്നങ്ങളായി കത്തിയ ഇന്ധനങ്ങൾക്കു മീതെ വാസന്തി വെന്തു.

രാത്രിക്കാഴ്ചകളിലൂടെ കണ്ണോടിച്ചു തീക്ഷ്ണവ്യഥയോടെ ദേശാട

നപ്പക്ഷികൾ ആലോചിച്ചുപോയി. പഴയതുപോലെ സ്വച്ഛന്ദമായ സൗഖ്യം ഇത്തവണ ദേശാടനത്തിൽ അനുഭവപ്പെടുന്നില്ലല്ലോ. വാസന്തിയുടെ കണ്ണീർമുഖം കണ്ടു ചിരിക്കാനോ ചിലയ്ക്കാനോ തോന്നുന്നില്ല. തീറ്റ തേടി പുറത്തുപോകുന്ന പക്ഷികൾ ഒഴിഞ്ഞ കൊക്കുമായി തിരികെ എത്തുന്നു. ഹംസപഥങ്ങളോ കേസരങ്ങളോ ഇല്ലാത്ത നിത്യതാപവുമായി മണ്ണു വരളുന്നു. പെൺപക്ഷികൾ അന്നന്ന് ഓരോരോ വൃത്താന്തങ്ങൾ കേട്ട് നടുങ്ങുകയായിരുന്നു. ആൺപക്ഷികൾ തിരിച്ചെത്തുമ്പോൾ ഞെട്ടിക്കുന്ന അറിവുകൾ. എത്രയേറെ കലാപങ്ങളാണ് തെരുവിൽ പൊട്ടിപ്പുറപ്പെടുന്നത്. ചോരയുടെ ചാലുകൾ പുതുതായി വെട്ടിക്കീറപ്പെടുന്നു. മനുഷ്യർ പിടഞ്ഞു വീഴുന്നു. പക്ഷികൾ ഗദ്ഗദം വിഴുങ്ങി.

നമുക്ക് തിരിച്ചുപോയാലോ?

മഞ്ഞുകാലം കഴിഞ്ഞില്ലല്ലോ?

ഇതിലും ഭേദം നമ്മുടെ ശൈത്യം തന്നെയല്ലേ?

നമുക്കു വാസന്തിയേയും കൊണ്ടുപോയാലോ?

വാസന്തിയെയും കൊത്തി തങ്ങളുടെ ദേശത്തേക്കു പറക്കാൻ അവ കൊതിച്ചുപോയി. എന്നിട്ട് ഏറ്റവും സുന്ദരനും സൗമ്യനുമായ രാജകുമാരന് അവളെ നല്കുക. സൈബീരിയൻ കൊക്കുകൾ വീണ വായിക്കവേ അവൾക്കു പുടവകല്യാണം.

വാസന്തീ, നീ വരുന്നോ?

മഞ്ഞപ്പക്ഷികൾ വിളിച്ചുചോദിച്ചു.

വാസന്തിക്ക് ഉത്തരമുണ്ടായില്ല.

താനെങ്ങനെ പോകാനാണ്? പക്ഷികൾ തന്നെ എങ്ങനെ കൊണ്ടു പോകാനാണ്?

അന്നും അവൾ നല്കിയ ധാന്യം തിന്ന്, അവൾ നല്കിയ പൈമ്പാൽ കുടിച്ച്, വർത്തമാനം പറഞ്ഞിരിക്കേ ദേശാടനപ്പക്ഷികൾ ചോദിച്ചു:

വാസന്തീ, നീ ഞങ്ങളുടെ ദേശത്തേക്കു വരുന്നോ? അവൾ മന്ദഹസിച്ചു. ദേശാടനപ്പക്ഷികളുടെ മാതൃദേശം കിനാവുകണ്ടു. തേനും പാലുമൊഴുകുന്ന ഭൂമിയിലാകെ സുന്ദരന്മാർ. സുന്ദരിമാർ. ഉത്സവത്തിന്റെ വർണ്ണങ്ങൾ. കന്യാസ്മിതങ്ങൾ. അമൃതേത്തുകൾ.

“വാസന്തീ...”

കിഴവൻ വിളിക്കുന്നു.

കിഴവനു പുറത്തിറങ്ങാൻ വയ്യാതായിരിക്കുന്നു. മൂടിപ്പുതച്ചു കിഴവൻ ഞരങ്ങിക്കൊണ്ടിരിക്കുന്നു. വാസന്തി അച്ഛനു കഷായം കുറുക്കി അരുകിൽ ചെന്നു. ശിരസ്സുയർത്തിപ്പിടിച്ച് വായിലൊഴിച്ചു. ജാലകത്തിലൂടെ പക്ഷികൾ അതു കണ്ടുനിന്നു.

“മോളേ, അച്ഛൻ പോയാൽ നീ ഒറ്റയ്ക്കാവില്ലേ.

നിന്നെ ഒറ്റയ്ക്കാക്കി അച്ഛനു പോകേണ്ടിവരുമോ.”

വാസന്തി ഏങ്ങിപ്പോയി. അങ്ങനെയൊന്നു നിരൂപിക്കാതിരിക്കാൻ അവൾ കിണഞ്ഞു ശ്രമിച്ചു.

ആ രാത്രി കിഴവനു നന്നായി ശരീരം പൊള്ളി. ശയ്യയിൽ ചൂടു പെരുകി. തീമെത്തയിലെന്നപോലെ കിഴവൻ ഉരുണ്ടു പിരണ്ടു. ദേശാടനപ്പക്ഷികളെ വാസന്തി വിളിച്ചില്ല. അവൾ തനിച്ച് അച്ഛനരികിൽ മരുന്നും മന്ത്രവും പകർന്ന് ഉറക്കം വെടിഞ്ഞിരുന്നു. പാതിരായ്ക്ക് നാകമോഹൻ ഉണർന്ന് ചിലച്ചപ്പോഴേക്കും കിഴവൻ തണുത്തുപോയിരുന്നു. കിഴവൻ തണുത്തത് വാസന്തി അറിഞ്ഞതേയില്ല. അച്ഛന്റെ ഹൃദയമിടിപ്പുകൾ നിലച്ച കർമ്മം അവളുടെ കൂമ്പിയ കണ്ണുകൾക്കപ്പുറം അജ്ഞാതമായി നടന്നു. വാതിൽ തുറക്കാതെ, ഇരുണ്ട അകത്ത്, അച്ഛന്റെ ചേതനയറ്റ ശരീരത്തിന്, ഒച്ചവെക്കാതെ അവൾ കാവലിരുന്നു.

മദ്ധ്യാഹ്നത്തിൽ ദേശാടനപ്പക്ഷികൾ ജാലകത്തിൽ കൊത്തി. അവ ഉറക്കെ വാസന്തിയെ വിളിച്ചുകൊണ്ടേയിരുന്നു. തുറന്ന ജാലകത്തിലൂടെ അകത്തു വീണ സൂര്യവെളിച്ചത്തിനു നിറയെ തുളകളായിരുന്നു. മരണമറിഞ്ഞ പക്ഷികൾ ഇരുണ്ടുപോയി. മൃതിഗൃഹത്തിന്റെ മൂകതയിൽ അവ നിശ്ചലരൂപങ്ങളായി.

സന്ധ്യക്കുമുന്നേ പേരയ്ക്കാത്തോട്ടത്തിൽ കുഴി വീഴുന്നതും കിഴവൻ കുഴിയിലേക്കു നീങ്ങുന്നതും പക്ഷികൾ നോക്കിയിരുന്നു. വാസന്തിയുടെ കണ്ണുകൾ വിദൂരതയിലേക്കാണ്. അകലങ്ങളിൽ മറയുന്നത് അന്ധനാണ്, മുടന്തനാണ്, ബധിരനാണ്.

അകലങ്ങളിലേക്കു സംക്രമിക്കുന്നത് മഞ്ഞുകാലമാണ്. തേരൊച്ചകൾ മുഴങ്ങുകയായി.

ഗ്രീഷ്മത്തിന്റെ വരവായി.

എത്ര പെട്ടെന്നാണ് മഞ്ഞുകാലം കഴിഞ്ഞുപോയത്? കാണെ ഋതുപ്പകർച്ചകൾ. തിരിച്ചുപോകാൻ ദേശാടനപ്പക്ഷികൾക്കു സമയമായിരിക്കുന്നു.

പക്ഷികൾ പോകുകയാണ്.

വാസന്തീ, വാസന്തീ.

യാത്രാവചനങ്ങൾ അവളെ മൂടി.

അവൾക്കു മിണ്ടാനൊന്നുമില്ലായിരുന്നു. വരണ്ട നദിക്കപ്പുറം നീണ്ടു കിടക്കുന്ന മൺവഴിയിലൂടെ അഭയാർത്ഥികൾ കൂട്ടംകൂട്ടമായി അലയുന്നത് അവൾ കണ്ടു.

ഞങ്ങൾ പോകാ വാസന്തീ.

നീയെങ്ങന്യാ ഇവിടെ?

ദേശാടനപ്പക്ഷികൾ ദുഃഖം തൂവിയ മുറിയിൽ അവളുടെ സ്വരമുയരുകയുണ്ടായില്ല. അനാഥത്വത്തിന്റെ കൈകൾ ആകാശത്തിലേക്കുയർത്താൻ അവൾക്കു കഴിഞ്ഞില്ല.

അടുത്ത മഞ്ഞുകാലത്തിനുമുമ്പ് നിനക്കൊരു രാജകുമാരൻ വരാതിരിക്കില്ല.

അങ്ങനെ പറയാൻ തുടിച്ചതാണ് പക്ഷികളുടെ മനസ്സ്. ഏതോ വിലങ്ങുകൾ വീണു വൈഖരികൾ കരിഞ്ഞു. യാത്ര.

ചുട്ടുപൊള്ളാൻ തുടങ്ങുന്ന വാനത്തിനു കീഴെ ഞാണേറ്റിയതു പോലെ ദേശാടനപ്പക്ഷികൾ മടക്കയാത്രയായി. മൺമുറ്റത്തൊരു ശിലാരൂപിണി അവയുടെ യാത്രാപഥം കണ്ടുനിന്നു. പേരയ്ക്കാതോട്ടത്തിൽ മുരണ്ട കാറ്റിൽ പൂടകൾ പറന്നുനടന്നു.

കീഴെ നിലവിളിച്ചു പായുന്ന മനുഷ്യർ. അവരിൽ എത്രയോ മുടന്തന്മാർ, തപ്പിത്തടയുന്ന അന്ധന്മാർ. അലമുറയിടുന്ന കുഞ്ഞുങ്ങളെ മാറോടമർത്തി അമ്മമാർ. നിലവിളികൾ നീരാവിയായി ഉയർന്ന് തങ്ങളുടെ ചിറകുകളിൽ പറ്റിപ്പുരളുന്നത് ദേശാടനപ്പക്ഷികൾ അറിഞ്ഞു.

ശൈത്യം നിഷ്ക്രമിച്ചുതുടങ്ങുന്ന വിദൂരമുനമ്പുകൾ തേടി പർവ്വതങ്ങളുടെ ഉരസുകൾക്കിടയിലൂടെ അവയുടെ അയനം നീണ്ടു.

എന്തുകൊണ്ട് ഹരികുമാർ...?

തൊട്ടടുത്ത നാട്ടുമ്പ്രദേശത്ത് വിവാഹദിവസം വൈകുന്നേരം തീവണ്ടിക്കു ചാടി മരിച്ച ഹരികുമാർ എന്ന ചെറുപ്പക്കാരനെക്കുറിച്ചൊരു പത്രവാർത്ത. ക്രൂരമായ നരവേട്ടകളും സ്വയംഹത്യകളും അപകടമരണങ്ങളും നിത്യേന പെരുകിക്കൊണ്ടിരിക്കുകയും നമ്മുടെ മനോഘടനയിൽ സാരമായ വ്യതിയാനങ്ങളൊന്നും വരുത്താതെ തികച്ചും സ്വാഭാവികങ്ങളായി കലാശിക്കുകയും ചെയ്യുന്ന ഇക്കാലത്ത് ഇങ്ങനെയൊരു വാർത്തയ്ക്കു മുന്നിൽ മരവിച്ചു നില്ക്കേണ്ടതില്ലതന്നെ. ദൗരന്തികസ്വഭാവമാർന്ന എല്ലാറ്റിനെയും ഒട്ടും വിഭിന്നതയില്ലാതെ ഒരൊറ്റ ഏകകമായി കാണാനും വല്ലാതെ സാധാരണതയാലേ ഏറ്റുവാങ്ങാനും ശീലങ്ങൾ അനുവർത്തിപ്പിച്ചിട്ടും ഈയൊരു വാർത്തയെ വിശദമാക്കുന്ന വാക്കുകളും ചരമക്കുറിപ്പിനുമേൽ കൊടുത്ത ഹരികുമാറിന്റെ പടവും അയാളെ വല്ലാതെ വ്യാകുലപ്പെടുത്തുകതന്നെ ചെയ്തു. ഹരികുമാർ എന്ന പേര് കുറേ പ്രാവശ്യം ഉരുവിട്ട് ആ പടത്തിലേക്കുതന്നെ അയാൾ ശ്രദ്ധിച്ചുകൊണ്ടിരുപ്പായി. ഈ ഹരികുമാർ എനിക്ക് വല്ലാത്ത പരിചയം തോന്നിപ്പിക്കുന്നല്ലോ. എവിടെയാണ്, എവിടെയാണ് ഞാനിയാളെ കണ്ടുമുട്ടിയത് എന്നിങ്ങനെയുള്ള ആലോചനകൾ ക്രമേണ അലോസരപ്പെടുത്തുകയുണ്ടായി അയാളെ. കുറെക്കഴിഞ്ഞ് ഭാര്യയെ വിളിച്ച് പത്രത്തിലെ പടം കാണിച്ച് അയാൾ ചോദിക്കുകയുണ്ടായി: "നിനക്കറിയാമോ ഇയാളെ?" ഭാര്യ ഇല്ലെന്നു പറഞ്ഞപ്പോൾ ആ ദുരന്തവാർത്ത ഇടർച്ചയോടെ വായിച്ചു കേൾപ്പിച്ച് അയാൾ പറഞ്ഞു: "എനിക്കറിയാം ഇയാളെ. നല്ല മുഖപരിചയം തോന്നുന്നുണ്ട്. പക്ഷേ, ശരിക്കുമോർമ്മയില്ല." മുറ്റത്ത് അയാളുടെ കുട്ടികൾ ഒരു പട്ടമുണ്ടാക്കാനുള്ള ഒരുക്കത്തിലായിരുന്നു. അവരെ വിളിച്ച് ആ പത്രവാർത്തയും പടവും കാണിച്ചു. നിങ്ങളെപ്പോഴെങ്കിലും ഇങ്ങനെയൊരാളെ കണ്ടിട്ടുണ്ടോ? ഇല്ലെന്നു പറഞ്ഞ്

തങ്ങളുടെ ഉത്സാഹത്തിനു തടസ്സമുണ്ടാക്കിയ കെറുവോടെ കുട്ടികൾ മുറ്റത്തേക്കുതന്നെ ഇറങ്ങിയപ്പോൾ അയാൾ ഹരികുമാറിന്റെ ചരമവാർത്തയിലേക്ക് വീണ്ടും കണ്ണുനട്ടു. വധുവിന്റെ കൈയിൽനിന്ന് ഒരു ഗ്ലാസ് പാൽ വാങ്ങിക്കുടിച്ച് വൈകുന്നേരം പുറത്തേക്കിറങ്ങിയ ഹരികുമാറിനെ പിന്നെ റെയിൽവേ ഗേറ്റിനരുകിൽ ശിരസ്സ് വേർപെട്ട നിലയിലാണ് കണ്ടെത്തിയത്. മരണകാരണം അജ്ഞാതമായി തുടരുകയാണ്. നാട്ടുകാരിൽ സംഭ്രമവും സംശയവുമുളവാക്കുന്ന ഈ മരണം കൊലപാതകമോ അപകടമരണമോ ആകാൻ സാദ്ധ്യതയുണ്ട്. ആരോടും അധികം കൂട്ടുകൂടാത്ത പ്രകൃതമാണ് ഹരികുമാറിന്റേത്. കഴിഞ്ഞ മൂന്നു വർഷമായി നാട്ടിൽത്തന്നെ ഒരു ടെക്സ്റ്റയിൽസ് നടത്തിവരികയായിരുന്നു. കുന്നത്തുമീത്തൽ വേലായുധൻപിള്ളയുടെയും പാർവ്വതിഅമ്മയുടെയും മൂന്നാമത്തെ പുത്രനാണ് ഹരികുമാർ. വീട്ടിൽ നിന്നിറങ്ങുമ്പോൾ ഹരികുമാറിൽ പ്രകടമായ ഭാവമാറ്റമൊന്നും കണ്ടിരുന്നില്ലെന്നാണ് പറയുന്നത്. ഇത്തരമൊരു കടുംകൈ ചെയ്ത് ഹരികുമാർ ഒരു പാവം പെൺകുട്ടിയുടെ ജീവിതം തുലച്ചുകളയുമോ എന്നാണ് നാട്ടുകാർ ചോദിക്കുന്നത്. ശവം പോസ്റ്റ്മോർട്ടത്തിനുശേഷം ബന്ധുക്കൾക്ക് വിട്ടുകൊടുത്തു.

അസാധാരണമായ ഈ മരണത്തെക്കുറിച്ചുള്ള ആലോചനകളുമായി അയാളുടെ നേരം നീങ്ങിപ്പോയി. ക്ലേശിച്ചുള്ള ഓർമ്മിച്ചെടുക്കലിലൊന്നും അയാൾക്ക് ഹരികുമാറിനെ വീണ്ടെടുക്കാനായില്ല. എപ്പോൾ എവിടെവെച്ച് എങ്ങനെയായിരുന്നു ഹരികുമാറുമായുള്ള പരിചയമെന്ന ആലോചനയ്ക്ക് ഒരു മുനമ്പും കിട്ടിയില്ല. ആ പത്രം മൂലയിലെറിഞ്ഞ് ഹരികുമാറിനെ മറക്കാൻ അയാളുടെ വിവേകം മാത്രമല്ല, അകാരണമായ കുറ്റബോധംകൂടി പ്രതിബന്ധമായിത്തീർന്നു. തീർച്ചയായും ഹരികുമാറിനെ നന്നായറിയുന്നു എന്ന് അയാളുടെ മനസ്സ് പറഞ്ഞുകൊണ്ടേയിരുന്നു. കുറേനേരമങ്ങനെ നോക്കിയിരുന്നപ്പോളതാ പത്രത്തിൽനിന്ന് ഹരികുമാർ അയാളോട് ചിരിക്കുന്നു. ചങ്ങാതീ, നിനക്കെന്നെ അറിയില്ലേ എന്നു ചോദിക്കുന്നു. നീ എന്നെ ഇത്ര പെട്ടെന്നു മറന്നുപോയല്ലോ എന്ന് പരിഭവം പറയുന്നു. അയാൾ പുകഞ്ഞുപോയി. ഓർമ്മയുടെ ഭൂമി മുഴുവനും ചുറ്റിനടന്നുവെന്ന് ഒടുവിൽ അയാൾ പറഞ്ഞു. ഹരികുമാർ, നിന്നെ ഞാൻ മറന്നുപോയിരിക്കുന്നു. വികലമായിപ്പോയ ഈ മനസ്സിൽനിന്നും നീ എന്നോ ചിതലെടുത്തുപോയിരിക്കുന്നു. നീയാരാണ് ചങ്ങാതീ? വധു നല്കിയ ഒരു ഗ്ലാസ് പാലിനു പകരം ഒരു വാഴ്‌വിന്റെ കണ്ണീർപാത്രം അവൾക്കു തിരികെ നല്കി യാത്രയായ നീയാരാണ്? നിന്റെ മരണമുയർത്തുന്ന സംശയങ്ങൾക്കും തീരാവ്യാധികൾക്കും ഒഴുകിയെത്താനുള്ള കരയേതാണ്?

രണ്ട്

സാവിത്രീ, നീ അറിയുന്നുണ്ടോ ആ ഭാഗ്യഹീനയായ വധുവിന്റെ അന്തഃരംഗത്തുടിപ്പുകൾ? വിവാഹപൂർവ്വരാത്രിയും വിവാഹശേഷരാത്രിയും

അവളിലേല്പിച്ച വിരുദ്ധ വികാരങ്ങളുടെ അചിന്ത്യമായ ക്രൂരതയെക്കുറിച്ച് നിനക്കു വിചാരിക്കാനാകുന്നുണ്ടോ? ആഹ്ലാദം മാത്രമിരമ്പിയ ഒരു വീട്ടിൽനിന്നും വരന്റെ വീട്ടിലെത്തി കണ്ണീർക്കോളിൽ മണിക്കൂറുകൾക്കകം മുങ്ങിത്താണുപോയ അവളിപ്പോൾ എന്തു ചെയ്യുകയാവും? കൈത്തുമ്പിൽ വിറയാർന്നും കവിളിൽ ലജ്ജാരേഖകൾ വരച്ചും അവൾ നല്കിയ ഒരു ഗ്ലാസ്സ് പാൽ കുടിച്ച് ഹരികുമാർ ഇറങ്ങിപ്പോകുമ്പോൾ ആ കണ്ണുകൾ അയാളെത്തന്നെ തേടിയിരിക്കാം ഇല്ലേ? ഒരുപക്ഷേ, യാത്രാമൊഴിയൊന്നുമില്ലാതെയായിരിക്കാം ഹരികുമാറിന്റെ അവസാന യാത്ര. രാത്രി പായയിൽ കെട്ടിയ ചോര ഉണങ്ങാത്ത ചിതറിയ ശരീരമായി ഹരികുമാർ തന്റെ കല്യാണവീട്ടിലെത്തുന്നു. ആദ്യരാത്രിയുടെ കന്യാസ്മിതങ്ങൾക്കായി നെഞ്ചിടിപ്പുകളുമായി കാത്ത അവളുടെ തകർന്ന ചങ്ക് നിനക്ക് സങ്കല്പിക്കാൻ കഴിയുന്നുണ്ടോ? അവൾ ഓർമ്മയറ്റു നിലംപതിച്ചു കാണും. തനിക്കു നേരെയൊന്നു കാണാൻപോലും കിട്ടാതെപോയ വരന്റെ നെറ്റിത്തടത്തിൽ എന്നന്നേക്കുമായി ഒരു ചുംബനമുദ്ര ഏല്പിക്കാൻപോലും അവൾക്കു കഴിഞ്ഞുകാണില്ല. ഇന്നോ നാളെയോ അവൾക്ക് ഇറങ്ങിപ്പോന്ന സ്വന്തം വീട്ടിലേക്കുതന്നെ തിരിച്ചുപോകേണ്ടിവരും. മിക്കവാറും നിത്യമായ ഏകാന്തതയിൽ ആദിശാപവും വ്യഥയും തിന്നു നീറി കഴിഞ്ഞുകൂടേണ്ടിവരും. എന്തെന്നില്ലാത്ത ഒരു കുറ്റബോധം അവളെ കരണ്ടുതിന്നാതിരിക്കില്ല. എന്തിനാണ് ഹരികുമാർ വിവാഹം കഴിഞ്ഞപാടെ ഒരു വാക്കുമുരിയാടാതെ ജീവിതമൊടുക്കിയതെന്നാലോചിച്ച് ഒരുവേള അവൾക്കു വലിയ ഉന്മാദംതന്നെ വന്നുപെട്ടുപോകും. അച്ഛനമ്മമാർക്കൊപ്പം അവൾ വരൻ മരിച്ച വീട്ടിൽനിന്നും ശിരസ്സു താഴ്ത്തി ഇറങ്ങിപ്പോകുന്നത് നിനക്കു നിരൂപിക്കാനാവുമോ? ഹരികുമാറിന്റെ മുഖം എന്നെ ഇപ്പോഴും ശല്യംചെയ്തുകൊണ്ടിരിക്കുന്നു. നീ ചോദിച്ചല്ലോ - ശരിയാണ്; എന്തിനാണ് ഞാനിങ്ങനെ ഹരികുമാറിനെക്കുറിച്ചുതന്നെ ചിന്തിക്കുന്നതെന്നറിയില്ല. ഹരികുമാർ എന്റെ ആരുമല്ല എന്ന് അറുത്തുമുറിച്ചു പറയാനുമാവുന്നില്ല. അതെ, അയാൾ എന്റെ ആരോ ആണ്. സാന്ദ്രമായ ഒരു സൗഹൃദം എപ്പോഴോ എവിടെയോ വെച്ച് ഞങ്ങൾ തമ്മിലുണ്ടായിട്ടുണ്ട്. നിന്ദ്യമായ എന്റെ മറവിയിൽ ഹരികുമാർ ആഴ്ന്നുപോയതാകാം. ആരോടും അധികം കൂട്ടുകൂടാനിഷ്ടപ്പെടാത്ത ഒരാളെന്നാണല്ലോ ഹരികുമാറിനെക്കുറിച്ചു പറയുന്നത്. സാവിത്രീ, എനിക്ക് ഉറക്കം വരുന്നില്ല. എനിക്ക് എന്തുപറ്റിപ്പോയെന്നല്ലേ നിന്റെ വിചാരം. ഒന്നും പറ്റിയിട്ടില്ല. ഞാനീ രാത്രി മുഴുവനും ഹരികുമാറിനെ ഓർമ്മിച്ചെടുക്കാമോ എന്നു നോക്കട്ടെ. കുട്ടിക്കാലത്തിന്റെ കളിക്കളങ്ങളിലും പഴയ പാഠശാലകളിലും ഓഫീസ് മുറികളിലും ഹരികുമാറിനെ അന്വേഷിച്ച് ഈ രാത്രി ഞാൻ പോകുകയാണ്.

മൂന്ന്

വല്ലാത്തൊരു ഉൾപ്രേരണയാലെ ആ നാട്ടുമ്പ്രദേശത്ത് അയാൾ

ബസ്സിറങ്ങി. രാമകൃഷ്ണനെ കാണുക, എന്നിട്ട്, അവനെയുംകൂട്ടി ഹരികുമാറിന്റെ വീടു സന്ദർശിക്കുക എന്നതായിരുന്നു ഉദ്ദേശ്യം. രാമകൃഷ്ണനിൽനിന്ന് ഹരികുമാറിനെക്കുറിച്ച് കൂടുതലായി അറിയുകയും ചെയ്യാമല്ലോ. പക്ഷേ, രാമകൃഷ്ണൻ വീട്ടിലുണ്ടായിരുന്നില്ല. അയാളുടെ താല്പര്യം ശിഥിലമായി. ബാംഗ്ലൂരിൽ സംഘടിപ്പിച്ച ചലച്ചിത്രോത്സവം കാണാൻ രാമകൃഷ്ണൻ പോയിട്ടു നാളുകളായി. തന്റെ നാട്ടിൽ സംഭവിച്ച ഹരികുമാറിന്റെ ദുരന്തം അവനറിഞ്ഞുകാണില്ല. വല്ലാതെ നിരാശനായി അയാൾ ആ നാട്ടുമ്പ്രദേശത്തെ ഒരു പലചരക്കുകടയ്ക്കു മുന്നിൽ സിഗരറ്റും പുകച്ചു നില്ക്കുമ്പോൾ ഒരു പരിചയക്കാരനെ കണ്ടുമുട്ടി. ഹരികുമാറിനെക്കുറിച്ച് അയാൾ ചോദിച്ചു. പരിചയക്കാരൻ ദൂരേക്കു വിരൽചൂണ്ടി പറഞ്ഞു, ആ ഇടവഴിയിലൂടെ പോയാൽ വലതുവശത്തു കാണുന്ന നാലാമത്തെ വീടാണ്. എന്താണു കാരണമെന്ന് ഇതുവരെ അറിവായിട്ടില്ല. പലതും പറഞ്ഞു കേൾക്കുന്നുണ്ട്. ബിസിനസ്സിൽ വലിയ കടമുണ്ടായെന്നാണു പൊതുവെ കേൾവി. അങ്ങനെയായിരുന്നെങ്കിൽ വിവാഹത്തിനു മുമ്പുതന്നെ ഹരികുമാറിന് മരിച്ചുകൂടായിരുന്നോ എന്ന് അയാൾ ചോദിച്ചു. ആവോ, ആർക്കറിയാം? പരിചയക്കാരൻ പോയി. പിന്നെയും വന്നു മറ്റൊരു പരിചയക്കാരൻ. മരണകാരണം മറ്റൊന്നാണ് ഇത്തവണ കേട്ടത്. വധുവിന് മൂന്നുമാസം ഗർഭമാണെന്നാ ജനങ്ങളു പറയുന്നത്. അതറിഞ്ഞു മരിച്ചുകളഞ്ഞതാ ഹരികുമാർ. ആ പരിചയക്കാരനും പോയി. പിന്നെ ഒരാൾക്കൂട്ടത്തെത്തന്നെ അയാൾ അഭിമുഖീകരിച്ചു. ആൾക്കൂട്ടത്തിൽ ഓരോരുത്തർക്കും ഹരികുമാറിന്റെ മരണത്തെപ്പറ്റി ഓരോന്നു പറയാനുണ്ടായിരുന്നു. ഹരികുമാറിനോടുള്ള പകയുള്ള ആരോ തീവണ്ടി വരുമ്പോൾ റെയിലിലേക്കു തള്ളിയതാണെന്ന് ഒരാൾ. തനിക്കു ലൈംഗികശേഷി ഇല്ലെന്നറിഞ്ഞ് ആകെ തകർന്ന് തീവണ്ടിക്കു മുന്നിൽ ചാടിയതാണെന്ന് മറ്റൊരാൾ. വധുവിന് ഒരു കാമുകനുണ്ടായിരുന്നെന്നും അയാൾക്ക് അവളയച്ച കത്തുകൾ വിവാഹസമ്മാനമായി ലഭിച്ചതുകൊണ്ടാണെന്നും മൂന്നാമൻ. വിവാഹജീവിതം പേടിസ്വപ്നമായി മാറിയതുകൊണ്ടാണെന്നു വേറൊരാൾ... അങ്ങിനെപോയി കാരണങ്ങളും കഥകളും. എല്ലാം അയാളെ വെറുപ്പിക്കുകയും മടുപ്പിക്കുകയും ചെയ്തു. അയാൾ തനിച്ച് ഹരികുമാറിന്റെ വീട്ടിലേക്കുള്ള വഴിയെ നടന്നു. ഇടവഴിയിൽ വലതുവശത്തെ നാലാമത്തെ വീടിൻമുറ്റത്ത് അപരിചിതത്വവുമായി ചെന്നു ചേർന്നു. ആരോ അയാളോട് ഇരിക്കാൻ പറഞ്ഞു. അയാളിരുന്നു. ആരും ഒന്നും ചോദിക്കുകയുണ്ടായില്ല. പറയുകയുണ്ടായില്ല. അസ്വസ്ഥപ്പെടുത്തുന്ന നിശ്ശബ്ദതയിൽ സന്ദർശകരുടെ വല്ലപ്പോഴും മുറിഞ്ഞുവീഴുന്ന ചെറിയ ഒച്ചകൾ. വടക്കേപ്പുറത്ത് കുഴിമാടത്തിനു മീതെ വാടിപ്പോയ ഒരു പുഷ്പചക്രം. അകത്ത് നേർത്തുയരുന്ന തേങ്ങലുകൾ. ആരോടെങ്കിലും ചോദിക്കണമെന്നുണ്ടായിരുന്നു വധുവിനെപ്പറ്റി. ആരും അയാളെ ശ്രദ്ധിക്കുകയുണ്ടായില്ല. പരിചയമുള്ള ഒരാളെയും അവിടെ കാണുകയുണ്ടായില്ല. അസഹ്യമായ ഒറ്റപ്പെടലുമായി അയാൾ കുറെനേരം അവിടെയിരുന്നു. ഇരുന്ന ഇരുപ്പിൽ കാലുകൾ തരിച്ചുപോയി. പിന്നീട് അയാൾ

ആരോടും യാത്രചോദിക്കാതെ ഇറങ്ങി. ആരോടാണു യാത്ര ചോദിക്കേണ്ടതെന്ന് അറിയില്ലായിരുന്നു. അയാൾ തന്റെ വീട്ടിലേക്കു തിരിച്ചെത്തുമ്പോൾ ഉച്ച കഴിഞ്ഞിരുന്നു. കുട്ടികൾ അപ്പുറത്തെ വീട്ടിലെ ടെലിവിഷനു മുന്നിലാണ്. ഭാര്യ കുളിമുറിയിലും. തലയിണയ്ക്കടിയിൽവെച്ച തലേ ദിവസത്തെ പത്രമെടുത്തു നിവർത്തി അയാൾ ഹരികുമാറിനെ വീണ്ടും നോക്കി. ഹരികുമാർ ഉദാരമായി ഇത്തവണയും അയാളോടു ചിരിക്കുകയുണ്ടായി.

നാല്

പരശുരാമ തീവണ്ടിയുടെ ജനറൽ കംപാർട്ടുമെന്റിന്റെ ഒരു മൂലയിലതാ രാമകൃഷ്ണനിരിക്കുന്നു. തീവണ്ടി വന്നുനിന്നപ്പോൾ തിരക്കില്ലാത്ത ഒരു മുറി തേടി പ്ലാറ്റ്ഫോമിലൂടെ അയാൾ ഓടുമ്പോഴായിരുന്നു ആ കാഴ്ച. ആഹ്ലാദത്തോടെ അതിലേക്കു ചാടിക്കയറി രാമകൃഷ്ണനെ തട്ടിവിളിച്ചു. “രാമകൃഷ്ണാ, ഞാൻ നിന്റെ വീട്ടിൽ വന്നിരുന്നു. നീ ബാംഗ്ലൂരിൽ ഫിലിമോത്സവത്തിനു പോയതാണെന്നു പറഞ്ഞു. നിന്റെ നാട്ടിലെ ആ ഹരികുമാറിന്റെ മരണത്തെക്കുറിച്ചറിഞ്ഞില്ലേ?” അയാൾക്ക് തനിക്കരികിൽ ഇടം നല്കിയിരുത്തി രാമകൃഷ്ണൻ പറഞ്ഞു. “വീട്ടിലെത്തിയപ്പോഴാണ് ഹരികുമാർ മരിച്ചതറിഞ്ഞത്. വല്ലാത്തൊരു ഷോക്കായിപ്പോയി എനിക്കത്. ബാംഗ്ലൂരിലേക്കു പോകുമ്പോഴും ഞാൻ ഹരികുമാറിനോടു ലോഹ്യം പറഞ്ഞിരുന്നു. അവനിങ്ങനെയൊരു വിപത്തു വന്നുചേരുമെന്ന്...”

രാമകൃഷ്ണൻ ഹരികുമാറിനെക്കുറിച്ചു പറഞ്ഞുകൊണ്ടിരിക്കെ അയാൾ ഇടയ്ക്കുകയറി ചോദിച്ചു: “രാമകൃഷ്ണാ, എനിക്ക് ഹരികുമാറിനെ അറിയ്യോ? ഫോട്ടോ കണ്ടപ്പം നല്ല പരിചയം തോന്നുന്നു.” രാമകൃഷ്ണൻ പറഞ്ഞു. ഹരികുമാറിനെ അറിയാത്തവർ ആരാ ഉള്ളത്. എല്ലാവരുമായി അവനു നല്ല ബന്ധമായിരുന്നു. ഒരു ശത്രുവിനെപ്പോലും ഇക്കാലത്തിനിടയിൽ അവനുണ്ടാക്കിയിട്ടില്ല. അവനെപ്പോലെയൊരാൾ ഞങ്ങളുടെ നാട്ടിലില്ല. ആർക്കും എന്തുപകാരവും അവൻ ചെയ്തുകൊടുക്കുമായിരുന്നു. അങ്ങനെയുള്ള അവനാണ്... നീ അവനെ അറിയാനിടയുണ്ട്, തീർച്ചയായും എന്നെങ്കിലും കണ്ടിട്ടുണ്ടാകണം.

അയാൾക്ക് തൊണ്ടയിൽ ഒച്ചമുട്ടിപ്പോയി. കേട്ടുകേൾവിക്കെന്തു വൈപരീത്യമാണ്. “ഞാനെപ്പോഴെങ്കിലും നിന്റെ കൂടെ ഹരികുമാറിനെ കണ്ടിട്ടുണ്ടോ?” അയാൾ രാമകൃഷ്ണനോടു ചോദിച്ചു. “ആവോ, എനിക്കോർമ്മയില്ല.” ഖേദത്തോടെ അയാൾ വീണ്ടും ചോദിച്ചു: “പിന്നെ ഞാനെപ്പോഴാണ് ഹരികുമാറിനെ കണ്ടത്? എനിക്കയാളെ എങ്ങനെയാണു പരിചയം? ആ മുഖം നല്ല പരിചയം തോന്നിക്കുന്നു.” രാമകൃഷ്ണൻ ഉത്തരം പറയാതെ മന്ദഹസിച്ചു. പിന്നെ പറഞ്ഞു: “എനിക്കറിഞ്ഞു കൂടാ. നിനക്ക് അവനെ പരിചയമുണ്ട് എന്നുതന്നെയാ എനിക്കും തോന്നുന്നത്. എങ്ങനെയാണെന്ന് ഞാനെങ്ങനെയാ പറഞ്ഞുതരിക. ഞാൻ ഹരികുമാറിനെ

നിനക്കു പരിചയപ്പെടുത്തിത്തന്നതായി ഓർക്കുന്നില്ല, പിന്നെ..."

പിന്നെ...

പരശുരാമ തീവണ്ടി അയാൾക്കിറങ്ങേണ്ട സ്റ്റേഷനോടടുക്കുന്നു. അയാൾക്കു പിന്നെയൊന്നും ചോദിക്കേണ്ടെന്നായി. രാമകൃഷ്ണനാകട്ടെ, ഫിലിമോത്സവത്തെക്കുറിച്ചു വാചാലനായി. അയാൾക്കു കേൾക്കാൻ തീരെ താല്പര്യമില്ലായിരുന്നു. അയാൾ ഇടയ്ക്ക് രാമകൃഷ്ണന്റെ സംസാരം തടഞ്ഞ് ചോദിച്ചു. "നിന്റെ അഭിപ്രായത്തിൽ ഹരികുമാർ എങ്ങനെയാ മരിച്ചത്?" രാമകൃഷ്ണൻ തെല്ലുനേരം ആലോചിച്ചു. "ആത്മഹത്യയോ കൊലപാതകമോ അല്ല. അപകടമരണമാകാനേ വഴിയുള്ളൂ. അബദ്ധത്തിൽ തീവണ്ടിക്കു മുന്നിൽ പെട്ടുപോയതാകണം."

പാലം കടന്ന് പരശുരാമ തീവണ്ടി സ്റ്റേഷനിൽ നിന്നു. അയാൾ രാമകൃഷ്ണനോടു യാത്രചോദിച്ചിറങ്ങി. അയാളുടെ തലനിറയെ ഹരികുമാർ ചോദ്യങ്ങളായി പെരുകി. സ്റ്റേഷൻമാസ്റ്ററോടു പതിവുപോലെ സൗഹൃദം പറയാൻപോലും അയാൾ മറന്നുപോയി. ഞാനെന്താണു വിശ്വസിക്കേണ്ടത്? ഹരികുമാറിന്റെ ഏതുമുഖമാണ് അംഗീകരിക്കേണ്ടത്? ആലോചിച്ച് തലപെരുത്ത് അയാൾ വീട്ടിലേക്കു കയറിച്ചെല്ലുമ്പോൾ കുട്ടികൾ മുറ്റത്തു കമ്പ് നാട്ടി ക്രിക്കറ്റ് കളിക്കുകയാണ്. സന്ധ്യ ആയത് അവരറിഞ്ഞിട്ടേയില്ല. കാത്തിരിക്കുന്ന ഭാര്യയോട് അയാൾ പറഞ്ഞു: "എനിക്കൊന്നു കുളിക്കണം. നീ വെള്ളം ചൂടാക്ക്."

ഇളംചൂടുള്ള വെള്ളം തലയിലൊഴിച്ചപ്പോൾ അയാളുടെ മനസ്സിൽ ഒരു ജ്യോതിർരേണുവുണ്ടായി. പിന്നെയൊരു പ്രകാശധാരയിൽ ഏതോ മുഖം ജ്വലിച്ച് - ഹരികുമാറിന്റെ - മുഖം ഓർമ്മവന്നു. അയാൾ തല തുവർത്താതെ നനഞ്ഞ തോർത്തുമാത്രം ചുറ്റി വാതിൽ തുറന്നു മുറിയിലേക്കോടി. തലയിണച്ചുവട്ടിൽ പരതിയപ്പോൾ പത്രമില്ല. മുറിയിലാകെ പരതി. ഹരികുമാറിന്റെ മരണവാർത്ത വന്ന പത്രം കാണുന്നില്ല. അന്ധാളിപ്പോടെ പിറകെ എത്തിയ ഭാര്യയുടെ നേരെ അയാളുടെ കലിചാടി: "ആ പത്രമെവിടെ?" "ഏതു പത്രം?" "ഞാനിവിടെവെച്ച പത്രം." ഭാര്യ പറഞ്ഞു: "പഴയ പത്രമെല്ലാം ഇന്നു തൂക്കിവിറ്റു. അതിൽ പെട്ടുപോയിരിക്കും."

ഓർമ്മയിൽ ഓർക്കാപ്പുറത്തു ജ്വലിച്ച ആ മുഖംതന്നെയോ പത്രത്തിലേതെന്ന് അറിയാനാവില്ല. പത്രത്തിൽ കണ്ട ഹരികുമാറിന്റെ മുഖം എങ്ങനെ ആയിരുന്നെന്ന് ഓർമ്മിക്കാനാവുന്നില്ല. മനസ്സിൽ ജ്വലിച്ച മുഖവും ഇല്ലാതെയാകുന്നു. ആയാസപ്പെട്ടു സങ്കല്പിച്ചെടുക്കുമ്പോൾ എല്ലാം തകർന്നുപോകുന്നു. ഒരു രൂപവും കിട്ടുന്നില്ല. ഓർമ്മകൊണ്ടൊരു സ്നേഹം... കാരുണ്യം... നീതി... എല്ലാം നിഷ്ക്രമിക്കുന്നു. ഓർമ്മിക്കാനാവുന്നില്ല. ജീവിച്ചിരിക്കുന്നവന്റെ ഓർമ്മയിൽനിന്നും എത്ര പെട്ടെന്നാണ് എല്ലാം അറുത്തുമാറ്റപ്പെടുന്നത്!

മോഹൻജദാരോ

ഹിന്ദുക്കുഷ് - പാമീർ പർവ്വതനിരകളിൽനിന്ന് ആര്യന്മാർ ഇറങ്ങി വന്നു. ആരായിരുന്നു അവരുടെ മൂത്തപ്പന്മാരെന്നറിയില്ല. വൃത്തിയുള്ള ഓവുചാലുകളിൽ അവർ രക്തം ചൊരിഞ്ഞു. ദ്രാവിഡന്മാരാൽ പൂജിക്കപ്പെട്ട ലിംഗങ്ങൾ എറിഞ്ഞുടച്ചു. മതിൽക്കെട്ടുള്ള ഇഷ്ടികഗൃഹങ്ങൾ തകർത്തു. അറുതി ഉത്സവമായി. പിടിച്ചെടുത്ത ചെണ്ടകൾ കൊട്ടിപ്പാടി നടന്ന് അവർ ആധിപത്യത്തിന് ആഘോഷക്കൊഴുപ്പേകി. എല്ലാം ദ്രാവിഡൻ കണ്ടുനില്ക്കുകയായിരുന്നു. ഇരുൾപ്പുരയിൽനിന്ന് ദ്രാവിഡൻ പുറത്തേക്കിറങ്ങി. അപ്പോൾതന്നെ ഏതോ കുലീനൻ അവനെ കണ്ടുപിടിച്ചുകളഞ്ഞു. ഹൂയ് ഹൂയ് എന്ന് ഒച്ചവെച്ച് ആര്യസംഘം അവനെ പൊതിഞ്ഞു. അവരുടെ കൈകളിൽ വില്ലും ശരവും കണ്ട് ദ്രാവിഡൻ പകച്ചു. അവന്റെ തൊണ്ടക്കുഴിയിൽ ഒച്ചയടഞ്ഞു. ദീനമായ ഒരു കരച്ചിലിന്റെ വക്കോളമെത്തിയ അവന്റെ വയറ്റത്ത് മൂക്കുപരന്ന, കറുത്തു തടിച്ച ആര്യനായകന്റെ ചവിട്ടുവീണു. മുഖംപൊത്തി ദ്രാവിഡൻ നിലത്തടിഞ്ഞു.

ഉച്ചിയിൽ പിടിച്ച് അവനെ എഴുന്നേല്പിച്ചിരുത്തി ആര്യനായകൻ ചോദ്യമായി:

“നിന്റെ വീടെവിടെടാ?”

അവന്റെ കൺതുമ്പിനങ്ങേയറ്റത്ത്, ദൂരെ കണ്ണാടിപോലെ തിളങ്ങുന്ന നിരത്തിനപ്പുറം ഇഷ്ടികഗൃഹം.

“നടെടാ.”

ദ്രാവിഡനു പിന്നിൽ പിടിച്ചെടുത്ത ചെണ്ടകൾ ഒച്ചവെച്ചു. അമ്പും വില്ലും കൈയിൽ പിടിച്ച് നൃത്തംവെച്ച് ആര്യസംഘം ദ്രാവിഡനെ എഴുന്നള്ളിച്ചു. തീപ്പന്തങ്ങൾ നിരനിരയായി ഇരുട്ടിൽ മോഹൻജദാരോവിലെ കണ്ണാടിനിരത്തിലെത്തി.

ദ്രാവിഡനു മുന്നിൽ ഇഷ്ടികഗൃഹം ചിറകുവിരുത്തി. കാത്തിരുന്ന പെണ്ണിന്റെ കടമിഴികളിൽ തീനിഴൽ ചുരുണ്ടു. കൂനിത്തള്ളയുടെ മുതുകത്ത് ആര്യനായകന്റെ കൈയിലെ വേലിൻമുന കൊണ്ടു.

മുറ്റത്തു ദ്രാവിഡനു ചുറ്റും മൂക്കുപരന്ന കുലീനന്മാർ തുള്ളിക്കൊണ്ടിരിക്കെ അകത്ത് ദ്രാവിഡപ്പെണ്ണിന്റെ ചേലയഴിഞ്ഞു. അവളുടെ കരച്ചിൽ ഒരു തവണമാത്രം കേൾക്കേണ്ടി വന്നു ദ്രാവിഡന്. പിന്നെ അതുണ്ടായില്ല. തള്ളയുടെ വിളിയുമുണ്ടായില്ല. ദ്രാവിഡന്റെ തോളിൽ ആരോ തീപ്പന്തം കുത്തി ഒരു പാടുണ്ടാക്കി. അവനൊന്നു പുളഞ്ഞതും അവർ ആർത്തട്ടഹാസമായി.

ഇറങ്ങിവന്ന ആര്യനായകൻ ചോദ്യമായി:

"ഇനിയുണ്ടോടാ വീടുകൾ?"

"ഇല്ലേ..."

"ഇനിയുണ്ടോടാ ദ്രാവിഡർ?"

"ഇല്ലേ..."

"നീ ഒടുക്കത്തെ ദ്രാവിഡനാ?"

"ആണേ."

"എന്നാൽ വാ, നിന്റെ മോഹഞ്ചദാരോ നമ്മളൊന്നു നല്ലോണം കാണട്ടെ."

ചുവന്ന വെളിച്ചത്തിൽ നിഴലുകൾ മോഹൻജദാരോവിലെ കണ്ണാടി നിരത്തുകളിൽ പിണഞ്ഞുനീങ്ങി. നെഞ്ചത്തു കൈ പിണച്ച് നൊന്തു നീങ്ങിയ ദ്രാവിഡൻ വഴികാട്ടി. പിന്നിൽ ആര്യനായകൻ. അതിനു പിന്നിൽ കൂവിവിളിച്ച് പന്തംതെളിക്കുന്ന ആര്യസംഘം.

"ആരെടാ ഇതിന് മോഹഞ്ചദാരോന്ന് പേർ വിളിച്ചത്?"

"അറിയില്ലേ..."

"മോഹൻജദാരോന്ന് തന്തയില്ലേടാ?"

ദ്രാവിഡൻ അനങ്ങിയില്ല. ആര്യനായകൻ ചോദ്യം ആവർത്തിക്കുമ്പോൾ അടുത്ത നോവിനും മുറിവിനുമായി ദ്രാവിഡൻ കാക്കുകയായിരുന്നു:

"ഇതെന്താടാ?"

"വിഗ്രഹാണേ."

"ആണേ..."

"ഇതിന്റെ പള്ളയെന്താ ഉന്തിയിരിക്കുന്നേ?"

"കെറുപ്പാണേ."

"എന്തിനാടാ കെറുപ്പോള്ളോളുടെ വിഗ്രഹം?"

"മക്കളുണ്ടാവാൻ പെണ്ണുങ്ങൾക്ക് പൂജിക്കാനാണേ."

ആര്യസംഘം ചിരിച്ചാർത്തു. അഴുക്കുചാലുകൾക്കപ്പുറം പന്നികൾ മേഞ്ഞു നടന്നു. ആര്യനായകൻ ഉന്നംവെച്ചു. അഴുക്കുചാലുകളിൽ പന്നികൾ മൂക്കുകുത്തി. സംഘം അവയെ തൂക്കിയെടുത്തു. സംഘത്തിലൊരുവനോട് ആര്യനായകൻ കല്പിച്ചു:

"ഇവിടിരുന്നിതിനെ ചുട്. നമ്മളെല്ലാം വന്നോളാം."

അവൻ പന്നികളെ ചുടാൻ നിരത്തിൽ തീ കൂട്ടാൻ തുടങ്ങിയപ്പോൾ ആര്യസംഘം ദ്രാവിഡനെ മുന്നോട്ടു തെളിച്ചു. പരുത്തിനൂലുപോലെ ദ്രാവിഡന്റെ കണ്ണീര് ഭൂമിയിലേക്കു നീണ്ടു. അവന്റെ വസ്ത്രം പിന്നിൽ നിന്നൊരുവൻ വേലുകൊണ്ട് കൊളുത്തിപ്പറിച്ചു. മരവുരിയണിഞ്ഞ ആര്യസംഘം മിക്കവാറും നഗ്നനായ ദ്രാവിഡനെ മോഹൻജദാരോവിലെ പാഠശാലയ്ക്കു മുന്നിൽ നിർത്തി:

"ആരടാ ഇതുണ്ടാക്കിയേ?"

"ദൈവം."

"ഏതു ദൈവാടാ നിന്റേത്? ദേവേന്ദ്രനോ?"

അവനുത്തരമുണ്ടായില്ല. ആര്യസംഘം ചിരിച്ചമ്പി പിന്നെയും. ഇടയ്ക്ക് ഒരു വെട്ട് കൊണ്ടപ്പോൾ ദ്രാവിഡൻ നിലംപതിച്ചു. ആര്യസംഘം അവനെയും വലിച്ച് മുന്നോട്ടുനീങ്ങി.

ദ്രാവിഡന്റെ ദേശനദി കറുത്തുകിടക്കുന്നു. നദിയിൽ വെളിച്ചത്തിന്റെ തുള്ളിപോലുമില്ല.

"ഈ നദി എവിടെ ചെന്നു ചേരുന്നെന്ന് നിങ്ങൾക്കറിയ്യോ കൂട്ടരേ?"

ഒറ്റ ശബ്ദത്തിൽ ആര്യനായകന് മറുപടി കിട്ടി: "ദേവേന്ദ്രന്റെ പാദങ്ങളിൽ."

ദേവേന്ദ്രന്റെ നദി നമ്മുടെ പാദങ്ങളിലേക്കൊഴുകുന്നു.

വില്ലുകൊണ്ട് നാമെല്ലാം നേടും.

മോഹൻജദാരോ നേടും.

പടച്ചട്ടയുടെ കരുത്ത് നമ്മെ കാക്കും.

ജീവന്റെ ഓരാന്തലുണ്ടായപ്പോൾ ദ്രാവിഡൻ നദി കണ്ടു. നിദക്കരയിൽ തോണി. ആര്യനായകൻ ശബ്ദമുയർത്തി:

"നമുക്ക് സവാരിപോകാം."

തോണിയിളകി. ദ്രാവിഡന്റെ ശ്വാസത്തിന് ആയാസവും ആയാമവുമുണ്ടായി.

"പാട്ട് പാടെടാ ദ്രാവിഡാ."

മുറിവേറ്റ ഒരോർമ്മ. ഏതോ കാലദശയിൽ സ്വരൂപിച്ചെടുത്ത ഒരു നിഗൂഢവൈഖരിയുടെ പൊരുൾതേടിയിറങ്ങവെ ആര്യനായകൻ ദ്രാവിഡനെ തോണ്ടിയെറിഞ്ഞു.

തൊണ്ണൂറു നദികൾക്കപ്പുറത്ത് ശത്രുവിനെ തോണ്ടിയെറിഞ്ഞവനേ ഇന്ദ്രാ, അവസാനത്തെ ദ്രാവിഡനുമിതാ... നദിയിൽ ഒരു ചുഴി പെരുക്കുകയും തിര തുള്ളുകയും ദ്രാവിഡന്റെ ജീവൻ കൊത്താൻ മീനുകൾ പാഞ്ഞിറങ്ങുകയും ചെയ്തു.

തോണി വീണ്ടും കരയിലെത്തുമ്പോൾ മോഹൻജദാരോവിൽ പാതിര. തെരുവിൽ വെന്തുകഴിഞ്ഞ പന്നിമാംസം. ഓവുചാലുകളിൽ ഘനീഭവിച്ച രക്തം. ഇഷ്ടികഗൃഹങ്ങളിൽ ജീർണ്ണഗന്ധം. ശവഗന്ധവുമായി കാറ്റ് പാതിരയെ തണുപ്പിച്ചു.

വരുണദേവാ...

ആകാശത്തിൽ സൂര്യനെ കൊണ്ടുവരൂ.

പർവ്വതങ്ങളിൽ ചന്ദ്രനെ കൊണ്ടുവരൂ.

പർവ്വതങ്ങൾക്കു മീതെ ചന്ദ്രൻ വന്നപ്പോൾ ഭൂമിയിൽ അഗ്നിയായിരുന്നു. ആകാശത്തിൽ സൂര്യൻ വന്നപ്പോൾ ഭൂമിയിൽ അഗ്നിയായിരുന്നു. ചുട്ടുപഴുത്ത ഇഷ്ടികഗൃഹങ്ങളിൽ ശവങ്ങൾ കത്തുകയായി. ഓവുചാലുകളിൽ ചോര പതച്ചുയരുകയായി.

ശ്മശാനത്തിൽ, പർവ്വതപ്രദേശങ്ങളിൽ ദ്രാവിഡദേവൻ അലഞ്ഞു നടക്കുകയാണ്. ആഹൂതിചെയ്തവരുടെ, കീഴടങ്ങിയവരുടെ മൃതിവായുവിന്റെ ദുർഗന്ധം ദ്രാവിഡദേവനെ ചൂഴ്ന്നു.

അനന്തരം മോഹൻജദാരോവിലാകെ അഗ്നിയാളി.

“ഇന്ദ്രാ... ദേവേന്ദ്രാ...”

ആര്യന്മാർ ആഞ്ഞുവിളിച്ചു. മഴയുണ്ടായില്ല. കൂട്ടമായി അവർ വിളിച്ചുകൂവുമ്പോൾ നദിക്കരയിൽ നിന്ന് അന്നേരം ദ്രാവിഡൻ വന്നു. പാതിരയിൽ നദിയിൽ തിരച്ചുരുളുകളിൽ വലിഞ്ഞുപോയ ദ്രാവിഡൻ ആളുന്ന മോഹൻജദാരോവിലേക്കു വന്നു.

ഇപ്പോൾ അവനു ചുറ്റുമാണ് അഗ്നി.

ഇപ്പോൾ അവനു മുന്നിലാണ് അഗ്നി.

അവനു മുന്നിൽ ഒരു പൂക്കൂടയാണ് അഗ്നി.

തീച്ചൂടേറ്റ് അറിയാതെ സ്ഖലിച്ചുപോയ ആര്യന്മാർക്കുമേൽ ഇന്ദ്രന്റെ മഴ വീണിരുന്നെങ്കിൽ അനേകായിരം ബീജങ്ങൾ ഒഴുകി നദിയിൽ ചേരുമായിരുന്നു.

ദ്രാവിഡൻ കണ്ണുതുറക്കുമ്പോൾ മോഹൻജദാരോവിന് ഇളവേല്ക്കുന്നു. വർത്തകസംഘം തോണിയാത്ര ചെയ്യുന്നു. പരുത്തിത്തുണികൾ ആകാശംപോലെ നീളുന്നു. മൺപാത്രങ്ങൾ രൂപംകൊള്ളുന്നു. പാടങ്ങളിൽ ഗോതമ്പു വിളയുന്നു. ആരോ ചെണ്ട കൊട്ടുന്നു. പാടുന്നു. ഭൂമിയിൽ പാട്ടു നിറയുന്നു.

അപ്പോൾ ഹിന്ദുക്കുഷ്-പാമീർ പർവ്വതനിരകളിൽനിന്ന് ആര്യന്മാർ ഇറങ്ങിവരുന്നു.

ചെസ്

ഒരു ചെസ് ബോർഡിന്റെ കള്ളികൾ പോലെയായിരുന്നു ആ വലിയ വീടിന്റെ ജാലകങ്ങൾ. നിഗൂഢതകളെ പെരുപ്പിക്കുന്നു എന്നു തോന്നിക്കുന്ന ആ വീടിന്റെ പുറംകാഴ്ച അവൾക്ക് എന്തെന്നില്ലാത്ത കൗതുകമാണ് നല്കിയത്. ജാലകങ്ങളെല്ലാം അടഞ്ഞുകിടന്നിരുന്നു; വാതിലും.

കോളിങ്ബെല്ലിൽ വിരലമർത്തിയപ്പോൾ അവളെപ്പോലും വല്ലാതെ അസഹ്യതപ്പെടുത്തിക്കൊണ്ട് അകത്ത് ഭീകരമായി മണിയൊച്ചയലച്ചു. പൊള്ളലേറ്റതുപോലെ അവൾ കൈ വലിച്ചു. ഹാൻഡ്ബാഗിൽനിന്ന് തന്റെ വിസിറ്റിങ് കാർഡ് പുറത്തെടുത്തു. വാതിൽ തുറക്കുന്നയാൾക്ക് കാർഡ് നല്കാനുള്ള തയ്യാറെടുപ്പോടെ നില്ക്കെ നിമിഷങ്ങൾ അവളെയും കടന്നു പോയി.

ലോക ചെസ് ചാമ്പ്യനായി അവരോധിപ്പെട്ട അയാളുടെ ആ വലിയ വീടിന്റെ അടഞ്ഞ വാതിലിനു മുന്നിൽ അവൾക്കു കുറേനേരം കാത്തു നില്ക്കേണ്ടിവന്നു. ഇതേവരെയും അവൾ നേരിൽ കാണാത്ത ചിത്രങ്ങളിലൂടെ മാത്രം കണ്ടുപരിചയിച്ച ആ മനുഷ്യനെ ഒരു മുഖാമുഖത്തിനു കീഴ്പ്പെടുത്താൻ വേണ്ടി കൈവരിച്ച മനഃസാന്നിദ്ധ്യം ക്രമേണ അവളിൽ ചോർന്നു തുടങ്ങി.

അവളുടെ കണ്ണുകൾ മുകളിലത്തെ നിലയിലേക്കു ചെന്നു. ഒരു കള്ളി പോലും തുറക്കപ്പെട്ടിട്ടില്ല. താഴെ വന്ന അതിഥി ആരെന്നറിയാനുള്ള ഉത്സുകതയോടെ ഒരു കണ്ണും നീണ്ടുവരുന്നില്ല. പിന്നെയും കോളിങ്ബെല്ലിൽ വിരലമർത്താൻ അവൾക്കു മടിതോന്നി. അതിന്റെ ഭീഷണശബ്ദം തന്നെയും ആ വീടിനെയും വീണ്ടും കുലുക്കിയുണർത്തുമെന്നുള്ള പേടി. എന്നാലും അവൾക്കത് പിന്നെയും ചെയ്യേണ്ടിവന്നു. ഇത്തവണ നുറുങ്ങിയ ഒരു മണിയൊച്ചയായിരുന്നു.

അവൾ കാത്തുനിന്നു. അകത്തു മുറിഞ്ഞുവീഴുന്ന ചെറിയ ശബ്ദങ്ങൾക്കായി അവളുടെ കാത് വട്ടംപിടിച്ചു. അകത്ത് ആരുടെയോ സാന്നിദ്ധ്യം അനുഭവപ്പെട്ടപ്പോൾ ഇത്രയും ദൂരം താണ്ടിയെത്തിയത് വൃഥാവിലായില്ലെന്ന് അവൾ സമാധാനിച്ചു.

ഒരു ചെസ് ബോർഡിന്റെ മുന്നിലിരിക്കുമ്പോൾ ഗഹനമായ ജീവിതത്തിന്റെ ഉള്ളറകളിലേക്ക് നീണ്ടുകിടക്കുന്ന വഴികൾ തനിക്ക് ദൃശ്യമാകുന്നു എന്നു പ്രസ്താവിച്ച ആ മനുഷ്യന്റെ അതിഥിപൂജ എങ്ങനെയിരിക്കുമെന്ന് ആ നിന്ന നില്പിൽ ഒരിക്കൽക്കൂടി അവൾ ആലോചിച്ചു നോക്കി.

അവളുടെ ശിരസ്സിനു പിന്നിൽ വെയിൽ തുളഞ്ഞുകയറി. അവൾക്ക് ദാഹിക്കുന്നുണ്ടായിരുന്നു. നെറ്റിയിലും മൂക്കിൻ തുമ്പിലും പൊടിഞ്ഞുകൂടിയ വിയർപ്പുതുള്ളികൾ കൈകൊണ്ടു തുടച്ചു. വഴിക്ക് എവിടെയോ കളഞ്ഞുപോയ ടവ്വലിനെക്കുറിച്ചുള്ള നഷ്ടബോധം പിന്നെയും.

എല്ലാ വലിയ മനുഷ്യരുടെയും ചെറിയ വാതിലിനു മുന്നിൽ വലിയ കാത്തിരിപ്പ്. ഇവിടെയും അതുതന്നെ. അയാളുമായുള്ള കൂടിക്കാഴ്ചയെക്കുറിച്ചെഴുതുമ്പോൾ അങ്ങനെ തുടങ്ങാമെന്ന് അവൾക്കു തോന്നി.

അടുത്തുവന്ന കാലൊച്ചകൾ അവളുടെ കണ്ണുകളെ വാതിലിലേക്ക് പിടിച്ചെടുത്തു.

വാതിൽ തുറന്നത് ഒരു സ്ത്രീ.

അയാളുടെ ഭാര്യയായിരിക്കാം. പത്രങ്ങളിലൊന്നും ഇതേവരെ പ്രത്യക്ഷപ്പെട്ടിട്ടില്ല അയാളുടെ ഭാര്യ.

അവൾ ചോദിച്ചു:

“ഇവിടെയില്ലേ?”

“ആര്?”

അവൾ അതീവ ബഹുമാനത്തോടെ അയാളുടെ പേരുച്ചരിച്ചു.

സ്ത്രീ തലയാട്ടി.

ഒരു നേർത്ത മന്ദസ്മിതംകൊണ്ടുഴിഞ്ഞ് സ്ത്രീ അവളെ അകത്തേക്കു ക്ഷണിച്ചു.

തുറന്ന വാതിലിനു മുന്നിൽ ഒരു കോണിപ്പടിയാണ്. മുകളിലേക്കു നീണ്ടുപോകുന്ന കോണിപ്പടിയിലേക്കു കയറി. സ്ത്രീ വീണ്ടും അവളെ ക്ഷണിച്ചു. അവൾ പിന്നാലെ കയറിച്ചെന്നു.

പിന്നേയും കോണിപ്പടി. പിന്നേയും...

മൂന്നു കോണിപ്പടികൾ കയറി അവൾ സ്ത്രീക്കു പിന്നാലെ എത്തിച്ചേർന്നത് വിശാലമായ സന്ദർശനമുറിയിലേക്കാണ്. മുറിയുടെ മദ്ധ്യേ കണ്ണാടി പതിച്ച ഒരു വലിയ ടീപ്പോയി. ചുറ്റും നാലു ചൂരൽക്കസേരകൾ.

സ്ത്രീ കസേരയിലേക്കു കൈ ചൂണ്ടി. അവൾ ഇരുന്നു.

“കുടിക്കാൻ?”

സ്ത്രീ ചോദിച്ചു.

അവൾ പറഞ്ഞു: “തണുത്തതെന്തെങ്കിലും മതി.”

സ്ത്രീയുടെ ചുണ്ടുകളിൽ ഒരു മന്ദസ്മിതം. അവർ അകത്തേക്കു

പോയി. അവൾ ചുറ്റും നോക്കി. ചെസ് ബോർഡിലെ കള്ളികൾ വരച്ച് അലംകൃതമാക്കിയ ചുവരുകൾ. ചുവരുകളിൽ നിറയെ മാറാലകളാണ്. മറ്റു ഫർണീച്ചറുകളൊന്നുമില്ലാത്ത മുറിയുടെ ഒരു വശത്ത് മരംകൊണ്ടുള്ള ഒരു ക്രിസ്തുരൂപം.

അല്ല ക്രിസ്തുവല്ല.

ക്രിസ്തു തന്നെ. ഏതോ ശില്പി മരത്തിൽ കൊത്തിയെടുത്ത വികൃതമുഖമുള്ള ഒരു നിഷേധരൂപം. വൃത്തവും നാലുരേഖകളും കൊണ്ട് ഒരു സ്കൂൾകുട്ടി വരഞ്ഞുവെച്ച ഒരു മനുഷ്യന്റെ ചിത്രം കാർഡ്ബോർഡിലൊട്ടിച്ച് ചുവരിൽ കൊളുത്തിവച്ചിരിക്കുന്നു.

നിഭൃതമായ ഒരു താഴ്‌വര.

അലച്ചാർത്തില്ലാത്ത വന്യമൗനത്തിന്റെ പെരുങ്കടൽ.

ഇങ്ങനെ രണ്ടു ചിത്രങ്ങൾ കൂടി.

ഒരിലപൊഴിയും ശബ്ദംപോലും കേൾക്കാത്ത ഈ വീടിന്റെ നിശ്ശബ്ദസാന്ദ്രിമയെയാണല്ലോ താൻ കഠോരമായ മണിയൊച്ചകൊണ്ട് ഭേദിച്ചതെന്ന് അവൾ ഒട്ടു സങ്കോചത്തോടെ ഓർത്തു.

ഒരു ചെസ് ചാമ്പ്യന്റെ വീട്ടിൽ ആളുന്ന നിശ്ശബ്ദത അനിവാര്യമാണ്. ആലോചനയ്ക്ക് അമൃതമേറ്റാൻ, വിചിന്തനത്തിന്റെ സൂചിമുനകൾ ഒടിയാതെ കാക്കാൻ, പെരുത്ത ഏകാന്തത. മൗനം.

ഒരുപക്ഷേ, ചെസ്ബോർഡിനു മുന്നിൽ അയാളിപ്പോൾ കളിച്ചുകൊണ്ടിരിക്കുകയായിരിക്കും. എല്ലാ ഒഴിവുസമയങ്ങളിലും താൻ ചെസ്ബോർഡിനു മുന്നിലായിരിക്കുമെന്ന് അയാൾ ഏതോ പത്രക്കാരനോട് പറഞ്ഞിരുന്നു.

അയാൾ തന്നെ പഴിക്കുകയായിരിക്കും. എന്നാലും ഒരു കവർസ്റ്റോറിയിലൂടെ അയാളുടെ സ്വകാര്യലോകം താൻ ലോകത്തിനു വെളിപ്പെടുത്താൻ പോവുകയാണല്ലോ. അയാൾ സന്തോഷിക്കുമായിരിക്കും. അവൾ സമാധാനിച്ചു.

എന്തെങ്കിലും മറിച്ചുനോക്കാനായി അവൾ ടീപ്പോയിന്മേലേക്കു കണ്ണോടിച്ചപ്പോൾ ഒന്നും കണ്ടില്ല. തങ്ങളുടെ പത്രം പോലുമില്ല. പിന്നെയാണ് അവളുടെ കണ്ണിൽ ആ കൗതുകവസ്തു തറഞ്ഞത്.

അതൊരു പഞ്ഞികൊണ്ടുള്ള രൂപമാണെന്ന് തൊട്ടുനോക്കിയപ്പോഴേ അവൾക്കു മനസ്സിലായുള്ളൂ. മനുഷ്യന്റെ ഉടലും കുരങ്ങിന്റെ മുഖവുമുള്ള നടുക്കമുണർത്തുന്ന ഒരു രൂപം. അവളത് വീണ്ടും വീണ്ടും അമർത്തിനോക്കുമ്പോഴാണ് വാതില്ക്കൽ അയാൾ പ്രത്യക്ഷനായത്. അവൾ എഴുന്നേറ്റുനിന്നു. വാതിൽ വിരി നീക്കി അയാൾ കടന്നുവരികയും എതിരേയുള്ള സോഫയിലിരുന്ന് അവളോട് ഇരിക്കാൻ പറയുകയും ചെയ്തു.

അയാൾക്കഭിമുഖമായി കസേര വലിച്ചിട്ടിരുന്ന അവൾ അവളുടെ പേരും പത്രത്തിന്റെ പേരും പറഞ്ഞു. ആഗമനോദ്ദേശ്യം വെളിപ്പെടുത്തി. വിവിധ പ്രതിഭാശാലികളുമായി മുമ്പു നടത്തിയ കൂടിക്കാഴ്ചകളെപ്പറ്റിയും അവൾ തന്റെ മുഖവുരയിൽ സൂചിപ്പിച്ചു. അയാളുടെ നിസ്സംഗഭാവം കണ്ട

പ്പോൾ അവൾക്ക് തെല്ലു സങ്കടമുണ്ടായി.

അനാവശ്യമായി മൗനം ശല്യം ചെയ്തു. അയാൾ ധാരാളമായി സംസാരിക്കുന്ന കൂട്ടത്തിലല്ലെന്ന് അവൾക്കു തോന്നി. ഹാൻഡ് ബാഗിൽനിന്ന് പെട്ടെന്ന് നോട്ടും പേനയുമെടുക്കാൻ സങ്കോചവുമുണ്ടായി. എങ്ങനെ തുടങ്ങണമെന്നറിയാതെ അവൾ വിമ്മിട്ടപ്പെട്ടുകൊണ്ടിരിക്കെ നിശ്ശബ്ദതയെ പരിഹസിച്ചു കുമിഞ്ഞ അവരുടെ മൗനത്തെ അയാൾതന്നെ ഞെരിച്ചു കളഞ്ഞു.

"എന്തൊക്കെയാണറിയേണ്ടത്?"

അവൾക്കു വല്ലാത്ത ആശ്വാസമായി. മനസ്സിൽ നിരയൊപ്പിച്ചുവെച്ച ചോദ്യങ്ങളിൽ ആദ്യത്തേതിനായി അവൾ പരതി. അവൾക്കു പരിഭ്രമമായി. അവൾ അയാളുടെ മുഖത്തേക്കു നോക്കി.

ആ വലിയ കണ്ണുകളിൽ ആകർഷകമായ ചുവപ്പുഛവിയുണ്ടായിരുന്നു. കറുത്ത പൂക്കളുള്ള ഒരു ഷെർവാണിയാണ് അയാൾ ധരിച്ചിരിക്കുന്നത്. ഒരു രുദ്രാക്ഷമാലയുടെ വിളുമ്പ് കഴുത്തിൽ അവൾക്ക് കാണാമായിരുന്നു.

അവ്യാഖ്യേയമായ ഗൗരവം പൊതിഞ്ഞ ആ മുഖത്ത് ഇതേവരെ ഒരു ചിരിയുടെ ഇതൾ നീർത്തുകയുണ്ടായില്ലല്ലോ എന്ന് അവൾ ആലോചിച്ചു.

"ഞാൻ വന്നത് ബുദ്ധിമുട്ടായെങ്കിൽ..."

അവൾ വാചകം മുഴുമിപ്പിച്ചില്ല.

അയാൾ പറഞ്ഞു.

"വന്നതു ബുദ്ധിമുട്ടായി. പക്ഷേ, വന്നില്ലേ. ഇനി ഉദ്ദേശ്യം നിറവേറ്റിപ്പോവുന്നതല്ലേ നല്ലത്?"

അപ്പോൾ ഒരു ചെറുചിരി ആ ചുണ്ടിൽ തുള്ളിത്തുളുമ്പി. അവളും ചെറുതായൊന്നു മന്ദഹസിച്ചു. അവളുടെ ഔപചാരികതയ്ക്കു നേരെയുള്ള ആ തുറന്നടിച്ച പറച്ചിൽ അവൾക്കു നന്നെ പിടിച്ചു.

"വല്ല എൻഗേജ്മെൻസും...?"

"ഉറങ്ങുകയായിരുന്നോ?"

"അല്ല, ഉണരാൻ ശ്രമിക്കുകയായിരുന്നു."

വീണ്ടും ഒരു ചിരി ചുണ്ടുകളിൽ വന്നുപോയി. അവൾക്ക് ഇത്തവണ ഒപ്പം ചിരിക്കാൻ അവസരം നല്കാതെ വേഗേന കടന്നുപോയ ചിരി.

"വീട്ടിൽ ദിവസവും ചെസ് കളിക്കാറുണ്ടോ?"

"ഉം."

"തനിച്ചോ, അതോ?"

"തനിച്ച്."

ഇത്തിരി കഴിഞ്ഞ് അയാൾ പറഞ്ഞുതുടങ്ങി:

"ചെസ് ബോർഡിനു മുന്നിലിരിക്കുമ്പോൾ ഒരിക്കലും ഞാൻ തനിച്ചല്ല. എനിക്ക് മുന്നിൽ ഒരു പാളയവും പടയാളികളുമുണ്ട്. എന്നോടു പോരിടാൻ ആനയും കുതിരയും കാലാൾപ്പടകളുമെല്ലാമുണ്ട്. ആ യുദ്ധഭൂമിയിൽ ഞാനെങ്ങനെയാണ് തനിച്ചാവുക. എല്ലാ അവമതികളുടെയും അപചയ

ത്തിന്റെയും മറവി അവിടെയാണ്.”

പതുക്കെ അയാളുടെ വാചാലതയ്ക്ക് ഉദാരത്വം കൈവരിക്കുകയായിരുന്നു. അയാൾ ഒരു സിഗരറ്റിനു തീ കൊളുത്തി. പുകവലിക്കുന്ന ശീലമുണ്ടായിട്ടും അയാളുടെ ചുണ്ടുകൾക്കിത്ര ചുവപ്പുണ്ടായതെങ്ങനെയെന്ന് അവൾ അത്ഭുതപ്പെട്ടു.

കവിൾ ചുളുക്കി ഇരുവശങ്ങളിലേക്കും പുകയൂതിവിടുന്ന അയാളുടെ ശീലം അവൾ പ്രത്യേകം ശ്രദ്ധിച്ചു.

“ലോകചാമ്പ്യനായിത്തീർന്നതിനെക്കുറിച്ച് എന്തു പറയുന്നു?”

അയാൾ പെട്ടെന്നു പറഞ്ഞു:

“വിധിവിഹിതമായ നിയോഗമെന്നല്ലാതെ എന്തു പറയാൻ.”

“അതിൽ കവിഞ്ഞ്... ഇതു പ്രതീക്ഷിച്ചിരുന്നോ... ജീവിതത്തിലെന്നെങ്കിലും ഇങ്ങനെയൊന്നുണ്ടാകുമെന്ന പ്രത്യാശ?”

“ലോകചാമ്പ്യനാകുമെന്ന് ഞാൻ ഒരിക്കലും കരുതിയതല്ല. പക്ഷേ, എന്നെന്നും ഈ യുദ്ധത്തിൽ എനിക്കു ജയിക്കണമെന്നുണ്ടായിരുന്നു. എതിരാളിയെ വെട്ടിവീഴ്ത്തി മുന്നോട്ടായാൻ പണ്ടുമുതലേ വലിയ ആശയായിരുന്നു.”

“പണ്ടുമുതലേ എന്നു പറഞ്ഞാൽ?”

“അതു വിശദമായി പറയേണ്ടുന്നതാണ്. എന്റെ മുത്തച്ഛനാണ് എന്നെ ചെസ് പഠിപ്പിച്ചത്. മുത്തച്ഛൻ കളിക്കുന്നതു കണ്ടുകൊണ്ടാണ് ഞാൻ വളർന്നത്. ചെറുതിലേ എനിക്ക് ഈ കളിയോടു വലിയ ഉൾപ്രിയം തോന്നിയിരുന്നു. പിന്നെ എന്റെ ഒരു ചെറിയച്ഛൻ. അദ്ദേഹം എനിക്ക് പരിശീലകനായി. പുതിയ തന്ത്രങ്ങൾ എന്നെ അഭ്യസിപ്പിച്ചത് ചെറിയച്ഛനാണ്. വളരുന്തോറും എന്റെ മനസ്സ് ഞാനറിയാതെ ചെസ് ബോർഡിനോട് ഒട്ടിപ്പിടിക്കുകയായിരുന്നു. അവസാനം ചെസ്ബോർഡ് എന്റെ മുന്നിലില്ലെങ്കിൽ എനിക്കു ഗ്രാഹ്യമില്ല, ധാരണകളില്ല, ജീവിതമില്ല എന്ന നിലവന്നു. ഈ ജീവിതത്തെ ഞാനുൾക്കൊള്ളുന്നത് ചെസിലൂടെയാണെന്നു പറയാം. ഒരേ സമയം ഇതെനിക്കൊരു വിനോദവും യുദ്ധവുമാണ്. ജീവിതത്തിൽ കൈക്കൊള്ളുന്ന വിനോദം. ജീവിതത്തോടുള്ള യുദ്ധം. എന്നെക്കുറിച്ചു ഞാൻ അറിയുന്നത് ചെസിലൂടെയാണ്. കരുക്കളുടെ ബന്ധങ്ങളിലൂടെ, നിയമങ്ങളിലൂടെ ഞാനീ ലോകത്തെയും തിരിച്ചറിയുന്നു. കെട്ടുപാടുകൾ നിറഞ്ഞ, കീറിപ്പൊളിഞ്ഞ ജീവിതത്തിലേക്ക് ചെസ്ബോർഡിൽനിന്നും പ്രകാശം നിറഞ്ഞ വഴികൾ വെട്ടിത്തുറക്കപ്പെടുന്നു.”

അയാളുടെ വാഗ്ധോരണിക്കിടയിൽ അവൾ നോട്ട് ബുക്ക് കൈയിലെടുത്ത് ധൃതിയിൽ കുറിച്ചുവെക്കാൻ തുടങ്ങി. അയാളുടെ മുഖത്തേക്ക് ഉറ്റുനോക്കിക്കൊണ്ടു കടലാസിലൂടെ അതിവേഗം പേന ചലിപ്പിക്കാൻ അവൾക്കു പ്രത്യേകമായ സാമർത്ഥ്യമുണ്ടായിരുന്നു. അയാൾക്കതു നന്നെ ഇഷ്ടപ്പെട്ടു. പിന്നെ അവളുടെ ചുറുചുറുക്ക്. കന്മഷമില്ലാത്ത ചിരി. കണ്ണടയ്ക്കുള്ളിലെ തിളക്കം. പതിഞ്ഞസ്വരത്തിലുള്ള മൂളൽ.

അയാൾ തുടരുകയായിരുന്നു.

"അന്തമില്ലാത്ത അനേകായിരം നിഗൂഢതകൾ നിറഞ്ഞ കളിയാണിത്. അനുനിമിഷം അജ്ഞാതങ്ങൾ ഇതിൽ പെരുകുന്നു. നീണ്ടുപോകുന്ന യുദ്ധം. ചിലപ്പോൾ ഈ യുദ്ധം കാലങ്ങളോളം നീണ്ടുപോയേക്കും. അനന്തതകളിലേക്ക് ഒരിക്കലും അവസാനിക്കാതെ..."

അയാളൊന്നു നിർത്തി.

"ഞാൻ പറയുന്നതു മനസ്സിലാകുന്നുണ്ടോ?"

അയാൾ വെറുതെ അങ്ങനെ ചോദിക്കുകയായിരുന്നു. നല്ല ബോധനശക്തിയുള്ള ഒരു സഹൃദയയാണ് തനിക്കു മുന്നിലിരിക്കുന്നതെന്ന് അയാൾക്കറിയാമായിരുന്നു. വാക്കുകൾക്ക് പര്യവസാനം കിട്ടാതെവന്നപ്പോൾ ഇങ്ങനെയൊരു ചോദ്യത്തിൽ അയാൾ വിരാമമിടുകയായിരുന്നു.

പക്ഷേ, അവളുടെ അതിയായ ജിജ്ഞാസ അയാളെ ഉണർത്തുക തന്നെ ചെയ്തു, പിന്നെയും.

ഒരു ചെസ് കളിക്കാരനുവേണ്ടുന്ന അവശ്യമായ ക്വാളിറ്റീസ് എന്തൊക്കെയാണെന്ന അവളുടെ ചോദ്യം അനന്തരമുണ്ടായി.

അയാൾ പറഞ്ഞു:

"എല്ലാ സാദ്ധ്യതകളെയും കളിക്കാരൻ അറിയണം. ബോർഡിൽ കണ്ണുകൾ ചൂഴ്ന്ന് നില്ക്കുമ്പോഴും അയാൾ മനക്കണ്ണുകൾകൊണ്ടു ലോകത്തെയാകെ കാണണം. സ്പർശിക്കണം. അറിയണം. വിചിന്തനം ചെയ്യണം. ഇതൊരു സൃഷ്ടിപരമായ പ്രക്രിയയാണ്. അഗാധമായ ആന്തരിക പ്രത്യക്ഷങ്ങളും വിഭാവനവൈഭവവും ഗണിതനിഗമനങ്ങളും ആവശ്യപ്പെടുന്ന പ്രക്രിയ. ഇതിലില്ലാത്തതൊന്നുമില്ല. യുദ്ധം, മഹായുദ്ധം, എന്നുതന്നെ പേരിട്ടുവിളിക്കണം. അതേസമയം അനുഭവം, സഹനം, ഖേദം, ഹർഷം, അനുഭൂതി, പക, ലഹരി – ഇതൊക്കെയല്ലേ ജീവിതം?"

"അപ്പോൾ നിങ്ങൾ ചെസ് ചാമ്പ്യനായ സ്ഥിതിക്ക് ജീവിതത്തിൽ ത്തന്നെ നിങ്ങൾ ചാമ്പ്യനായി എന്നർത്ഥം. അങ്ങനെ അനുമാനിക്കുന്നതിൽ തെറ്റുണ്ടോ? ജീവിതത്തെ നിങ്ങൾ കീഴ്പ്പെടുത്തി എന്നു ഞാൻ വിചാരിച്ചോട്ടെ?"

മുറിച്ചുമുറിച്ചുള്ള വാക്കുകളിൽ അവൾ പറഞ്ഞു തീർന്നപ്പോൾ അയാളുടെ മുഖം പെട്ടെന്നു വിവർണ്ണമായി. അയാൾ സോഫയിലേക്കു പതുക്കെ ശിരസ്സു ചായ്ച്ചു. ഒരു സിഗരറ്റ് കൂടി അയാൾ കത്തിച്ചു. തന്റെ ചോദ്യം അയാളെ തളർത്തിയെന്നും അയാളതു പ്രതീക്ഷിച്ചതല്ലെന്നും അവൾക്കു തോന്നി. അതൊരു അനാവശ്യമായ ചോദ്യമായിപ്പോയോ എന്ന് അവൾ പരിഭ്രമിച്ചു.

അയാൾ അവളുടെ മുഖത്തേക്കു നോക്കാൻ മടിച്ചു. ആ ചോദ്യത്തിന് ഉത്തരം പറയാൻ കഴിയാതെ അയാൾ വിഷമിക്കുകയാണ്.

"ക്ഷമിക്കണം, ഇങ്ങനെയൊരു ചോദ്യം വിഷമിപ്പിച്ചെങ്കിൽ ഞാനങ്ങനെ ചോദിച്ചില്ലെന്നു കരുതിയാൽ മതി."

അയാളൊന്നും പറഞ്ഞില്ല. അകത്തുനിന്നും ഒരു പോമറേനിയൻ പട്ടി ഓടിവന്ന് അയാളുടെ മടിയിലേക്കു കയറിയിരുന്നു. അയാൾ അതിന്റെ നെറ്റി

യിൽ അമർത്തി തടവി. തന്റെ മുഖത്തേക്കു ഉറ്റുനോക്കുന്ന പട്ടിയോട് അയാൾ ചോദിച്ചു:

"നിന്റെ ഉറക്കം കഴിഞ്ഞോടാടാ മോനേ? എന്നെ കാണാഞ്ഞു നിനക്കു സങ്കടം വന്നോടാ?"

സ്നേഹം ശബ്ദത്തിലും ചലനത്തിലും പട്ടി പ്രകടിപ്പിച്ചു. അയാളുടെ കവിളിൽ അത് മൃദുവായി നക്കി. ഒട്ടും വിസമ്മതം പ്രകടിപ്പിക്കാതെ അയാളത് അനുവദിച്ചുകൊടുത്തു. അവളപ്പോൾ നോട്ടുപുസ്തകത്തിൽ ആ കാഴ്ച കുറിക്കുകയായിരുന്നു.

വാതിൽക്കൽ പ്രായംചെന്ന ഒരു സ്ത്രീ പ്രത്യക്ഷയായി. ട്രേയിൽ തണുത്ത ഓറഞ്ചുനീരുമായി കടന്നുവന്ന ആ സ്ത്രീയെ അയാൾ അവൾക്കു പരിചയപ്പെടുത്തിയതേയില്ല. നേരത്തെ തനിക്കു വാതിൽ തുറന്നു തന്ന സ്ത്രീയെ പിന്നീടു കണ്ടതേയില്ലല്ലോ എന്ന് അവളോർത്തു. ടീപ്പോയിന്മേൽ ട്രേ വെച്ചു സ്ത്രീ കടന്നുപോയി. അയാൾ പറഞ്ഞു:

"കുടിക്ക്."

അവൾ പതുക്കെ ഗ്ലാസ് ചുണ്ടോടടുപ്പിച്ചു.

അയാൾ ഒറ്റവീർപ്പിനു വെള്ളം കുടിച്ചു ഗ്ലാസ് താഴെവച്ചു പറഞ്ഞു.

"നിങ്ങളുടെ ചോദ്യത്തിനു ഞാൻ ഉത്തരം തന്നില്ല. മനഃപൂർവ്വമല്ല. അതിന്റെ ഉത്തരം എനിക്കറിയില്ലെന്നു പറയുന്നതാണു ശരി. നിങ്ങളിവിടുന്നു പോയാലും ഈ ചോദ്യം എന്റെ മനസ്സിലുണ്ടാകും. ഒരുപക്ഷേ, നിങ്ങളെക്കുറിച്ചുള്ള എന്റെ എക്കാലത്തെയും ഓർമ്മയായി മാറിയേക്കാം ഈ ചോദ്യം."

അവൾക്കു ഖേദവും ഭയവും തോന്നി.

"ക്ഷമിക്കണം."

അവൾ പറയാൻ തുടങ്ങുകയായിരുന്നു. അയാൾ ഇടയ്ക്കു കയറിപ്പറഞ്ഞു:

"ഞാൻ കുറ്റപ്പെടുത്തി പറഞ്ഞതല്ല. ആ ചോദ്യത്തെ ആദരിച്ചതാണ്."

നിശ്ശബ്ദതയായിരുന്നു പിന്നെ.

ആ നിശ്ശബ്ദതയ്ക്ക് ഒരു സുഖമുണ്ടായിരുന്നു.

"എത്ര കുട്ടികളുണ്ട്?"

അവൾ തുടർന്നു ചോദിച്ചു.

അയാൾ ജാലകത്തിലൂടെ വിദൂരതയിലേക്കു കണ്ണയച്ചു.

പിന്നെ അവൾ കേട്ടു. ഒരു ഉരുവിടൽ പോലെ:

"എനിക്കു കുട്ടികളില്ല."

അവൾ വല്ലാതെയായി. വീണ്ടും കുറ്റബോധത്തിന്റെ കുഴിയിലേക്കു താൻ എടുത്തു ചാടിയോ?

"ഭാര്യ ഇവിടെയില്ലേ?"

അങ്ങനെയും ചോദിക്കാൻ അവൾക്കു തോന്നി. ചോദിച്ചു.

മറുപടി ഗൗരവം കുറഞ്ഞ ഒരു മൂളലായിരുന്നു.

അയാൾ പിന്നെ മൗനം ഭജിക്കുന്നതു കണ്ടപ്പോൾ ഇനി അങ്ങനെ

അവിടെയിരിക്കുന്നത് ഉചിതമല്ലെന്ന് അവൾക്കു തോന്നി. അയാളുടെ ഉത്സാഹമെല്ലാം താൻ ഒരു ചോദ്യംകൊണ്ടു കെടുത്തിക്കളഞ്ഞിരിക്കുന്നു.

അവൾ നന്ദി പറഞ്ഞുകൊണ്ട് എഴുന്നേറ്റു.

അയാൾ പട്ടിയെ താഴെയിറക്കി വിഷാദശബ്ദത്തിൽ ഇപ്രകാരം പറഞ്ഞു:

"ഇങ്ങനെയൊരു കൂടിക്കാഴ്ചയായിരിക്കില്ല നിങ്ങളുടെ സങ്കല്പത്തിൽ ഉണ്ടായിരുന്നത്. അല്ലെങ്കിലും സങ്കല്പങ്ങൾ എപ്പോഴും തകർന്നുപോവുകയേ ഉള്ളൂ. എനിക്കറിയാം, ഞാൻ നിങ്ങളെ നന്നായി നിരാശപ്പെടുത്തിയെന്ന്. നിങ്ങൾക്കു നല്ലൊരു സാദ്ധ്യത ഇല്ലാതാക്കിയതിന് - ക്ഷമിക്കൂ."

അവൾ ആ വാക്കുകളെ താൻ തികച്ചും സംതൃപ്തയാണെന്ന ഭംഗിവാക്കുകൊണ്ടു പ്രതിരോധിച്ചു. അപ്പോഴും തന്റെ മനസ്സിൽ ഈട്ടം കൂടിക്കിടക്കുന്ന ചോദ്യങ്ങളുടെ ഭാരം അവളറിയുന്നുണ്ടായിരുന്നു.

കൈ കൂപ്പി ഒരിക്കൽക്കൂടി നന്ദി പറഞ്ഞ് അവൾ ഇറങ്ങാൻ തുടങ്ങുമ്പോൾ അയാളുടെ ശ്യാമസാന്ദ്രശബ്ദം:

"ലോക ചെസ് ചാമ്പ്യൻ എന്നത് എനിക്കൊരു ബഹുമതിയോ പരിഹാസമോ എന്ന് ഞാൻ സംശയിക്കുകയാണ്. നിങ്ങളെന്നെക്കുറിച്ച് എഴുതുമ്പോൾ കഴിയുന്നതും അങ്ങനെ വിശേഷിപ്പിക്കാതിരിക്കൂ."

കോണിപ്പടികളൊന്നൊന്നായി ഇറങ്ങി അടഞ്ഞ വാതിലിനു മുമ്പിൽ അവർ ശങ്കിച്ചു നില്ക്കുമ്പോൾ മറ്റേതോ ഒരു വാതിലിലൂടെ കടന്നുവന്നു സ്ത്രീ, അവൾ ആദ്യം കണ്ട സ്ത്രീ, അയാളുടെ ഭാര്യ.

അവരുടെ മുഖത്ത് നോവുകളിൽ പിഴിഞ്ഞെടുത്ത ഒരു ചിരി നിറഞ്ഞു.

പോവുകയാണോ എന്ന് അവർ ചോദിച്ചു.

അവൾ അതെ എന്നു പറഞ്ഞു.

അവർ അവൾക്കു വാതിൽ തുറന്നുകൊടുത്തു.

അസംബന്ധനാടകത്തിൽനിന്ന്

ഒരൊറ്റ സ്ത്രീ മാത്രമുള്ള ആ നാടകത്തിൽ ഇരുപതിലേറെ പുരുഷന്മാർ കഥാപാത്രങ്ങളായുണ്ടായിരുന്നു. നിരർത്ഥക നാടക സമ്പ്രദായത്തിന്റെ ചുവടു പിടിച്ചെഴുതപ്പെട്ട ആ പരീക്ഷണനാടകം മിക്കവാറും അരങ്ങിൽ ഒരു വെല്ലുവിളിയായിത്തീർന്നിരുന്നു. പ്രേക്ഷകമനസ്സിന്റെ ആഴങ്ങളിലേക്കു ക്രമേണ അത് ഇറങ്ങിച്ചെല്ലുകയും നാടകശാലയിൽ പതിവിനു വിപരീതമായി മുഴക്കമുണ്ടാക്കുന്ന ഒരു നിശ്ശബ്ദത സൃഷ്ടിക്കപ്പെടുകയും ചെയ്തു. ഒരു തീപ്പെട്ടിക്കൊള്ളിപോലുമുരയുന്നില്ലല്ലോ! ഇരുപതു പുരുഷന്മാരുടെ നാല്പത് പരുന്തിൻ കണ്ണുകൾക്ക് മുന്നിൽ ചൂളിപ്പോകാതെ തന്റെ സ്വാതന്ത്ര്യബോധവും അവകാശവുമായി ധീരംവാഴുന്ന അവളെ പ്രേക്ഷകർ സ്വീകരിച്ചുകഴിഞ്ഞിരിക്കുന്നു. വലിയൊരു സാത്മീകരണം നടന്നുകഴിഞ്ഞിരിക്കുന്നു.

സത്യത്തിൽ രംഗത്തു പടിപടിയായെത്തുന്ന ആ ഇരുപത് പുരുഷന്മാരെ മാത്രമല്ല അവൾക്കു ചെറുത്തുനില്ക്കേണ്ടുന്നത്. പിന്നണിക്കാർ, രംഗസജ്ജീകരണക്കാർ, പ്രോംപ്റ്റർ, മാനേജർ എന്നിങ്ങനെ അരങ്ങത്തു പ്രേക്ഷകർക്ക് ഒരിക്കലും മുഖംകൊടുക്കാത്ത വേറെയും പൗരുഷങ്ങൾ തിരശ്ശീലയ്ക്കു പിന്നിൽ ഇരുളിൽ തരംപാർത്തു മദിച്ചുനടപ്പുണ്ട്.

രണ്ടു രംഗങ്ങളിലായി പൂർണ്ണമാകുന്ന നാടകത്തിന്റെ ഇടവേളയിൽ മാത്രമേ അവൾക്ക് അണിയറയിലേക്കു പിൻവാങ്ങേണ്ടതുള്ളൂ. ഒരിക്കലും നാടകത്തിന്റെ അകത്തേക്കു നിഷ്ക്രമിക്കാത്ത, ആദ്യന്തം നിറഞ്ഞുനില്ക്കുന്ന, സ്ത്രീത്വമായി രംഗം കൈയടക്കുന്ന അങ്ങനെയൊരു കഥാപാത്രത്തിന്റെ സ്രഷ്ടാവിനെ ആ പൗരുഷങ്ങളെല്ലാം ഉള്ളാലെ ശപിച്ചു തുപ്പുന്നുണ്ടാകണം. ഒരു ഉരസൽ പോയിട്ട് ഒരു ചെറുസ്പർശത്തിനു പോലും ഇടനല്കാത്ത ഇത്തരം സ്ത്രീ കഥാപാത്രങ്ങൾ അണിയറയെ നിർജ്ജീവമാ

ക്കുകയേ ഉള്ളൂ എന്ന് അവർക്കു ബോദ്ധ്യപ്പെട്ടു കാണണം. ഒരു അരങ്ങിന്റെ വിജയം അണിയറയുടെ ഓജസ്സിലാണു നിലനില്ക്കുന്നത് എന്നു മറന്നു കളഞ്ഞ ആ നാടകസ്രഷ്ടാവ് ഈ പരീക്ഷണനാടകത്തിൽ നിലംപരിശാകുകതന്നെ ചെയ്യും. അയാളുടെ പതനം ആത്മാവിന്റെ ഉത്സവമാക്കി മാറ്റും പൗരുഷങ്ങൾ.

എന്ത് അയുക്തികതകൊണ്ടാണ് അയാൾ ലോകത്തിന്റെ യുക്തിയെ ഖണ്ഡിക്കുന്നത്? ഏത് അർത്ഥംകൊണ്ടാണ് ലോകത്തിന്റെ അർത്ഥരാഹിത്യവുമായി അയാൾ ബന്ധം സ്ഥാപിക്കുന്നത്? അവളെ തൊടുന്നു. പിന്നെ ആലിംഗനം ചെയ്യുന്നു എന്ന് അയാൾ കൈയെഴുത്തുപ്രതിയിൽ എഴുതിവെച്ചിരിക്കുന്നു. തൊടാനായി, ആലിംഗനം ചെയ്യാനായി നീളുന്ന കൈ അനക്കാനാവാതെ നിശ്ചലമാകുന്നുപോലും. ഒന്നും സംഭവിക്കുന്നില്ലപോലും. സത്യത്തിൽ ഒരു സ്പർശം, ഒരു ഉരസൽ അവളും കൊതിക്കുന്നില്ലേ. അണിയറയിലെ ഇരുട്ടിലേക്ക് ഒരു നൊടിയിടയെങ്കിലും പിൻവാങ്ങി പൗരുഷങ്ങളെ മുട്ടിയുരുമ്മി ഉന്മേഷത്തോടെ വീണ്ടും അരങ്ങത്തെത്താനുള്ള ഇച്ഛ അവൾക്കുമുണ്ടാകില്ലേ. കനി കാട്ടി കൊതിപ്പിക്കുന്ന ഇച്ഛകൾക്കൊക്കെയും വിലങ്ങിടുന്ന നൈരാശ്യവും അസംതൃപ്തിയും സമ്മാനിക്കുന്ന ഈ പരീക്ഷണനാടകത്തിൽനിന്നും പഴയ ശാകുന്തളത്തിലേക്കു തന്നെ ഓടിയൊളിക്കാൻ അവൾ ഗാഢം ആശിക്കുന്നുണ്ടാകണം.

പക്ഷേ, കൺപോളയ്ക്കുള്ളിലെ മുത്തുപോലെ മകളെ കാത്തുസൂക്ഷിക്കുന്ന ആ അച്ഛൻ അരങ്ങും അണിയറയും വേർപിരിയുന്ന തിരശ്ശീലയ്ക്കരികിൽ ജാഗ്രതയോടെ നില്പുണ്ട്. അയുക്തിക നാടകത്തിന്റെ അസംബന്ധങ്ങളിൽ പല്ലു ഞെരിച്ചുകൊണ്ട് പഴയ ഹരിശ്ചന്ദ്രന്റെ, മാർത്താണ്ഡവർമ്മയുടെ രംഗജീവിതം കണ്ട കാലങ്ങളിലേക്ക് അയാളുടെ ഓർമ്മ ചില നേരങ്ങളിൽ തുളച്ചുകയറുന്നുമുണ്ട്. എന്നാൽ, ഓർമ്മകളിലൊന്നും വീണുകിടക്കാനുള്ള സമയമല്ല ഇതെന്ന, നാടകം തീരുംവരെ താൻ ജാഗരൂകനായിരിക്കണമെന്ന സ്വയം താക്കീതോടെ അയാൾ അരങ്ങത്തെ മകളുടെ ഓരോ ചലനങ്ങളെയും പൗരുഷങ്ങളുടെ ദാഹം പൊരിയുന്ന കണ്ണുകളെയും സൂക്ഷ്മം പിന്തുടരുകയാണ്.

മകളെ വേഷംകെട്ടാൻ വിട്ട് അകമ്പടി സേവിക്കുന്ന ഇപ്പണി നിർത്തണമെന്നു വയസ്സനായ ആ അച്ഛനെ അകംമനസ്സ് പ്രേരിപ്പിക്കാതെയില്ല. ഇതിനു കീഴെയുമുണ്ടല്ലോ പെമ്പിള്ളേർ മൂന്ന്. ആസ്ത്മക്കാരിയായ ഭാര്യക്കു ചികിത്സ. വഴി വേറെ എന്തുണ്ട്?

ഈ പൗരുഷങ്ങളെയൊക്കെ ആ അച്ഛന് ഈ വഴിയേ വന്നതുകൊണ്ടാകാം നന്നായറിയാം. കണ്ണൊന്നു തെറ്റിയാൽ അവർ കൊത്തുമെന്ന്. ഇരുളിന്റെ മറവിൽ എന്തും സംഭവിക്കുമെന്ന് അരങ്ങു മാത്രമാണു സുരക്ഷിതമെന്ന് അയാൾക്ക് ഉറപ്പുണ്ട്. യൗവനം ചീർത്തുപൊട്ടാറായ അവൾക്കു പുതിയ അനുഭവമാണിത്. അരങ്ങേറലാകട്ടെ ഇതു മൂന്നാമത്തേതും.

എന്നിട്ടും എത്ര സൂക്ഷ്മമമായി അവൾ ആ കഥാപാത്രത്തെ ഉൾക്കൊ

ള്ളുന്നു. അനുചിതമായ ഒരു കരചലനം പോലുമില്ല. തിളച്ചുമറിയുന്ന ഭാവങ്ങൾക്കു നല്ല ആർജ്ജവത്വം. അനായാസം ആ ഇരുപതു പുരുഷന്മാരെയും അവൾ മറികടക്കുന്നു.

രംഗത്തു മകൾ നേടിയെടുക്കുന്ന പ്രശംസകളിൽ ആനന്ദാശ്രുക്കൾ പൊഴിച്ചു തിരശ്ശീലയ്ക്കു പിന്നിൽ കാവൽ നില്ക്കുന്ന വയസ്സായ അച്ഛനു നേരെ പൗരുഷങ്ങൾ ഒന്നടങ്കം സ്നേഹംതുളുമ്പി ചെല്ലുന്നു. അച്ഛനെന്നും അമ്മാവനെന്നും മാറിമാറി വിളിക്കുന്നു. ചാരായക്കുപ്പിയിൽ മിലിട്ടറി റമ്മിൽ സ്നേഹം നിറച്ചു നീട്ടുന്നു. വയസ്സൻ എല്ലാം വിനയത്തോടെ നിരസിക്കുന്നു. ഒന്നു പുറത്തുപോകാം കാരണവരേ എന്നു ചുമലിൽ കൈവയ്ക്കുന്ന പ്രധാന പൗരുഷത്തെ ഭംഗിയായി അയാൾ ഒഴിവാക്കുന്നു. പ്രലോഭനങ്ങളിൽ വീണുപോകാത്ത ഒരു നല്ല അച്ഛനായി അണിയറയിൽ വയസ്സൻ ജീവിക്കുന്നു. അല്ല, അഭിനയിക്കുന്നു.

അയാൾക്കു വെള്ളം പൊട്ടുന്നുണ്ട് വായിൽ എന്നതു പരമാർത്ഥം. ഭംഗിയായി മിലിട്ടറി റം ഒറ്റവലിക്ക് അകത്താക്കുന്ന പൗരുഷങ്ങൾക്കു നേരെ കൊതിയേറുന്നുണ്ട്. എല്ലാം അടക്കി നിർത്തി മോഹങ്ങളിൽനിന്നെല്ലാം തന്നെ പിടിച്ചുകെട്ടി അരങ്ങത്തു ജീവിക്കുന്ന സ്ത്രീയെ സ്വയം മറക്കുന്ന പ്രേക്ഷകരെ അഭിമാനത്തോടെ അയാൾ കണ്ടുനില്ക്കുന്നു.

അസംബന്ധനാടകത്തിൽ വന്നുനിറയുന്ന അപരിചിതമായ, അന്ധാളിപ്പിക്കുന്ന അസംബന്ധങ്ങൾക്കിപ്പുറം ലഹരിയിൽ തിമർക്കുകയാണ് പൗരുഷങ്ങൾ – അവർ അരങ്ങത്തേക്കു ചുവന്നു തുടുത്ത കണ്ണുകളുമായി ദൗഷ്ട്യത്തോടെ കടന്നുചെല്ലുമ്പോൾ വയസ്സനു പേടിയാകുന്നുണ്ട്.

ഒന്നുമില്ല, എല്ലാം ഭദ്രം എന്ന് അയാൾ തുടർന്നു സമാധാനിക്കുന്നു. നാടകത്തിനു തിരശ്ശീല വീഴാൻ പോകുന്നു.

പൗരുഷങ്ങൾ അണിയറയിൽ തിരിച്ചെത്തിയിരിക്കുന്നു. രൂക്ഷമായ ഒരു ഗന്ധസാമ്രാജ്യത്തിൽ വയസ്സൻ നാസാരന്ധ്രങ്ങളെ അടച്ചുപൂട്ടി നില്ക്കുന്നു.

ജാഗ്രത്തിലേക്ക് ഉണരുന്ന അയാളുടെ കണ്ണുകൾക്കു മുന്നിൽ അരങ്ങത്ത് ആ സ്ത്രീകഥാപാത്രം തകർത്തു മുന്നേറുകയാണ്. അണിയറയിലെ ഇരുളിൻ മറവിൽ ഒരു പൗരുഷത്തിന്റെ കൊക്കിൽ അവളുടെ യൗവനം കീറിയൊലിക്കുന്നത് അയാളറിയുന്നില്ലല്ലോ! കഷ്ടം! കർട്ടൻ.

സാക്ഷിമൊഴി

സാക്ഷിമൊഴിക്ക് തണുപ്പാണ്.

വേവുന്ന കാലത്തിൽപ്പോലും അനുഗ്രഹിക്കപ്പെടാതെ വാക്ക് ഇങ്ങനെ തണുത്തുകൊണ്ടേയിരുന്നു. വറുതിയുടെ ഇക്കാലത്ത് ചോരയിറ്റുന്ന ഒരില ഏതു മരത്തിന്റെ ശിരസ്സിൽനിന്നാണ് ഊരിപ്പോന്നതെന്ന് അറിയാനായി ഉത്കണ്ഠപ്പെട്ടു നടന്ന ദിലീപൻ എന്റെ ചങ്ങാതിയല്ല. അല്ലെങ്കിലും നമ്മുടെയൊക്കെ ചങ്ങാത്തം ബാഹ്യമായ പൊങ്ങച്ചപ്രകടനങ്ങളിൽ നിഷ്ഫലമായിത്തീരുന്നു. അതുകൊണ്ട് അത്തരം വിശേഷണങ്ങൾ അപ്രസക്തമാകുന്നു.

പക്ഷേ, ദിലീപൻ എന്ന പത്രപ്രവർത്തകനെ എനിക്ക് അറിയാം. ചെറിയ ഒട്ടേറെ ആൾക്കൂട്ടസംവാദങ്ങളിൽ ഞങ്ങൾ പരസ്പരം അഭിമുഖീകരണം നല്കിയിട്ടുണ്ട്. അതിനൊക്കെയും പ്രകടനപരത ഉണ്ടായിരുന്നുതാനും. എന്നെപ്പോലുള്ളവരുടെ പ്രഭാതങ്ങളുടെ മനസ്സിന് ദിലീപന്റെ സത്യസന്ധവും നിതാന്തജാഗ്രവുമായ അന്വേഷണഫലങ്ങൾ നിറവുകളായിരുന്നു. തണുത്ത പുലരികളിലെത്തുന്ന പത്രക്കടലാസിൽനിന്നും അയാളുടെ വാക്കു മാത്രം മനസ്സിൽ തീയാളിക്കുന്നതായി പലവുരു എനിക്ക് തോന്നിപ്പോയിട്ടുണ്ട്. അപ്പോഴൊക്കെയും വാക്ക് തണുത്തുകൊണ്ടേയിരിക്കുന്നു എന്ന എന്റെ ബോദ്ധ്യപ്പെടൽ ഞാൻ വീണ്ടുവിചാരത്തിനെടുത്തു. ചുരുക്കത്തിൽ ദിലീപൻ എന്ന പത്രപ്രവർത്തകനോടുള്ള എന്റെ മമത അയാളുടെ സാഹസികമായ മുന്നേറ്റങ്ങളിൽനിന്നും ചെറുത്തുനില്പുകളിൽനിന്നും അപകടസാദ്ധ്യതകളിൽനിന്നും ഉണ്ടായിത്തീർന്നു. പക്ഷേ, ഈയൊരിഷ്ടം നേരിൽ സ്പഷ്ടമാക്കാനോ അയാളെ ആവേശപൂർവ്വം പ്രകീർത്തിക്കാനോ അവസരങ്ങൾ ലഭിച്ചിട്ടും എന്റെ ദുരഭിമാനം അനുവദിക്കുകയുണ്ടായില്ല.

എന്നെപ്പോലുള്ളവരുടെ മനസ്സ് ഇങ്ങനെയൊക്കെ ദിലീപനോട് വിളിച്ചു പറഞ്ഞിട്ടുണ്ടാകണം.

ധീരമായി, നിത്യനൂതനമായി താങ്കൾ ഈ പ്രതിഷേധവും പ്രതിരോധവുമായി മുന്നോട്ടു പോവുക; ഞങ്ങളുടെ പ്രഭാതങ്ങൾക്ക് വീറിന്റെ തീ എറിഞ്ഞുതരിക; നേരൊളിപ്പിച്ച് നെറികേടുമായി വരുന്ന നീചരൂപങ്ങളെ തകർത്തെറിയുക. ഏറ്റവും സത്യസന്ധമായ വാക്കായി ഞങ്ങൾക്കു മുന്നിൽ ആളി നില്ക്കുക.

ഒരു ദിവസം കോടതിമുറിയിൽ എന്റെ മേശയ്ക്കു മുന്നിൽ ചിരിച്ചു കൊണ്ട് ദിലീപൻ. നാടാകെ നാണിപ്പിച്ച ഒരഴിമതിക്കേസിന്റെ ചില രഹസ്യങ്ങൾ എന്നിൽനിന്ന് അറിയാനായിരുന്നു ദിലീപന്റെ വരവ്. ദിലീപന്റെ നിറഞ്ഞ ചിരി ഞാൻ ഏറ്റുവാങ്ങി. ഞങ്ങൾ കാന്റീനിലേക്കു നടന്നു. ചൂടുള്ള ചായ ഊതിക്കുടിക്കുന്നതിനിടയിൽ ആദ്യമായി ഞാൻ ദിലീപനെ അഭിനന്ദനങ്ങളാൽ പൊതിഞ്ഞു. അയാളോടുള്ള എന്റെ ആരാധന മുഴുവനും വാക്കുകളിൽ വിതുമ്പി. അറിയുന്ന സത്യമെല്ലാം ഞാൻ അയാൾക്ക് ഉദാരമായി നല്കി. അയാളുടെ പത്രത്തിന്റെ നിലപാട് മതിയാവോളം ശ്ലാഘിച്ചു. മന്ദസ്മിതത്താലേ എല്ലാ തലകുലുക്കിക്കേട്ട് നന്ദിപൂർവ്വം ദിലീപൻ യാത്ര പറഞ്ഞു. ഒരു ദിവസം അയാളുടെ മുറിയിലേക്കു ചെല്ലാൻ എന്നെ ക്ഷണിക്കുകയുമുണ്ടായി.

നാളുകൾക്ക് മുമ്പാണ് ഇതൊക്കെയും. അതിൽപ്പിന്നെ ഞാൻ ദിലീപനെ കണ്ടിട്ടില്ല. പത്രവാർത്തകളിലൂടെ മാത്രം അയാൾ നെഞ്ചിൽ ദീപിച്ചുനിന്നു. ആ പത്രത്തിന്റെ പ്രചാരം കുത്തനെ കയറിപ്പോകുന്നതായി സായാഹ്നസൗഹൃദസംഘം ഒച്ചവെക്കുന്നത് ഞാൻ കേട്ടുകൊണ്ടേയിരുന്നു. ദിലീപൻ പേരുവെച്ചെഴുതുന്ന ഓരോ ലീഡ് ന്യൂസും ഞങ്ങൾക്ക് വായിട്ടലച്ചു നേരംപോക്കാനുള്ള ഉപാധിയായി. പ്രഭാതങ്ങളിലും സായാഹ്നങ്ങളിലും അങ്ങനെ ദിലീപൻ സജീവചൈതന്യമായി.

പിന്നീട് ദിലീപനെ കണ്ടുമുട്ടാത്തതുകൊണ്ട് എനിക്ക് അയാളുടെ വാടകമുറിയിലെത്തിപ്പെടാനോ അന്നത്തെ ഹ്രസ്വസൗഹൃദത്തിന് ദാർഢ്യം നല്കാനോ കഴിഞ്ഞില്ല. കോടതി മുറിയിൽ വാർത്തകൾ തേടി അയാൾ അതിൽപ്പിന്നെ വരികയുമുണ്ടായില്ല. നാളേറെ കഴിയുമ്പോൾ എന്തുകൊണ്ടോ പത്രത്തിലും ദിലീപൻ ഇല്ലായ്മയായി മാറിക്കൊണ്ടിരുന്നു. ആഴ്ചയിൽ ഒന്നോ രണ്ടോ ദിവസം മാത്രം അയാളുടെ പേരിൽ പ്രത്യക്ഷപ്പെടുന്ന വാർത്തകൾക്കാകട്ടെ വല്ലാത്ത തണുപ്പ്. ഇത് എന്റെ മാത്രം തോന്നലല്ലെന്ന് മറ്റുള്ളവരും അങ്ങനെ പറഞ്ഞപ്പോൾ ഞാൻ നിശ്ചയിച്ചു. ആവർത്തിക്കുമ്പോൾ മടുക്കുന്ന നന്മ ദിലീപന്മാരെ ലോകത്തിനു നഷ്ടപ്പെടുത്തിക്കൂടല്ലോ എന്നത് എന്റെ ഒരു വിചാരം മാത്രം.

എന്തോ ദിലീപൻ പിന്നീട് പ്രഭാതങ്ങളിലെ എരിവോ വീര്യമോ ആയില്ല. പതുക്കെ ഒരു വിസ്മൃതിയായി, ഞങ്ങളുടെ അലസമായ ഓർമ്മയായി അയാൾ മാറിക്കൊണ്ടിരിക്കെ ആകസ്മികമായി ഒരു ദിവസം ദിലീപന്റെ നാവ് തീ തുപ്പി. നേരിന്റെ തീയേറ്റ് ഞങ്ങളുടെ അത്രയൊന്നും രമ്യമല്ലാത്ത

പ്രഭാതത്തിന് മങ്ങലേറ്റു. ആ നേര് ഞങ്ങൾക്കിടയിൽ പുകഞ്ഞുകൊണ്ടിരിക്കേ ദിലീപനെ കാണാനും ആദരിക്കാനും ഞാൻ ആഗ്രഹിച്ചു. എന്നാൽ, ഞാൻ അയാളെ കാണുകയുണ്ടായില്ല. അയാളുടെ വാടകമുറി അന്വേഷിച്ചുപോകാനുള്ള സാവകാശം എനിക്കു കിട്ടിയതുമില്ല.

പിന്നെയൊരു മഞ്ഞുവീഴുന്ന പ്രഭാതത്തിൽ സിഗരറ്റിനു തീ കൊളുത്തി തലയിൽ മഫ്ളർ ചുറ്റി തെരുവിനപ്പുറത്തെ ചെറിയ തട്ടുകടയിലേക്ക് കാപ്പി കുടിക്കാനായി പോകുകയായിരുന്നു ഞാൻ. അപ്പോഴാണ് തെരുവുഭിത്തികൾ നിറയെ പതിച്ച ആ പോസ്റ്റർ ശ്രദ്ധയിൽപ്പെട്ടത്. ഒരു പോസ്റ്റർ വായിച്ചു വിശ്വസിക്കാൻ കഴിയാതെ ഞാൻ അടുത്തതിലേക്ക് കണ്ണോടിച്ചു. ദിലീപൻ എന്ന പത്രപ്രവർത്തകന് തെരുവുകോടതി ഇരുപത്തിയഞ്ചു ചാട്ടവാറടി ശിക്ഷയായി നല്കുന്നു. സമയം വൈകുന്നേരം അഞ്ചുമണി. സ്ഥലം രാഷ്ട്രപിതാവിന്റെ പ്രതിമാസന്നിധി. എല്ലാവരേയും ക്ഷണിക്കുന്നു.

ഞാൻ ഉണരുകയല്ല, സ്വപ്നം കാണുകയല്ല, ഉണർന്നെണീറ്റുവരികയാണ്. എനിക്കു മുന്നിൽ ആ പോസ്റ്റർ മാത്രം നിറഞ്ഞുനില്ക്കുന്ന ലോകം.

തിരക്കിട്ടു മടങ്ങിപ്പോന്നു ഞാൻ പത്രത്തിലാകെ പരതിനോക്കി. അങ്ങനെയൊരു വാർത്തയേയില്ല പത്രത്തിൽ. എനിക്കൊന്നും മനസ്സിലായില്ല. മറ്റുള്ള പത്രങ്ങളിലും ഇല്ല അതിന്റെ ഒരു സൂചനപോലും. കണ്ടുമുട്ടിയവരോടൊക്കെയും അന്വേഷിച്ചു. എല്ലാവരും കൈമലർത്തി. വിളംബരത്തെ തീർത്തും അവിശ്വസിക്കാനും മനസ്സുവന്നില്ല.

കോടതിമുറിയിൽ ഫയലിൽ ദിലീപന്റെ മുഖം. മറ്റെല്ലാവരും ആ വിളംബരം അറിഞ്ഞിട്ടുണ്ട്. ആരുമൊന്നും മിണ്ടുന്നില്ല. ഉച്ചയ്ക്കുശേഷവും അങ്ങനെയൊരു വിഷയമേ അവിടെ ആരും ചർച്ചയ്ക്കെടുത്തില്ല. എനിക്ക് വല്ലാത്ത ഈർഷ്യ വന്നു തുടങ്ങി. രാവിലെ വാങ്ങിയ ഒരു കൂട് പനാമയും എരിഞ്ഞുതീർന്നിരിക്കുന്നു. ഞാൻ പുറത്തേക്കിറങ്ങി നടന്നു. വൈകുന്നേരമായിരിക്കുന്നു. തെരുവായ തെരുവൊക്കെയും ആ പോസ്റ്റർ തന്നെ കാണുകയുണ്ടായി. പിന്നെയും പിന്നെയും ഞാൻ അതു വായിക്കുകയുണ്ടായി.

നേരം അഞ്ചുമണിയാകാറായി. രാഷ്ട്രപിതാവു വെയിൽ കൊള്ളുകയാണ്. ഞാൻ അദ്ദേഹത്തിന്റെ പേരുകിട്ടിയ അഴുക്കുവെള്ളം കെട്ടിനില്ക്കുന്ന റോഡിൽ ആ സന്നിധിയിലെത്തി. ആൾക്കൂട്ടം അവിടെ ഇരമ്പുകയായിരുന്നു. ദൂരെ ചെണ്ടകൊട്ടായി. ഒരു ചാവാലിക്കഴുതയുടെ എഴുന്നള്ളത്തായി. കഴുതപ്പുറത്ത് ദിലീപൻ. ഞാനെന്റെ കണ്ണുകളെ അപ്പോഴും അവിശ്വസിച്ചു.

രാഷ്ട്രപിതാവിനു മുന്നിൽ കഴുതനിന്നു കിതച്ചു. എന്തൊക്കെയോ ആക്രോശങ്ങൾ ഉയർന്നുകേട്ടു. പിന്നീട് ആൾക്കൂട്ടത്തിന്റെ തള്ളലിൽപ്പെട്ടു ഞാൻ പിന്നിലായിപ്പോയി. അതുകൊണ്ടു കുറ്റപത്രം വായിച്ചതു കേൾക്കാൻ കഴിഞ്ഞില്ല. ചാട്ടവാറേന്തി കഴുതയ്ക്കു പിന്നിൽ വന്നവർ തയ്യാറെടുക്കുന്നത് ഒരു നോക്കിൽ കാണാൻ കഴിഞ്ഞു.

ഒന്നാമത്തെ അടിവീണു.
ഞാൻ കണ്ണടച്ചു.
രണ്ടാമത്തെ അടിവീണു.
ഞാനുമൊന്നു പുളഞ്ഞു.
മൂന്നാമത്തെ അടിവീണു.
ആരൊക്കെയോ കൈയടിച്ചു.
നാലാമത്തെ അടിവീണു.
ആൾക്കൂട്ടമാകെ കൈയടിച്ചു.
അപ്പോൾ ഞാനും കൈയടിച്ചു.

നന്മയുടെ പാഠപുസ്തകം

രാവിന്റെ നെഞ്ചെരിയുന്ന ഈ അശാന്തരോദനങ്ങൾ എവിടുന്നാണ്? ഏതു പെണ്ണാണ് നിലവിളിക്കുന്നത്?

ആരാണ്, ആരാണിങ്ങനെ...

പുരയുടെ പിന്നാമ്പുറത്തെ വാഴത്തോപ്പിൽ തരിച്ചുനിന്നുപോയി അന്തോണി. നിലവിളിക്കുന്നവർ അന്തോണിക്ക് നരകമുണ്ടാക്കുന്നു. ത്രേസ്യയായാലും ഫിലോമിനയായാലും ആരായാലും നിലവിളിച്ചാൽ അന്തോണി തപിച്ചുപോകും.

ഈ ഭൂമുഖത്തിലെ എല്ലാ പുരയിലും ഒളിപ്പിച്ച വേദനകളുണ്ട്. പുതപ്പിച്ച ദുഃഖങ്ങൾ ഉണ്ട്. പുറമേക്കു തികട്ടുന്ന പെരുപ്പിച്ച ഹർഷങ്ങളുമുണ്ട്. നൊന്തുപൊള്ളുന്ന പുരയിൽനിന്ന് ഒരു ചെമ്പിൻചീളുപോലും കട്ടുകൂടാ എന്ന് അന്തോണിക്ക് നിർബ്ബന്ധമുണ്ട്. നോവുകൾ നിരയ്ക്കുന്ന ഒരു പുരയിൽനിന്നും അയാൾ ഇതേവരെ മോഷ്ടിച്ചിട്ടില്ല. എല്ലാം സമൃദ്ധിയാലെ ചിരിക്കുന്ന പുരയിൽനിന്നുമാത്രം.

നിലവിളി ഉയർന്നുപൊങ്ങുന്ന പുരയുടെ പിന്നാമ്പുറത്തെ വാഴത്തോപ്പിൽ അന്തോണി ആലോചിച്ചുനിന്നു പോകുകയാണ്. ആരാണ്, ഏതു പെണ്ണാണ് നിലവിളിച്ച് അന്തോണിയുടെ മനം കെടുത്തുന്നത്? ഒരു മോഷ്ടാവിന്റെ തുച്ഛമായ പ്രചോദനസമയം ആരാണിങ്ങനെ പിരിച്ചു കളയുന്നത്?

കേൾക്കേണ്ട ഈ നിലവിളി. തന്നെ നോക്കി മന്ദഹാസം ചെയ്യുന്ന വാഴക്കുലകൾ ഒന്നൊന്നായി അരിഞ്ഞു വീഴ്ത്തി അടുത്ത ചൊവ്വാഴ്ച ചന്തയിലേറുകതന്നെ. അന്തോണി അങ്ങനെ തീരുമാനിച്ചു.

അതൊരു ക്ലേശം തന്നെയായിരുന്നു. നിലവിളികൾ അന്തോണിയെ വിട്ടുപോയില്ല. വ്യർത്ഥമായിപ്പോയ ആ യത്നത്തിൽ അന്തോണി മുട്ടുകുത്തി. സ്വയം പഴിയെറിഞ്ഞു. ഇന്നലെയും നീ കട്ടതല്ലേ കഴുവേറി. ഇന്ന്

കക്കാതെ മടങ്ങിപ്പോ. ഇതൊരു നൊന്തുപൊള്ളുന്ന പുരയാണ്. നിലവിളി പെരുച്ചാഴിയെപ്പോലെ കുറുകി വന്ന് അന്തോണിയെ വിഴുങ്ങി. അരിഞ്ഞിട്ട ഒന്നാമത്തെ വാഴക്കുല അതിന്റെ മൂട്ടിൽത്തന്നെ ചാരിവെച്ച് അയാൾ പിച്ചാത്തി ഇടുപ്പിൽ തിരുകി. ഛെ, ഛെ എന്നു പലപാടു പറഞ്ഞു പുരയുടെ പിൻമുറ്റത്തേക്കു പതുക്കെ ചെന്നു.

ജാലകത്തിലൂടെ അന്തോണി പുരയ്ക്കകം കണ്ടു. കരയുന്ന പെണ്ണിനെ കണ്ടു. പെണ്ണിനെ സമാധാനിപ്പിക്കാൻ പാടുപെടുന്ന അമ്മയെ കണ്ടു. അന്തോണിക്ക് ഒന്നും വിചാരിക്കാനായില്ല. പെണ്ണെന്തിനു കരയുന്നു എന്നൊരു പിടിയും കിട്ടിയില്ല. കുറെനേരം ആ ജാലകത്തിലൂടെ കരയുന്ന പെണ്ണിനെ കണ്ടങ്ങനെ നിന്നുപോയ അന്തോണിക്ക് പിന്നെ കരയുന്ന അമ്മ യെക്കൂടി കാണേണ്ടിവന്നു. അതോടെ അയാൾക്കു നെഞ്ചുവെന്തു. നാശം പിടിച്ച ആ രാത്രിയുടെ ശിരസ്സിലേക്കു മൂകമായി ഒരു ശാപമെറിഞ്ഞ് പെണ്ണിൻ കരച്ചിലിൻ കാരണം തരിമ്പുപോലുമറിയാതെ അറിയാൻ മെന ക്കെടാതെ വേഗംവെച്ച് അന്തോണി നടന്നുപോയി. വേദനയില്ലാത്ത, നില വിളികളില്ലാത്ത ഒരു പുരതേടി അന്തോണിയങ്ങനെ നടക്കെ പെരുച്ചാഴി കൾ വീണ്ടും വന്നു. പെരുച്ചാഴികൾ ഇത്തവണയും നിലവിളികൾതന്നെ യായിരുന്നു. സമീപത്തുള്ള പുരയിൽനിന്നെല്ലാം ഉയർന്നുകേട്ട നിലവിളി കൾ പെണ്ണിന്റേതുതന്നെ എന്നറിഞ്ഞപ്പോൾ അന്തോണിക്ക് അമ്പരപ്പായി. എന്തിനാണ് പെണ്ണുങ്ങൾ ഇങ്ങനെ നിലവിളിക്കുന്നത്? മറ്റൊരു പുരയുടെ ജാലകോരത്തും അയാളുടെ ഉത്കണ്ഠയുടെ കണ്ണുകൾ ചെന്നു. അവി ടെയും കരയുന്നതൊരു പ്രായംചെന്ന പെണ്ണുതന്നെയെന്ന യാഥാർത്ഥ്യം അയാളെ മർദ്ദിച്ചു. അവിടെ ആ പെണ്ണ് നിലവിട്ട് എന്തൊക്കെയോ വിളിച്ചു കൂവുന്നു. അവളെ പിടിച്ചു കുതറിപ്പോകുന്ന അമ്മ. ദീനയായി അവർ മോളേ എന്നു വിളിച്ചാർക്കുന്നു. അന്തോണിയുടെ മനസ്സു വിണ്ടു രണ്ടായി അതു കണ്ട്.

ഈ പുരയിലെല്ലാം കരച്ചിലുകളേ ഉള്ളൂ. സങ്കടപ്പുഴകളേ ഉള്ളൂ. വാഴ ക്കുലകളില്ല. വെള്ളരിക്കയും ഇളവനുമില്ല. പൊന്നും പണവുമില്ല. അതി ശയത്തെ കൂട്ടിനുവിളിച്ച് അന്തോണി വേഗം നടന്നു. നിലവിളികൾ പെണ്ണിൻതൊള്ളയിൽനിന്നു മാത്രം പിന്നെയുമുയർന്നു. ഗ്രാമത്തിലെ മിക്ക പുരയിൽനിന്നും പെണ്ണുങ്ങൾ ഇങ്ങനെ കരയുന്നതെന്തുകൊണ്ട്? നിലവി ളികളുടെ ഒരു ഗ്രാമത്തിലായിപ്പോയല്ലോ. തന്റെ ഈ അഭിശപ്തരാത്രി യെന്ന് ഓർത്ത് അന്തോണിക്കു സഹികെട്ടു.

ഒരു വേള അന്തോണി ആലോചിച്ചുപോയി. ഏതെങ്കിലുമൊരു പുര യിൽ കയറിച്ചെന്നു കരച്ചിലിന്റെ കാരണം തിരക്കിയാലോ? ഒരു മോഷ്ടാ വിന്റെ മനസ്സ് മറ്റുള്ളവർക്ക് എളുപ്പത്തിൽ വായിക്കാവുന്നതല്ല എന്ന അനു ഭവപാഠമോർത്ത് അതുവേണ്ടെന്നുവെച്ച് അന്തോണി അങ്ങനെ നടന്നുപോ യി. നിലവിളികൾ കേട്ടും കാഴ്ചകൾ കണ്ടുംപോയി.

എല്ലാ നിലവിളികളും പെണ്ണിന്റേതാകുന്നു.

ദൈവമേ, ദൈവമേ പെണ്ണിന്റെ നെഞ്ചിൻചിറ ആരാണു പൊട്ടിച്ചു കള ഞ്ഞത്?

പെണ്ണിന്റെ നിലവിളി വലിയൊരു തീ തന്നെയെന്ന് അന്തോണിക്ക് ഉറപ്പാകുന്നു. ഇപ്പോൾ ഗ്രാമത്തിൽ കാട്ടുതീയാണ്. ഈ തീയിൽ താനും ഉരുകിപ്പോകും.

അനന്തരം അന്തോണി കുറെ കരയാത്ത പുരകൾ കണ്ടു. ആശ്വാസമായി. എന്നാലവിടെ ചുടലയിലേതുപോലെ നിശ്ശബ്ദത. ചുടലക്കല്ലുകൾപോലെ യുവതികൾ. ഏതോ വിപത്തിന്റെ ആഴക്കയത്തിലേക്കെന്നോണം അവർ തുറിച്ചു നോക്കുന്നു. പേടിയാളുന്ന പുരകൾ. മൗനം പെരുക്കി ഭ്രാന്തുപിടിച്ച് പൊട്ടിത്തെറിച്ചേക്കാം ഏതു നിമിഷവും അപ്പുരകൾ. അന്തിച്ചു നില്ക്കെ ചീറിയടിക്കുന്ന രാക്കാറ്റ്. തന്റെ മാർഗ്ഗവും ലക്ഷ്യവും അന്തോണിയെ മറികടന്നുപോയി.

തന്റെ പുരയെപ്പറ്റി, ത്രേസ്യയേയും ഫിലോമിനയേയും പറ്റി അന്തോണി അനുക്ഷണമാലോചിച്ചു. അവരുമിങ്ങനെ നിലവിളിക്കുകയായിരിക്കുമോ? വല്ലാത്തൊരു ഭയം അന്തോണിയിൽ തുളിച്ചു. തണുത്ത രാക്കാറ്റിൽ വിറച്ച് എന്തോ ചിന്തിച്ചുറപ്പിച്ചതുപോലെ അയാൾ അവിടെനിന്നു വേഗം നടന്നുപോയി. മകൾ ത്രേസ്യയും കെട്ടിയോൾ ഫിലോമിനയും ഉള്ളിലുണർത്തിയ പേടിയുടെ കരിന്തുടിയൊച്ചകളുമായി അന്തോണി വലിഞ്ഞു നടന്നു.

ഒരു മോഷ്ടാവിന്റെ രാത്രിയങ്ങനെ വൃഥാവിലായി. തന്ത്രപൂർവ്വമായ ഒരു മോഷണത്തിനു താൻ തെരഞ്ഞെടുത്ത ഗ്രാമം അന്തോണിയെ നോക്കി ഗൂഢമായി ഹസിച്ചു.

ഗ്രാമഹൃദയത്തിലെ നിഗൂഢരഹസ്യങ്ങൾ കവരാനാവാതെ, നിലവിളികളെ കാതിൽനിന്ന് ആട്ടിയോടിക്കാനാവാതെ അന്തോണി കനച്ച രാത്രിയിൽ തന്റെ പുരയിലെത്തി.

വിളക്കിന്റെ പ്രകാശം പൊലിപ്പിച്ച ത്രേസ്യയുടെ മുഖത്തു കണ്ണീരുണ്ടോ കദനമുണ്ടോ എന്നായിരുന്നു ആദ്യശ്രദ്ധ. ഫിലോമിനയ്ക്കു വേവലാതികളുണ്ടോ?

നെടുതായൊന്ന് നിശ്വസിച്ച് അന്തോണി കയറിയത് ത്രേസ്യയുടെ പതിനേഴാം പിറന്നാളിൻ പടികളാണ്. മോളുടെ പിറന്നാളിനു കൂടാൻ അപ്പനു ഭാഗ്യമുണ്ടായിരിക്കുന്നു. അല്ലെങ്കിൽ നിലവിളികൾ പറഞ്ഞുവിട്ട അന്തോണി ഇവിടെ എത്തപ്പെടുമായിരുന്നോ?

വാത്സല്യത്തിന്റെ കൈപ്പടത്തിൽ മോളുടെ മുഖം പൂഴ്ത്തി അന്തോണി ഒരുമ്മവെച്ചു. അപ്പോൾ അയാൾ ഗ്രാമപ്പുരകളിലെ വിലപിക്കുന്ന പെൺകുഞ്ഞുങ്ങളെ ഓർത്തു. ത്രേസ്യയിൽ തുള്ളിത്തുളുമ്പിയ അതിയായ സന്തോഷവും അവൾവെച്ച കൂവപ്പായസവും അന്തോണി മോന്തിക്കുടിച്ചു. അച്ഛൻ വരുമെന്ന വിശ്വാസത്താലെ മോൾ വിളമ്പിവെച്ച പിറന്നാളത്താഴം വയറു നിറച്ചുണ്ടു.

“വരുമെന്നുതന്നെ പെണ്ണിനു വാശി. ഞാൻ പറഞ്ഞതാ കാക്കണ്ടാന്ന്. ഇപ്പം പെണ്ണുതന്നെ ജയിച്ചു.”

പരിഭവച്ചുവയിൽ ഫിലോമിന പറഞ്ഞു. അന്തോണി ചിരിച്ചു.

ഈ പിറന്നാളിനും മോൾക്ക് ഒന്നും കൊടുക്കാനായില്ലല്ലോ എന്നു ഖേദത്തോടെ വിചാരിച്ചു. നാലഞ്ചു കരിവളകളും ഒരു ചാന്തുകുപ്പിയും അവളുടെ കൈയിൽ വച്ചുകൊടുക്കാൻ കഴിഞ്ഞില്ല. ചിട്ടപ്പടികളൊക്കെ തകർന്നു പോകുന്ന ഒരു മോഷ്ടാവിന്റെ ജീവിതം മോളെങ്ങനെ വായിക്കാനാണ്? അവളതു വായിക്കുന്നതിനു മുന്നേ കേമനായ ഒരുത്തന്റെ കൈയിലേല്പിച്ചു കൊടുക്കണം.

ഗ്രാമത്തിലെ നീണ്ടുപരന്ന വാഴത്തോപ്പുകൾ തേടിയല്ല പിന്നെ അന്തോണിയുടെ ഓർമ്മ പോയത്. നിലവിളിക്കുന്ന പുരകൾ തേടിയാണ്. എന്തായിരുന്നു ആ നിലവിളിക്കൊക്കെയും കാരണം?

അടുക്കളയിൽ കലവും തവിയുമുറങ്ങിയപ്പോൾ ത്രേസ്യയും ഫിലോമിനയും ഉമ്മറത്ത് അന്തോണിയുടെ ചാരെ വന്നു. അന്തോണിയപ്പോൾ തന്റെയൊരാശ വെളിക്കു നീട്ടി.

"മോളേ, നീയൊന്നു പാടെടീ."

കുഞ്ഞുന്നാൾ മുതൽ മോൾ പാടി പതിയിക്കാറുള്ള പാട്ട് പിറന്നാളിനു പാടി കേൾക്കാൻ അപ്പനു കൊതി. ത്രേസ്യയുടെ മുഖത്തെ ചിരി പെട്ടെന്നു മാഞ്ഞു. പിറന്നാൾ തെളിച്ചം കെട്ടു. ചുറ്റിപ്പിടിക്കുന്ന നിലവിളികളെ ആട്ടിപ്പായിക്കാൻ അന്തോണിക്കു പാട്ടു കേട്ടേ മതിയാകൂ.

"പാടാനാവില്ലപ്പാ."

ത്രേസ്യ സങ്കടമറിയിച്ചു. അന്തോണി നിർബ്ബന്ധിച്ചപ്പോൾ അവളുടെ തൊണ്ടയിൽ വിതുമ്പൽ പൊട്ടി. അയാൾ പിന്നെയൊന്നും മിണ്ടിയില്ല.

"പാടാനാവില്ലപ്പാ."

ത്രേസ്യ പിന്നെയും പറഞ്ഞതു കേട്ടു. ഫിലോമിനയും ഒന്നും പറഞ്ഞില്ല. അന്തോണി പിന്നെ നിർബ്ബന്ധിക്കാനേ പോയില്ല. പിറന്നാളിന്റെ അവസാനത്തെ മധുരശകലം നാവിൽവെച്ചപ്പോൾ അയാൾക്കൊരു കയ്പ് അനുഭവപ്പെട്ടു.

ഫിലോമിനയും ത്രേസ്യയും ഉറങ്ങാൻ കിടന്നു.

ത്രേസ്യ വിളിച്ചു പറഞ്ഞു:

"അപ്പനീ രാത്രിയെങ്ങും പോയേക്കരുതേ."

അന്തോണി ചായ്പിലെ ചൂടിക്കട്ടിലിൽ കൂനിക്കിടന്നു.

നെഞ്ചിലാരോ കനൽവെച്ചപോലെ.

ദൂരെയാരോ നിലവിളിക്കും പോലെ.

ആ രാവിന്റെ മൂകതയാകെ ചുറ്റും നിറഞ്ഞിട്ടും അന്തോണി നിലവിളികൾ മാത്രം കേട്ടു. ഗ്രാമപ്പുരകളിലെ കണ്ണീർപ്പെരുങ്കടൽ അന്തോണിക്കു നേരെ ഇരമ്പി വന്നു.

ആരാണ്... ആരാണിങ്ങനെ...

തിരിഞ്ഞും മറിഞ്ഞും കിടന്ന് അയാൾക്കു ശരീരം പൊള്ളി. നിലവിളികൾ ചുറ്റിപ്പിടിച്ചു ഞെരിക്കുന്നു.

അന്തോണി എണീറ്റു. അകത്തേക്കു പാളിനോക്കിയപ്പോൾ ത്രേസ്യയുടെ ഇരുണ്ട മുഖത്തു പിറന്നാൾ കുത്തിയ കരിംപാടുകൾ കണ്ടു.

ഫിലോമിനയുടെ കുഴിഞ്ഞ കണ്ണുകളിൽ ഖേദത്തിന്റെ മലരികൾ.

ദൂരെനിന്നു നിലവിളികൾ.

ഏതു പെണ്ണാണു നിലവിളിക്കുന്നത്?

മുറ്റത്തിറങ്ങി അയാൾ അങ്ങോട്ടുമിങ്ങോട്ടും നടന്നു. ഗ്രാമപ്പുരകളിൽ താൻ കണ്ട നിലവിളിക്കുന്ന പെൺകുഞ്ഞുങ്ങളുടെ മുഖം അന്തോണിയെ വേട്ടയാടി. അമ്മമാരുടെ ദുഃഖപ്പുടവകൾ.

ഓരോ അപ്പന്റെയും മൂകതയുടെ അറക്കവാളുകൾ.

അന്തോണിക്കു പിന്നെയും പൊള്ളി.

അയാൾ പുരവിട്ടിറങ്ങി.

നിലവിളികൾ ഇപ്പോഴും കേൾക്കാനുണ്ട്.

ഇവിടെ എന്റെ മോൾ പിറന്നാളുണ്ടപ്പോൾ ആ പെൺകുഞ്ഞുങ്ങളൊക്കെയും അവിടെ നിലവിളിക്കുന്നു.

അകത്ത് ഉറങ്ങിക്കിടക്കുന്ന ത്രേസ്യയെ, ഫിലോമിനയെ, പടിയിറങ്ങിപ്പോയ പിറന്നാളിനെ അന്തോണി മറന്നു.

നിലവിളികൾ അന്തോണിയെ വിളിക്കുകയാണ്.

അന്തോണിയതാ നിലവിളികളെ തേടിപ്പോകുന്നു.

നന്മയുടെ പാഠപുസ്തകം എന്നോ വായിച്ച അന്തോണി എന്ന നീചനായ മോഷ്ടാവിതാ നിലവിളികളെ തേടിപ്പോകുന്നു. ഒരു കഴുവേറിയതാ കൊടിയ വേദനകളുടെ പുരകളുള്ള ദൂരഗ്രാമം തേടിപ്പോകുന്നു.

മറ്റൊരു സംഭവകഥയുടെ റിയലിസ്റ്റിക്കായ ആവിഷ്കരണം

ഇത് മായാദേവി. ഒരു സമാന്തര വിദ്യാഭ്യാസസ്ഥാപനത്തിൽ ഒന്നാം വർഷം ഡിഗ്രി വിദ്യാർത്ഥിനി. ഈ ലോകത്തെ ജീവിതത്തെ പതുക്കെ അറിഞ്ഞുവരുന്നതേയുള്ളൂ ഇവൾ. കേരളീയ പെൺകൊടികൾക്കു പറഞ്ഞുവെച്ച അടക്കവും ഒതുക്കവും ഈ പതിനെട്ടു വയസ്സിനകം ഇവൾ നന്നായി ശീലിച്ചുവെച്ചിരിക്കുന്നു. അച്ഛൻ നാരായണന്റെയും അമ്മ കാർത്ത്യായനിയുടെയും ഹൃദയമുരുക്കുന്ന ഒരു കൈപ്പിഴയോ മനപ്പിഴയോ അറിയാതെ പോലും ഇക്കാലത്തിനിടയിൽ ഇവളിൽനിന്നും വന്നുഭവിച്ചിട്ടില്ല. ഒരു ചുവടും അവൾക്ക് തെറ്റിപ്പോയിട്ടില്ല. ഋജുവായി വരയ്ക്കപ്പെട്ട വരകളിലൂടെ മായാദേവി നടക്കുന്നു. അച്ഛനും അമ്മയും വിദൂരസ്വപ്ന കാഴ്ചയാക്കുന്ന തന്റെ മംഗല്യദിനത്തിലേക്ക് ഭാവശുദ്ധിയോടെ മായാദേവി യാത്രയാകുന്നു.

ഇദ്ദേഹം നാരായണൻ, മുഴുവൻ പേര് വി പി നാരായണൻ. കാർത്ത്യായനിയുടെ ഭർത്താവ്. ഒരു സാധാരണ കർഷകൻ. മായാദേവിയുടെ അച്ഛൻ. അവളെ കൂടാതെ വാസുദേവൻ എന്നു പേരുള്ള ഒരു മകനുമുണ്ട് ഇദ്ദേഹത്തിന്. ഭാര്യയും, രണ്ടു മക്കളുമുള്ള അംഗീകൃത സംതൃപ്തകുടുംബം. മറുഭാഷയിൽ ഒരു ന്യൂക്ലിയർ ഫാമിലി. മകൾ പഠിച്ചുയർന്ന് ഉദ്യോഗം നേടി കുടുംബം പുലർത്തണമെന്ന മോഹമൊന്നും ഈ പിതാവിനില്ല. എത്രത്തോളം പഠിക്കുന്നുവോ അത്രത്തോളം പോകട്ടെ എന്നേയുള്ളൂ. പഠിക്കാൻ അത്ര മിടുക്കനല്ലാത്ത വാസുദേവനെക്കുറിച്ചോർത്തു മാത്രം ഇദ്ദേഹം വേവലാതി കൊള്ളുന്നു.

ഞാൻ രാജഗോപാലൻ. ഒരു പ്രൈമറിസ്കൂൾ അദ്ധ്യാപകൻ. അവിവാഹിതൻ. വയസ്സ് മുപ്പത്തഞ്ച്. മേൽപ്പറഞ്ഞ ന്യൂക്ലിയർ ഫാമിലിക്കപ്പുറം തനിച്ച് ഒരു വാടകവീട്ടിൽ സ്വയം വെച്ചുണ്ടു കഴിയുന്ന പൊതുതല്പരൻ. നാരായണേട്ടന്റെ കുടുംബത്തിന് അഭിമതൻ. മായാദേവിക്കും വാസുദേ

വനും ഗുരുസമാനൻ.

ഇത് ഞങ്ങളുടെ നാട്ടിലെ പൊലീസ് സ്റ്റേഷൻ. നീതിയും നിയമവും ഇവിടെ വിളയുന്നു എന്ന് നിങ്ങളെല്ലാവരെയുംപോലെ ഞങ്ങളുമറിയുന്നു. പറയാൻ പോകുന്ന കഥയുടെ പശ്ചാത്തലം ഇവിടെയാകുന്നു. ഇത്രയ്ക്ക് അനുയോജ്യമായ ഒരു ലൊക്കേഷൻ കണ്ടുപിടിച്ചതിൽ ആരും അഭിനന്ദിക്കാതിരിക്കുക. നമുക്കു തുടങ്ങാം. ഒരു സംഭവകഥയുടെ വളരെ റിയലിസ്റ്റിക്കായ ആവിഷ്കാരത്തിലേക്ക് ശ്രദ്ധയോടെ മുന്നേറാം.

ഇതൊക്കെയും ഒരു ബ്രായ്ക്കറ്റിനകത്തേക്ക് ഒതുക്കി കാര്യം നേരെ പറയാവുന്നതേയുള്ളൂ. പക്ഷേ, കഥയ്ക്ക് ബ്രായ്ക്കറ്റ് പെണ്ണിന് ബ്രാ എന്നതുപോലെ അഭിശാപമാകുന്നു. മാത്രമല്ല, കഥയില്ലാത്ത കാലം എന്ന് നമ്മുടെ നാട്ടെഴുത്തച്ഛന്മാരൊക്കെയും മുറവിളി കൂട്ടിത്തുടങ്ങിയിരിക്കുകയാണല്ലോ. കഥ തുലഞ്ഞെന്നോ... ചത്തെന്നോ ഏതാണ്ടോ...

എന്നാൽ നോക്കൂ, ഈ സ്വതന്ത്രഭാരതത്തിൽ ഈ മലയാളമണ്ണിൽ നമ്മുടെ നിയമപാലകസ്ഥാപനങ്ങളിൽ കഥ മരിക്കുന്നില്ല. ഈ പൊലീസ് സ്റ്റേഷനിൽനിന്നും നാരായണേട്ടന് ഒരറിയിപ്പു കിട്ടി. നിങ്ങളുടെ മകൾ മായാദേവി ഇവിടെയുണ്ട്. ഉടനെ ഇങ്ങോട്ടു വരിക.

കാര്യമെന്തെന്നറിയില്ല. നാരായണേട്ടൻ ആകെ പരിഭ്രാന്തനായിരിക്കുന്നു. അദ്ദേഹത്തെ സമാധാനിപ്പിച്ചുകൊണ്ട് ഞാനും വരുന്നു. ഞങ്ങൾ ഒരോട്ടോറിക്ഷയിൽ പൊലീസ്സ്റ്റേഷനു മുന്നിൽ വന്നിറങ്ങുന്നു.

ഇത് കണ്ണൻ നായർ. എനിക്ക് പരിചയമുള്ള ഒരു സാദാപൊലീസുകാരൻ. മായാദേവിക്കെന്തു പറ്റി? ഞാൻ കണ്ണൻനായരോടു ചോദിച്ചു. കണ്ണൻനായർ ഞങ്ങളെ അകത്തേക്കു നയിച്ചു. അവിടെ ഇരിക്കുന്നു സബ് ഇൻസ്പെക്ടർ. ഒരു മൂലയ്ക്ക് ചുമരോടു ചാരി മായാദേവി. തൊട്ടടുത്ത് ഒരു ചെറുപ്പക്കാരൻ. വെളുത്തു തടിച്ച, അല്പം കഷണ്ടിയുള്ള, പാന്റും ഷർട്ടും ധരിച്ച സുമുഖൻ. ഞങ്ങളെ കണ്ട് മായാദേവി ആകെ ചൂളിപ്പോയി. അവളുടെ കണ്ണുകൾ നിറഞ്ഞുതുടങ്ങി. വിതുമ്പിപ്പൊട്ടുമെന്നായി അവൾ. അവളെ ആശ്വസിപ്പിച്ച് ഞങ്ങൾ ഇൻസ്പെക്ടറെ അഭിമുഖീകരിച്ചു. “മായാദേവിയുടെ അച്ഛനാണ്.” ഞാൻ നാരായണേട്ടനെ പരിചയപ്പെടുത്തി.

“ങ്ഹാ, നിങ്ങളെ കാത്തിരിക്കുകയായിരുന്നു. അറിഞ്ഞല്ലോ മകളുടെ വിശേഷം. രാവിലെ കോളേജിലേക്കെന്നും പറഞ്ഞ് പോരുന്നുണ്ടല്ലോ. വലിയൊരു തലവേദനയാ ഞങ്ങൾക്ക് ഒഴിവായി കിട്ടിയത്. കണ്ണിൽ പെട്ടില്ലായിരുന്നെങ്കിൽ മോളേ അന്വേഷിച്ച് നാളെ ഞങ്ങളോടണ്ടേ നാടു മുഴുവനും. ഇങ്ങോട്ടല്ലേ കരഞ്ഞു വരിക നിങ്ങള്. മിനിഞ്ഞാന്ന് കൊല്ലത്തുനിന്ന് രണ്ടെണ്ണത്തിനെയാ കാണാതെ പോയത്. മെസേജ്കൊണ്ട് ഇവിടെ ഇരിക്കപ്പൊറുതിയില്ല. ഇനി ഇന്ന് ഇവിടുന്ന് കൂടി ഒന്നായാല് മതി പൂരം.”

പേമാരിപോലെ ഇൻസ്പെക്ടറുടെ വാക്കുകളടങ്ങി. കുറേയൊക്കെ എനിക്കു പിടികിട്ടി. ആശ്ചര്യവുമുണ്ടായി. മായാദേവി എന്നെ നോക്കി. ആ ചെറുപ്പക്കാരൻ ഇസ്പെക്ടറെയും.

“എന്താടാ നോക്കുന്നേ?”

ഇൻസ്പെക്ടറുടെ ആജ്ഞ ചെറുപ്പക്കാരന്റെ തല കുനിപ്പിച്ചു.

ഇൻസ്പെക്ടർ: (മായാദേവിയോട് നാരായണേട്ടനെ ചൂണ്ടിക്കൊണ്ട്) "ഇതാരാ നിന്റെ?"

മായാദേവി: "അച്ഛൻ."

ഇൻസ്പെക്ടർ: "ഒരച്ഛന്റെ മനോവിഷമം നിനക്കറിയോ?"

മായാദേവി: (മൗനം)

ഇൻസ്പെക്ടർ: "അറിയോന്ന്?"

മായാദേവി: (മൗനംതന്നെ)

ഇൻസ്പെക്ടർ: "നിനക്കറിയില്ല. അതറിയാത്തേന്റെ കൊഴപ്പാ. പോറ്റി വളർത്തി പറയുന്നതെല്ലാം വാങ്ങിത്തന്ന് ഫീസുകൊടുത്ത് നിന്നെ പഠിപ്പിക്കുന്ന ഈ അച്ഛന്റെ പ്രയാസം നിനക്കറിയില്ല. അറിയാത്തോണ്ടാ കഥ മറന്ന് ഇവന്റെയൊക്കെ പിന്നാലെ നീ നടക്കുന്നേ."

മായാദേവി: (ഉറക്കെ) "ഞാനൊരു തെറ്റും ചെയ്തിട്ടില്ല."

ഇൻസ്പെക്ടർ: "ചെയ്തില്ലേ. പിന്നെ ഞങ്ങള് കണ്ണുപൊട്ടന്മാരാ."

മായാദേവി: "ഞാനെന്താ ചെയ്തത്?"

ഇൻസ്പെക്ടർ: (അലറിക്കൊണ്ട്) "മിണ്ടരുത്. തെമ്മാടിത്തം കാണിച്ച് അഹമ്മതി പറയുന്നോ?"

മായാദേവി തലകുനിച്ചു. ഞാനും നാരായണേട്ടനും സ്തംഭിച്ചു നില്ക്കുകയാണ്. ആ ചെറുപ്പക്കാരൻ പതുക്കെ എന്റെ അരികിലേക്കു നീങ്ങി നിന്നു പറഞ്ഞു:

"സാർ ഒരു തെറ്റും ചെയ്യാതെയാ ഞങ്ങളെ ഇങ്ങു കൊണ്ടുപോന്നത്. ബസ്സ്റ്റാൻഡിൽ വെച്ച്..."

അത്രയേ പറഞ്ഞുള്ളൂ. ഇൻസ്പെക്ടറുടെ ഒരടി ചെറുപ്പക്കാരന്റെ കവിളത്തു വീണു. കഴുത്തിനു പിടിച്ച് ചുമരോടു ചേർത്ത് ഇൻസ്പെക്ടർ അലറി:

"കൊന്നുകളയും ഞാൻ."

ചുറ്റുമുള്ള പൊലീസുകാരുടെയൊക്കെ കൈ തരിക്കുന്നുണ്ടാകണം. അവരുടെ മുഖങ്ങളിൽ മുറുമുറുപ്പ് കണ്ടു:

"എം. എ. പാസ്സായി നാട്ടിലിറങ്ങിയിരിക്കുന്നു. വാദ്ധ്യാരാന്നും പറഞ്ഞ്! നിന്റടുത്തൊക്കെ എങ്ങനെയാടാ ഞങ്ങളുടെ പെങ്ങന്മാരെ പഠിപ്പിക്കാൻ വിടുക."

ഞാൻ ചുമരിലെ ഗാന്ധിച്ചിത്രത്തിലേക്കു മിഴിയൂന്നി നിന്നു. നാരായണേട്ടൻ നിന്നു വിറയ്ക്കുകയാണ്. ചുമരിൽ തൂക്കിയ നഗരത്തിന്റെ ചാർട്ടിലൂടെ എന്റെ കണ്ണുകൾ അലയുമ്പോൾ ഇൻസ്പെക്ടറുടെ ചോദ്യം:

"നിങ്ങളാരാണ്?"

ഞാൻ പറഞ്ഞു: "ഇവരുടെ അയൽപക്കത്താ."

"സംഗതി മനസ്സിലായല്ലോ. രാവിലെ കോളേജിലേക്ക് പോരുന്നത് ഇതിനാണ്. ഇന്നു ഞങ്ങളു കണ്ടതുകൊണ്ടാ രക്ഷപ്പെട്ടത്. അല്ലെങ്കിൽ അപമാനം സഹിക്കാതെ തൂങ്ങിച്ചാവേണ്ടി വരുമായിരുന്നു."

നാരായണേട്ടന് തല കറങ്ങുന്നതായി എനിക്കു തോന്നി. പതുക്കെ ഞാനദ്ദേഹത്തെ താങ്ങിപ്പിടിച്ചു. "അച്ഛാ" എന്ന് മായാദേവി കരഞ്ഞുവിളിച്ചു. സ്റ്റേഷൻവരാന്തയിൽ ബഞ്ചിന്മേൽ ഒരു പൊലീസുകാരൻകൂടി താങ്ങി, ഞങ്ങൾ നാരായണേട്ടനെ കിടത്തി. വെള്ളം തളിച്ചപ്പോൾ 'കുഴപ്പോന്നൂല്യ" എന്നു പറഞ്ഞ് നാരായണേട്ടൻ എഴുന്നേറ്റിരുന്നു. മായാദേവി നിലവിളിതന്നെയായി. "ഞാനൊന്നും ചെയ്തില്ല അച്ഛാ."

ആ ചെറുപ്പക്കാരൻ എന്റെ അരികിൽ പിന്നെയും നീങ്ങിപ്പറഞ്ഞു:

"സാറെ, സാറെങ്കിലും വിശ്വസിക്ക്. ഞാനൊരു തെറ്റും ചെയ്തിട്ടില്ല. ജസ്റ്റ് ഒന്ന് ഇവളോടു സംസാരിച്ചിട്ടേയുള്ളൂ. ഇവൾ എന്റെ സ്റ്റുഡന്റായിരുന്നു. സ്റ്റാൻഡിൽവെച്ച് കുറെ നാളുകൾക്കുശേഷം കണ്ടപ്പോൾ..."

"നിനക്കു കിട്ടിയതുപോരാ ഇല്ലേ."

ഒരു പൊലീസുകാരൻ ഇടയ്ക്കു കയറി കണ്ണുരുട്ടി. സ്റ്റേഷനകത്തേക്ക് അപ്പോൾ രണ്ടു പ്രതികളെ കൊണ്ടുവന്നു. വെറും ട്രൗസർ മാത്രം ധരിച്ച അവരെ അകത്തേക്കു കയറ്റിയപാടെ ഇൻസ്പെക്ടർ ചാടി വീണു:

"നായിന്റെ മക്കളേ."

പിന്നെ കണ്ടത്, കേട്ടത്...

മായാദേവി കണ്ണടയ്ക്കുന്നതു കണ്ടു. നാരായണേട്ടൻ ആകെ പരവശനായി. ആരുടെ തോന്നലാണ് ഞാനെന്ന് ഞാൻ എന്നോടുതന്നെ ചോദിച്ചുപോയി. അജ്ഞാതമായ ഒരു ലോകത്തിലേക്ക് ചുഴറ്റിയെറിയപ്പെട്ട അനുഭവംപോലെ. വിശ്വസിക്കാനാവുന്നില്ല. വിശ്വസിക്കാനാവുന്നില്ല.

"വിശ്വസിച്ചേ തീരൂ."

കണ്ണൻനായർ ആവശ്യപ്പെട്ടതനുസരിച്ച് "ഉള്ളതുപോലെ ഞാൻ പറയാം" എന്ന മുഖവുരയോടെ ഒരു പൊലീസുകാരൻ ആരംഭിച്ചു. ഇനി കഥ പറയുന്നത് പൊലീസുകാരനാണ്. ഒരു പൊലീസുകാരൻ എത്ര ഗംഭീരമായി കഥ പറയുന്നു. നമ്മുടെ കഥാചർച്ചാ ചാർച്ചക്കാരൊന്നും ഇവരെ കാണുന്നില്ലല്ലോ.

"ബസ്സ്റ്റാൻഡിലെ പൊലീസ് എയ്ഡ്പോസ്റ്റിൽ രാവിലെ ഒമ്പതുമണിക്ക് ഞാൻ ഡ്യൂട്ടിയിലായിരുന്നു. അപ്പോഴാണ് ഷെൽട്ടറിനകത്ത് പ്രകാശം പരത്തുന്ന ഇവളെ കണ്ടത്. ബസ്സിറങ്ങി ഇവൾ നേരെ ഷെൽട്ടറിനകത്തേക്ക് വരികയായിരുന്നു. പിന്നെ ഇവനെയും കണ്ടു. ഇവന്റെ കൈയിൽ വലിയൊരു എയർബാഗ്. ഇതാ ഈ ബാഗ്. ചിരിച്ചും പറഞ്ഞും പതുങ്ങിയും നാലുപാടും നോക്കിയും ഇവനും ഇവളും ആകെക്കൂടി പൂനിലാവും പകൽവെളിച്ചവും സംഗീതവും തന്നെ. കുറേനേരം ഞാൻ ശ്രദ്ധിച്ചു. അപ്പോഴേക്കും എനിക്കു സംഗതി പിടികിട്ടി. ദൂരെ എവിടേക്കോ ഉള്ള സ്റ്റേറ്റ് ബസും കാത്താണ് നില്പ്. ഞാൻ ചെന്ന് ഇവനോട് ഇവളാരാ നിന്റെ എന്നു ചോദിച്ചു. സിസ്റ്ററാണെന്നു മറുപടി. ഞാൻ ഇവളുടെ പുസ്തകം വാങ്ങി നോക്കി. ഇവളുടെ പേര് മായാദേവി. ഇവന്റെ പേര് അഷറഫ്. അഷറഫിന്റെ സിസ്റ്റർ മായാദേവി. ഉടനെ ഞാൻ രണ്ടിനേയും തൂക്കി ഇങ്ങോട്ടുകൊണ്ടുവന്ന് നിങ്ങളെ വിവരമറിയിച്ചു. ഇവന്റെ അച്ഛനേയും അറിയിച്ചിട്ടുണ്ട്. രണ്ടും

നാടുവിട്ടിരുന്നെങ്കില് നിങ്ങള് എന്തു ചെയ്യുമായിരുന്നു. ഞങ്ങളോടണ്ടേ നാടു മുഴുവനും തലയില് തീയുമായി.”

നാരായണേട്ടൻ ഒന്നുണർന്ന് ദീർഘമായി നിശ്വസിക്കുന്നതു കണ്ടു. കരയണമെന്നോ ചിരിക്കണമെന്നോ അറിയാതെയായി ഞാൻ. പതുക്കെ മായാദേവിയുടെ ചുമലിൽ തട്ടി ഞാൻ പറഞ്ഞു:

“സാരമില്യ. മോള് സമാധാനിക്ക്.”

ഇൻസ്പെക്ടറോട് ഞങ്ങൾ ചോദിച്ചു:

“ഇവളെ കൊണ്ടുപോകട്ടെ.”

“ആ കടലാസില് പെണ്ണിനെക്കൊണ്ട് എഴുതിവാങ്ങിച്ചു വിട്ടോ നായരെ.”

ഇൻസ്പെക്ടർ കണ്ണൻനായരോടായി ഉറക്കെ പറഞ്ഞു. മായാദേവിയെക്കൊണ്ട് എഴുതിവാങ്ങിക്കുമ്പോൾ വേറൊരു പൊലീസുകാരൻ പ്രസംഗമായി. ഒരു പെൺകുട്ടി പുരുഷവലയത്തിൽ കുരുങ്ങി എത്രപെട്ടെന്നു നശിച്ചുപോകുന്നു എന്നതിൽ തുടങ്ങി പുംബീജത്തിന്റെ വീര്യത്തിനു മുന്നിൽ സ്ത്രീത്വം എത്ര അശക്തം എന്നതിൽ ഊന്നി പെൺകുട്ടിയുടെ ഭാവിസുരക്ഷയിൽ ആ പ്രസംഗം അവസാനിച്ചു.

ആ കടലാസിനു കീഴെ ഒപ്പിടുമ്പോൾ മായാദേവിയുടെ കൈകൾ വിറച്ചു. ഇറങ്ങുമ്പോൾ ആ ചെറുപ്പക്കാരൻ ഞങ്ങൾക്കിടയിലേക്കു വന്നു: നാരായണേട്ടനോടായി അയാൾ പതുക്കെ പറഞ്ഞു:

“അച്ഛൻ ക്ഷമിക്കണം. ഞങ്ങളൊരു തെറ്റും ചെയ്തിട്ടില്ല.” നാരായണേട്ടൻ ഇതേവരെ ഒരക്ഷരമുരിയാടിയിട്ടില്ല. അദ്ദേഹം മൂകനായിപ്പോയിരിക്കുന്നു. ഇനി ആ ചെറുപ്പക്കാരനാണ് കഥ പറയുന്നത്:

“ഞാൻ എം. എ. കഴിഞ്ഞ് ഇപ്പോൾ ബി. എഡ്ഡിനു ചേർന്നിരിക്കുകയാണ്. ക്ലാസ്സിൽ പോകാൻ കോഴിക്കോടു ബസും കാത്തിരിക്കുമ്പോഴാണ് മായാദേവിയെ കണ്ടത്. പ്രീഡിഗ്രിക്കു ഞാൻ ഇവളെ പഠിപ്പിച്ചിട്ടുണ്ട്. എന്റെ നല്ലൊരു സ്റ്റുഡന്റായിരുന്നു മായാദേവി. മായാദേവി എന്റെ അടുത്തുവന്നു സംസാരിച്ചു. സാറ് എങ്ങോട്ടു പോകുന്നു എന്നു ചോദിച്ചു. പിന്നെ മൂന്നോ നാലോ വർത്തമാനങ്ങൾ. അപ്പോഴേക്ക് ആ പൊലീസുകാരൻ വന്ന് ഇവളാരാ എന്നൊരു ചോദ്യം എന്നോട്. ഞാൻ സിസ്റ്ററാണെന്നു പറഞ്ഞു. പിന്നെ ഇവളുടെ പുസ്തകം വാങ്ങി നോക്കി. ഞങ്ങളെ ഇങ്ങു കൊണ്ടുപോരികയും ചെയ്തു. ഇത്രയേ നടന്നിട്ടുള്ളൂ.”

“സാരല്യ.”

ഞാൻ അയാളോടു പറഞ്ഞു.

“നിങ്ങളുടെ നിർഭാഗ്യമാണെന്നു കരുതിയാൽ മതി. പോട്ടെ.”

നാരായണേട്ടനും പറഞ്ഞു: “മറന്നേക്ക് മോനെ.”

ആ ചെറുപ്പക്കാരന്റെ കണ്ണീരിൽനിന്നും മുഖംതിരിച്ച് ഞങ്ങളിറങ്ങി. മായാദേവി ശിരസ്സുയർത്തുകയേ ഉണ്ടായില്ല.

“നീയെന്തെങ്കിലും കഴിച്ചോ?”

നാരായണേട്ടൻ മകളോടു ചോദിച്ചു. മായാദേവി ഇല്ലെന്ന് തലയാട്ടി.

ഞങ്ങൾ അടുത്ത റസ്റ്റോറന്റിലേക്കു കയറി. സ്പെഷ്യൽ റൂമിൽ കയറിയപാടെ 'അച്ഛാ' എന്നു വിളിച്ച് നാരായണേട്ടന്റെ മടിയിൽ വീണ് മായാദേവി പൊട്ടിക്കരഞ്ഞു. നാരായണേട്ടനും ഏങ്ങിപ്പോയി.

ഇനി കഥ പറയുന്നത് മായാദേവിയാണ്.

"അഷ്റഫ് സാർ എന്നെ പഠിപ്പിച്ചതാണ്. പഠിപ്പിച്ച സാറിനോടു ബഹുമാനമല്ലാതെ എനിക്കു മറ്റൊന്നുമില്ല. കണ്ടപാടെ ഞാൻ വർത്തമാനം പറഞ്ഞു. പഠിപ്പിച്ച സാറിനെ കണ്ടാൽ മുഖംതിരിച്ചു പോകാൻ ഞാൻ പഠിച്ചിട്ടില്ല. അപ്പോൾ ആ പൊലീസുകാരൻ വന്ന് ഞാനാരാണെന്ന് സാറിനോടു ചോദിച്ചു. സാറ് സിസ്റ്ററാണെന്നു പറഞ്ഞു. പിന്നെ എന്റെ പുസ്തകം വാങ്ങി നോക്കി സ്റ്റേഷനിൽ കൊണ്ടുപോകുകയും ചെയ്തു. ഞാൻ ഒളിച്ചോടാൻ പോയെന്നാ അയാളുടെ കണ്ടുപിടുത്തം."

"എല്ലാം അങ്ങനെയേ വരുള്ളൂ."

നാരായണേട്ടൻ വിതുമ്പലോടെ പറഞ്ഞു:

"നിന്റെ സമയദോഷം."

മായാദേവി ഒന്നും കഴിച്ചില്ല. നാരായണേട്ടനും. എനിക്കും ഒന്നും കഴിക്കാൻ തോന്നിയില്ല. കാപ്പികുടിച്ചു ഞങ്ങളിറങ്ങി.

"മായാദേവീ എന്തുപറ്റി?"

ആരോ പിന്നിൽനിന്നു വിളിച്ചു ചോദിച്ചു.

മായാദേവിയുടെ കൂട്ടുകാരി.

"മായാദേവി എന്തിനാ പൊലീസ്..."

ആരോ പിന്നെയും ചോദിച്ചു.

മായാദേവിയുടെ ഒരു സഹപാഠി.

മുന്നിൽ വന്നുനിന്ന ഒരു ജീപ്പിൽനിന്നും ആരൊക്കെയോ ഇറങ്ങി. മായാദേവിയുടെ കോളേജിലെ അദ്ധ്യാപകർ.

"ഞങ്ങളിപ്പഴാ അറിഞ്ഞത്. എപ്പഴാ വിട്ടത്?"

നാരായണേട്ടൻ പിന്നെയും വീഴുമെന്ന് എനിക്കുതോന്നി. കടന്നുപോയ ഒരു ഓട്ടോറിക്ഷ ഞാൻ കൈതട്ടി വിളിച്ചു.

"മായാദേവീ..."

ആരൊക്കെയോ വിളിക്കുന്നുണ്ട്. എന്തൊക്കെയോ ചോദിക്കുന്നുണ്ട്.

ഇല്ല. ഇനി മായാദേവി ഒരു പുരുഷനോടും സംസാരിക്കില്ല. ഇനി ഇവൾക്ക് ദുഃസ്വപ്നങ്ങളുടെ കൂടുമാത്രം.

ഇനി കഥ പറയുന്നത് ഞാൻ തന്നെയാണ്:

"ഒന്നു സങ്കല്പിച്ചു നോക്കൂ; വെറുതെ വെറുമൊരു ഭാവന. മായാദേവിയുടെ വിവാഹം കഴിഞ്ഞു. ആദ്യരാത്രി. അവൾക്കരികിലേക്കു പതുക്കെ എത്തിച്ചേരുന്ന വരൻ. അയാൾ അവളെ ഒന്നു തൊടുന്നു. പിന്നോട്ടുമാറി മായാദേവി പറയുന്നു.

"പൊലീസ്..."

ഇനി കഥ നിർത്താം.

നമ്മൾ ഒന്നും മിണ്ടുന്നില്ല

സ്വയം ബോദ്ധ്യപ്പെടാത്ത ആകസ്മികമായ ഒരു ഇറങ്ങിപ്പുറപ്പെടലായിരുന്നു. പ്രബലമായ ഒരു ഹൃദയശാസനത്തിനടിപ്പെട്ട യാത്ര. കാലത്തിൽ മുഖം കുത്തിവീണ ജീവിതത്തോടുള്ള മമത. ഓർമ്മയിൽ നിറഞ്ഞുനില്ക്കുന്ന മിത്രരൂപത്തോടുള്ള അതിയായ അനുകമ്പ. ചേർത്തുവയ്ക്കുമ്പോൾ ശിഥിലമാകുന്ന കാര്യകാരണബന്ധങ്ങൾ. അതുകൊണ്ടുതന്നെ ഈ ഉത്കണ്ഠകൾക്കു സുവ്യക്തമായ ഹേതുവില്ലെന്ന് അവളറിഞ്ഞു.

വിവാഹിതയായതിൽപ്പിന്നെ ഹരിപ്രിയയെക്കുറിച്ച് ഒരു വിവരവുമില്ലായിരുന്നു. എല്ലാ ജന്മവും വീടാക്കടമാണെന്ന പഴയൊരു വാക്ക്. ജീവിക്കുന്നു എല്ലാവരുമെന്ന ആശ്വസ്തമായ അറിവിന്റെ സംതൃപ്തി മാത്രം. ഹരിപ്രിയ എവിടെയായിരിക്കുമെന്ന് ഇടയ്ക്കൊക്കെ ഓർക്കാറുണ്ടായിരുന്നു. ഇങ്ങനെയൊരു അനുഭവത്തിന്റെ അഴുക്കുചാലിൽ വീണുകിടക്കുന്ന അവളെ ഒരു നാളും സങ്കല്പിക്കാൻ കഴിഞ്ഞിട്ടില്ല. മൊരിവീണ ഇലകളെപ്പോലെ ഓർമ്മകൾ. ഒന്നിൽനിന്നു നോക്കുമ്പോൾ മറുകാലത്തിനു സ്വച്ഛമായ തെളിച്ചം. വ്യാപ്തി.

അവളെ ആ തെരുവു മുഴുവനും കാണിച്ചുകൊണ്ടു കുതിച്ചു പാഞ്ഞ റിക്ഷയിലെ മനുഷ്യനും കിനാവു കാണുകയാണോ എന്ന് അവൾ സംശയിച്ചു. ഏതോ ഒരു ഇൻഷ്വറൻസ് കമ്പനിയുടെ ഏജന്റായ പ്രകാശനെ ഒരാൾക്കും അറിയാത്തതിൽ അത്ഭുതപ്പെടേണ്ടതില്ല. ഹരിയുടെ ഭർത്താവു തനിക്കുപോലും ഒരിക്കൽമാത്രം ഒരു നോക്കുകണ്ട പരിചയത്തിലൊതുങ്ങിനിൽക്കുന്നു. അവളുടെ മനസ്സിനെ പിന്നെ ഭയം തോണ്ടാൻ തുടങ്ങി. ശകലീകൃതമായ ഒരു മുഖം കൺവെട്ടത്തിൽ കറങ്ങാൻ തുടങ്ങി. തേയ്മാനങ്ങൾ നിറഞ്ഞ തവിട്ടുകുത്തുകൾ വീണ മുഖം. കുറുക്കൻകുന്നിലെ കൂട്ടുകാരിയുടെ മുഖം. എന്റെ ഹരിപ്രിയയുടെ.

എന്തെങ്കിലും പറഞ്ഞോ എന്നന്വേഷിച്ചു ഡ്രൈവർ തിരിഞ്ഞു നോക്കി. അവൾ നിഷേധാർത്ഥത്തിൽ തലയാട്ടി പുറത്തേക്കു കണ്ണയച്ചു. ഇടയ്ക്ക് ഓരോ സ്ഥലത്തും റിക്ഷ നിർത്തി ഡ്രൈവർ തന്നെ ഇൻഷ്വറൻസ് ഏജന്റ് പ്രകാശന്റെ താമസസ്ഥലമന്വേഷിച്ചു. അവൾ റിക്ഷയിൽ ഇരുന്നു.

പിന്നെ അവൾക്കു നിരാശയായി. ഇത്തവണയും ഹരിയെ കാണാൻ കഴിയാതെ മടങ്ങേണ്ടിവരുമോ? മുമ്പൊരു ദിവസം ഹരിയെ അന്വേഷിച്ച് ഈ സ്ഥലത്തു വന്നതാണ്. ഹരിയെ ആരറിയാനാണ്? കുറുക്കൻകുന്നിലെ ആ പഴയ കൂട്ടുകാരിയെ കാലം ഏതോ പരുവത്തിലാക്കി എവിടെയോ വീഴ്ത്തി. ഹരിപ്രിയയുടെ ഭർത്താവ് പ്രകാശനെപ്പോലും ആർക്കുമറിയില്ലല്ലോ. അന്നു സന്ധ്യക്കു തിരികെ ബസ് കയറുമ്പോൾ ഹരിയെപ്പോലെ ഒരാൾ സ്ത്രീകളുടെ വെയിറ്റിങ് റൂമിൽ തനിച്ചിരിക്കുന്നതു കണ്ട് ബസിൽനിന്നിറങ്ങിച്ചെന്നതാണ്. ആ സ്ത്രീ തന്റെ ഭർത്താവിനെ കാത്തിരിക്കുകയായിരുന്നു. അത് ഹരിയല്ലായിരുന്നു. അവർക്ക് ഉന്മാദത്തിന്റെ പ്രകടഭാവമൊന്നുമില്ലായിരുന്നു.

എന്റെ ഹരിപ്രിയയ്ക്ക് ഇപ്പോൾ ഭ്രാന്താണ്. ഹരി എന്തു പാവമായിരുന്നു. പാവങ്ങൾക്കൊക്കെയും ഭ്രാന്തുപിടിക്കുന്നു. പാവം മനസ്സുകൾക്കൊക്കെയും തീ പിടിക്കുന്നു.

ഹരിയുടെ ആ പഴയ വീറും വീര്യവുമെല്ലാം ഇപ്പോൾ തെളിഞ്ഞുവരുന്നു.

ഓർമ്മ ഒരു ജലാവർത്തമാണ്. ചുഴറ്റിപ്പിടിക്കുന്ന നീരാളിയാണ്. ഭ്രാന്തുപിടിച്ചുപോയ സ്നേഹിതയെ കാലങ്ങൾക്കുശേഷം കാണാൻ ചെല്ലുമ്പോൾ ഞാനെന്താണ് അവൾക്കു നല്കേണ്ടത്? ഉന്മാദത്തിന്റെ ഉച്ചതാപത്തിൽ സാന്ത്വനമായെറിയാൻ പാഥേയമില്ലല്ലോ കൈയിൽ!

റിക്ഷ തെരുവിലെ ഇടുങ്ങിയ ഒരു വഴിയിലൂടെ മുന്നോട്ടു പോകുന്നു. അവൾ കാലങ്ങൾക്കപ്പുറത്തേക്കു മനസ്സു നീട്ടി. വരയും വർണ്ണവുമെത്രയോ! എത്ര രാഗമന്ദാരികൾ! അമൃതതാളങ്ങൾ!

പ്രവചനമൊന്നും നിരർത്ഥകമായ ഊഹങ്ങളാകുന്നില്ല.

ഹരി അന്നു ചോദിച്ചിരുന്നു:

"ഒരിക്കൽ നമ്മളിലാർക്കെങ്കിലും ഭ്രാന്തുപിടിച്ചാലോ?"

വളരെ സീരിയസായി ഹരി അങ്ങനെ ചോദിക്കുമ്പോൾ ആ കണ്ണുകളിൽ കണ്ട തീവ്രമായ ഒരു തിളക്കം ഇപ്പോഴുമോർക്കുന്നു. ചോദ്യം മനസ്സിലേല്പിച്ച ഭയപ്പാടുകളോടെ രാജലക്ഷ്മി പറഞ്ഞു:

"നിനക്കു ഭ്രാന്തുപിടിച്ചാൽ നീ എവിടെയായാലും ഞാൻ നിന്നെ കാണാൻ വരും. ഒരു പക്ഷേ, എന്റെ ഭർത്താവിനോടൊത്ത്. അയാൾക്കു നിന്നെ കാണിച്ചുകൊടുത്തു ഞാൻ പറയും. ഇവളെന്റെ കൂട്ടുകാരിയായിരുന്നെന്ന്. അത്രേയുള്ളൂ. നിനക്കൊരു ഉമ്മയും തന്നു ഞാൻ പിന്നെ മടങ്ങിപ്പോരും."

രജനി പറഞ്ഞതോർമ്മയുണ്ട്:

"ഞാൻ കാണാൻ വരില്ല. ആർക്കു ഭ്രാന്തു പിടിച്ചാലും എന്നെക്കൊ

ണ്ടാവില്ല കണ്ടു നില്ക്കാൻ."

എല്ലാവർക്കും ഭ്രാന്തുപിടിക്കട്ടെ എന്നു ഞാൻ പ്രാർത്ഥിക്കുമെന്ന് ഗീതയും പറഞ്ഞു.

"ഞാനെന്തായിരുന്നു പറഞ്ഞത്?"

"ഹരീ നിനക്കു ഭ്രാന്തുപിടിച്ചാൽ ഞാൻ വരും. നിന്റെ കഴുത്തുപിടിച്ചു ഞെരിച്ചു കൊല്ലാൻ. വെറുമൊരു മേഴ്സികില്ലിങ്. എനിക്കു ഭ്രാന്തു പിടിച്ചാൽ നീയും അങ്ങനെ ചെയ്യുക. നമുക്കാർക്ക് ഭ്രാന്തുപിടിച്ചാലും നാം അങ്ങനെയൊരു കാരുണ്യം കാണിക്കുക."

ഹരി കൈയടിച്ചു. ഗീത കൈയടിച്ചു. രാജലക്ഷ്മിയും രജനിയും കൈയടിച്ചു.

മുരണ്ടുനീങ്ങുന്ന റിക്ഷ. തെരുവുകൾ. പിന്നെയും തെരുവുകൾ. ഓർമ്മകൾ. പിന്നെയും ഓർമ്മകൾ.

ദൈവമേ, ഹരിക്കു ശരിക്കും ഭ്രാന്തുപിടിച്ചു പോയിരിക്കുമോ?

നാളുകൾക്കുശേഷം ഒരു തീവണ്ടിയാത്രയിൽ കണ്ടുമുട്ടിയപ്പോൾ രാജലക്ഷ്മിയാണു പറഞ്ഞത്. അവിശ്വസിക്കാനാവുന്നില്ല. വിശ്വസിക്കാനും.

ഭ്രാന്തുപിടിച്ച മനുഷ്യരൂപങ്ങൾ അസ്വാഭാവികമോ വിചിത്രമോ അല്ല. എല്ലാ അസ്വാഭാവികതകളും അസാധാരണങ്ങളും സ്വാഭാവികതകളായി സാധാരണങ്ങളായി മാറുന്നു. ഇച്ഛകളെല്ലാം കെട്ടടങ്ങുമ്പോൾ ആരോ ഇരുളാഴങ്ങളിലേക്കു വലിച്ചുതള്ളുമ്പോൾ മൂകമായി ശിരസ്സുയർത്തുന്നു. നിരാശ്രയത്വത്തിന്റെ അരൂപികൾ മിണ്ടുന്നില്ല. ഒന്നും മിണ്ടുന്നില്ല.

റിക്ഷ നിന്നിരിക്കുന്നു. എവിടെയാണിപ്പോൾ?

"അമ്മാ, കണ്ടു."

ഡ്രൈവർ ആഹ്ലാദത്തോടെ ഉറക്കെ പറഞ്ഞുവന്നു. അവളുടെ മനസ്സുണർന്നു.

മുന്നിലൊരു ചാളയാണ്. നിരനിരയായി ചെറിയ വീടുകൾ. അതിലൊന്ന് ഡ്രൈവർ ചൂണ്ടിക്കാട്ടി. പരിഭ്രാന്തിയും ആഹ്ലാദവും അവളെ മൂടി. ഡ്രൈവർ പറഞ്ഞ റിക്ഷാക്കൂലി മുഴുവനും നിറമനസ്സാലേ അവൾ നല്കി. അയാളുടെ സേവനത്തിന് അവൾ നന്ദി പറഞ്ഞു. കാത്തുനില്ക്കണമോ എന്ന് അയാൾ ചോദിച്ചു. അവൾ വേണ്ടെന്നു പറഞ്ഞു.

അവൾക്കു പിന്നെയും പേടി തോന്നി. ഇവിടെയാണ്... ദീർഘമായ ഒരു ഇടവേളയ്ക്കുശേഷം ഹരിയെ കണ്ടുമുട്ടാൻ പോകുകയാണ്. ഭ്രാന്തു പിടിച്ച എന്റെ സ്നേഹിത തിരിച്ചറിയുമോ എന്തോ? എന്തു വാക്കാണ് ഞാൻ ഹരിപ്രിയയ്ക്ക് നല്കേണ്ടത്?

ചെളിയിൽ അവളുടെ ചെരിപ്പു ചൂഴ്ന്നു. ടയറുരുട്ടി കളിക്കുന്ന ഉണങ്ങിയ കറുത്ത കുട്ടികൾ അജ്ഞാതയായ അവളെ ഉറ്റുനോക്കി. നഗ്നരായ കുട്ടികളുടെ ശരീരത്തിലാകെ കറുത്ത പാടുകൾ. മുഖത്തു തവിട്ടു കുത്തുകൾ. ഒരു കുട്ടിയുടെ ശിരസ്സിൽ അവൾ പതുക്കെ കൈവെച്ചു. അവൻ പേടിച്ചുപോയി. തൊട്ടടുത്ത കുടിലിലേക്ക് അവൻ ധൃതിയിൽ ഓടിപ്പോയി. ഇറ

ങ്ങിവന്ന മഞ്ഞച്ചേല ചുറ്റിയ സ്ത്രീയോട് അവൾ ചോദിച്ചു:

"പ്രകാശന്റെ വീട്?"

അവർ അപ്പുറത്തേക്കു കൈ കാണിച്ചു പറഞ്ഞു:

"അതുതന്നെ."

"എവിടന്നാ?"

സ്ത്രീ അന്വേഷിച്ചു.

അവൾ കുറെ ദൂരെനിന്നാണെന്നു പറഞ്ഞു.

"ഇന്നലെയാ കൊണ്ടുവന്നേ." സ്ത്രീ പറഞ്ഞു.

അവൾ ചോദ്യഭാവത്തിൽ നോക്കി. സ്ത്രീ പിന്നെ ഒന്നും പറഞ്ഞില്ല. അവൾക്കു കാര്യം മനസ്സിലായി.

ഹരിപ്രിയയുടെ വീട് അവളെ വിളിച്ചു. ഉമ്മറവാതിൽപ്പടിയിലിരുന്നു കുട്ടികൾ ആകാശം കാണുന്നു. ഹരിയുടെ കുട്ടികൾ. അവരും കറുത്ത കുട്ടികളായിരുന്നു. അവരുടെ ശരീരത്തിലും കറുത്ത പാടുകൾ. മുഖത്തു തവിട്ടു കുത്തുകൾ.

അവളെക്കണ്ട് അവരെണീറ്റതോ അത്ഭുതത്തോടെ നോക്കിയതോ ഇല്ല. അവർ ഹരിയുടെ കുട്ടികൾതന്നെയോ എന്ന് അവൾ സംശയിച്ചു. അതെ. അവർക്ക് ഹരിയുടെ മുഖമോ ഏതോ മുഖഭാവരൂപങ്ങളോ ഉണ്ട്.

'മോനേ, മോളേ' എന്ന് അവൾ മാറി മാറി അവരെ വിളിച്ചു. കുട്ടികൾ അത്ഭുതത്തോടെ കൺമിഴിച്ചു. അവർ ചിരിച്ചില്ല.

"അമ്മയെവിടെ മക്കളേ?"

അവരൊന്നും പറഞ്ഞില്ല.

വൃത്തികെട്ട മണമുള്ള നടുമുറിക്കിരുവശവും ഓരോരോ മുറികൾ. അടച്ചിട്ട ഒരു മുറിയിൽ ഞരക്കം. ഒരു പുരാതന ശബ്ദം. കാലങ്ങൾക്കപ്പുറത്ത് ഒരു മൈത്രീക്ഷേത്രത്തിൽനിന്നും മന്ത്രധ്വനി.

ഞാൻ വന്നു.

വാതിൽക്കൊളുത്തു നീക്കാൻ തുടങ്ങിയ അവളുടെ കൈയിൽ ആൺകുട്ടി കടന്നുപിടിച്ചു.

"തുറക്കണ്ട. അമ്മ പോവും."

അവന്റെ കണ്ണിലെ നനവ് അവളുടെ വിരലിൽ പരന്നു.

"ഇല്ല മോനേ, ഞാനില്ലേ? അമ്മ പോവില്ല."

അവൾ വാതിൽ തുറന്നു. നേരത്തെ തന്റെ കൺവട്ടത്തിൽ കറങ്ങിയ ശകലീകൃതമായ മുഖം ഇവിടെയാകുന്നു. മുന്നിൽ കാണുന്ന കൃശരൂപത്തിന്റെ കൺകുഴികളിൽനിന്നും ഓർമ്മകൾ പിന്നെയും പറന്നുപൊങ്ങുകയാണ്.

അവൾ ഞെട്ടിത്തെറിച്ചുപോയി. വാക്കുകൾ വവ്വാലിനെപ്പോലെ കടിച്ചുതൂങ്ങി. മൗനത്തിന്റെ നിലവറകളിൽ തീ പൊരിയുന്നു. ഹരീ, നിനക്കോർമ്മയുണ്ടോ.

ഒരു പൊട്ടിച്ചിരി. പിന്നെ ഒരു കരച്ചിൽ.

അറുതിയറ്റ നിത്യജ്വാലകളുടെ സമയത്തിൽനിന്നും നിനക്കു തിരി

ച്ചറിയാനാകുന്നുണ്ടോ?

ഹരി പുറത്തിറങ്ങാനുള്ള തയ്യാറെടുപ്പിലാണ്.

ഹരീ, നിന്റെ കനകം വന്നിരിക്കുന്നു.

നിനക്കു ഭ്രാന്തുപിടിച്ചുപോയെന്നറിഞ്ഞു നിന്നെ കാണാൻ ഞാൻ വന്നിരിക്കുന്നു.

ഹരിയുടെ കുട്ടികൾ വീണ്ടും വീടിനു കാവൽക്കാരായി. അവർ ആകാശത്തിലേക്കു മിഴിയൂന്നുന്നു, ഒന്നും സംഭവിക്കാത്തതുപോലെ.

“അച്ഛനെവിടെ മക്കളേ?”

അവൾ വിളിച്ചു ചോദിച്ചു.

കുട്ടികൾ മറുപടി പറഞ്ഞില്ല.

അവളുടെ അസ്പഷ്ടമായ വാക്കുകളിൽ പ്രിയം തുളുമ്പി. അവൾ ഹരിയെ ചേർത്തുപിടിച്ചു നെറ്റിയിൽ തടവി.

ഹരീ, വാക്കുകൊണ്ട് എനിക്കിപ്പോൾ ഒരു നദി ഉണ്ടാക്കണം. നിറമുറ്റ നമ്മുടെ ആ കാലത്തിലേക്ക് നിന്നെയുംകൊണ്ട് എനിക്കു തുഴഞ്ഞുപോകണം. വരൂ.

നമ്മുടെ ശാന്തിവനം. കുറുക്കൻകുന്ന്.

കടൽ കണ്ടു നില്ക്കുന്ന മഞ്ഞച്ചായം തേച്ച കലാലയം.

രണ്ടിതളുള്ള ഒരൊറ്റ ഫാൻ മാത്രം മൂളി ചീറുന്ന ക്ലാസ് മുറി.

നമ്മുടെ കുറുനരി മാഷ്!

ആത്മഹത്യ ചെയ്ത രത്നാകരൻ!

സ്ത്രീകളുടെ അവകാശസംരക്ഷണത്തിനായി നാം നടത്തിയ പ്രകടനം. നീ ചെയ്ത ചൊടിയുള്ള പ്രസംഗം.

ഹരി തുറിച്ചുനോക്കുന്നു. വീണ്ടും പൊട്ടിച്ചിരി. കരച്ചിൽ. നീ തിരിച്ചറിയുന്നുണ്ടോ? ഉണ്ടോ?

പുറത്തൊരു ശബ്ദം കേട്ടു.

“അച്ഛൻ വന്നു.”

കുട്ടികൾ വിളിച്ചു പറഞ്ഞു.

മുറിയിലേക്കു കടന്നുവന്ന താടിവെച്ച കൃശഗാത്രനും കഷണ്ടിക്കാരനുമായ ഈ മനുഷ്യനാണ് പ്രകാശൻ. അന്ധാളിപ്പോടെ അയാൾ നോക്കി.

“എന്തിനാ വാതിൽ തുറന്നേ?”

അയാൾ പെട്ടെന്നു വാതിലടച്ചു.

“അവൾ ഉപദ്രവിക്കും. അടുത്തു നില്ക്കണ്ട. ആരാ നിങ്ങള്?”

അവൾക്കു വാക്കു മുട്ടി:

“ഞാൻ... ഹരിയുടെ പഴയ കൂട്ടുകാരിയാ. കനകം. എന്നെ ഓർക്കുന്നില്ലേ?” ഒരുവിധം പറഞ്ഞൊപ്പിച്ചു. അയാൾ ‘ങ്ഹാ’ എന്നു പറഞ്ഞ് ചുവരിലെ അലമാരയിൽനിന്നും മരുന്നുകുപ്പിയെടുത്തു. ഹരി തുറിച്ചുനോക്കി നില്പാണ്. രണ്ടുപേരെയും മാറിമാറി നോക്കുന്നു. ഇനി അവൾ പൊട്ടിച്ചിരിക്കുമോ? കരയുമോ? എന്തെങ്കിലുമൊന്ന് ഹരി ഉരിയാടുമോ? ആ കഴുത്തിൽ കറുത്ത ചരടിൽ ദാമ്പത്യത്തിന്റെ അർത്ഥം. വിളറിമെലിഞ്ഞ കഴു

ത്തിന് മണ്ണിരയുടെ നിറം.

അയാൾ ഹരിയെ കട്ടിലിൽ ബലമായിരുത്തി മരുന്നു കുടിപ്പിക്കാൻ തുടങ്ങിയപ്പോൾ അവൾ സഹായിച്ചു. ചുവന്ന ഗുളിക ഒപ്പം വായിലിടാൻ തുടങ്ങിയപ്പോൾ ഹരിയൊന്നു കുതറി. മരുന്നു നിലത്തു തൂവി. രോഷത്തോടെ അവളുടെ തലയ്ക്കു കിഴുക്കി അയാൾ ശബ്ദമുയർത്തി.

"അടങ്ങിയിരിക്ക് ജന്തൂ."

ഹരി എഴുന്നേറ്റു ചുമരോടു ചേർന്നുനിന്നു. ആ കാന്തക്കണ്ണുകളിൽ മൃഗീയമായ ഒരു മാനുഷികവെളിച്ചം. ഓർമ്മകളൊക്കെയും ഒഴുകിയൊഴുകി ചരിത്രപ്രവാഹങ്ങൾക്കപ്പുറത്താകുന്നു. അയാളിൽനിന്നും തലയ്ക്ക് പിന്നെ ശക്തിയായി അടിയേറ്റ് ഹരി ഉച്ചത്തിലലറി. അവൾ തളർന്നുപോയി.

ഹരിയുടെ കുഞ്ഞുവീടിനു മുകളിൽ ഒരു വിമാനത്തിന്റെ ഇരമ്പൽ. ഉമ്മറപ്പടിയിൽ കുട്ടികൾ വിമാനം കണ്ടിരിക്കുന്നു. ഹരീ, ഇപ്പോൾ എന്റെ കൈകൾക്കു നിന്റെ കഴുത്തു ഞെരിക്കാനുള്ള ആസക്തി. മനസ്സിന്റെ കടലാഴങ്ങളിൽ ഉഗ്രമായ ചുരമാന്തൽ. പഴയൊരു വാക്കിന്റെ നിറവേറലിനായി ഞാൻ നിന്നെ കൊന്നോട്ടെ. ഏറ്റവും അലിവോടെ, കരുണയോടെ കുറുക്കൻകുന്നിലെ എന്റെ കൂട്ടുകാരീ... ഞാൻ നിന്നെ കൊന്നോട്ടെ?

മായുന്നു മേഘലങ്ങൾ

നല്ല തണുപ്പുള്ള ആ രാത്രിയിലാണ് അവൻ മരണപ്പെട്ടത്. ചിരകാലമായുള്ള എന്റെ മോഹമങ്ങനെ സഫലമായി. എത്രകാലം എനിക്കിങ്ങനെ ഒരു ശത്രുവിനെ വച്ചുപൊറുപ്പിക്കാൻ കഴിയും? ആ ദുർമരണം കണ്ട് എന്റെ ഹൃദയം ചെന്താമരപോലെ വിടർന്നു. ആവിലായിലെ മാതാവിന് നൂറ്റൊന്നു മെഴുകുതിരികൾ നേർന്നു ഞാനവിടന്നു ക്ഷണം നടന്നുമറഞ്ഞു. അയാളുടെ ദുർമരണവും എന്റെ മോഹവും തമ്മിലേ വാസ്തവത്തിൽ ബന്ധമുള്ളൂ. ആ മരണത്തെക്കുറിച്ച് എനിക്കൊന്നും അറിയില്ല. എന്നെപ്പോലെ ഈ ഒരു ഗൂഢമായ ലക്ഷ്യം ഉള്ളിൽ പൊറുപ്പിച്ചു നടന്ന വേറെയും ചിലർ ഇവിടെയുണ്ടായിരുന്നെന്ന വിചാരം അതിരറ്റ് എന്നെ ആഹ്ലാദിപ്പിച്ചു. സാക്ഷിയായി നിന്നുകൊണ്ട് ഏറ്റവും സജീവമായ കർത്തവ്യം ഞാൻ നിർവ്വഹിച്ചു. എന്റെ കാഴ്ചയ്ക്കുമുന്നിൽ അയാളുടെ ചലനം പയ്യെ നിലച്ചു. ഒരുപക്ഷേ, അവർ എനിക്കുവേണ്ടിയായിരിക്കുമോ അവനെ വകവരുത്തിയത്. അങ്ങനെയും ആലോചിക്കാതിരിക്കാൻ കഴിയുന്നില്ല. എന്റെ ആത്മാവിന്റെ വിളി കേട്ട് ആകാശത്തിലെ ദൈവങ്ങൾ പറഞ്ഞയച്ച കാവൽഭടന്മാരാകാം അവർ. അല്ലാതെ എന്റെ ശത്രുവിനെ എനിക്കു മുന്നിൽവച്ചുതന്നെ അനായാസം വകവരുത്തി അവർ അപ്രത്യക്ഷരാകുമോ? ആവോ, ആർക്കറിയാം! നീചമായ ഒരു നരഹത്യയെക്കുറിച്ച് ഇങ്ങനെയൊന്നും ചിന്തിച്ചുകൂടെന്നറിയാം. പക്ഷേ, കൊല്ലപ്പെട്ടത് എന്റെ ശത്രുവാകുമ്പോഴോ? അടിക്കടി എന്നെ പീഡിപ്പിച്ചുകൊണ്ടിരുന്ന, എന്റെ ആയുസ്സിനെ ക്രൂശിതമാക്കാനായി വ്യഗ്രതകൊണ്ടിരുന്ന ഒരാളുടെ മരണത്തിൽ എനിക്കെങ്ങനെ വ്യസനിക്കാൻ പറ്റും? അതുകൊണ്ടു ഞാൻ മദ്യശാലയിലെത്തുന്നു. വെളിവറ്റ് സത്യം വിളിച്ചു പറയുന്ന മനുഷ്യർക്കിടയിൽ കാഴ്ചയുടെ സത്യം മൂടിവെച്ച് ഞാൻ തനിച്ചിരിക്കുന്നു. ഒരു പൈന്റ് മുഴുവനും അകത്താക്കുന്നു. അപ്പോൾ ലോക

ത്തിലെ ഏറ്റവും വലിയ ആഹ്ലാദവാൻ ഞാനാകുന്നു. ഉച്ചത്തിൽ എനിക്കു വിളിച്ചു പറയാൻ തോന്നുന്നു: സ്നേഹിതരേ, വളരെക്കാലമായി ആശിച്ചു നടന്ന ഒരുകാര്യം ഇന്നു സാധിച്ചിരിക്കുന്നു. എന്റെ ശത്രുവായ...

ആത്മാവിന്റെ അകങ്ങളിൽനിന്നും ആരോ വിലക്കി. ഞാൻ രാത്രിയിലേക്ക് ഇറങ്ങി.

രണ്ട്

വളരെ കാലങ്ങൾക്കുശേഷം എന്റെ പ്രഭാതത്തിന് ഇന്നെന്തൊരു തെളിച്ചം. വെളിച്ചം.

ഇത്രയേറെ സുന്ദരമായ പ്രഭാതം അടുത്തൊന്നും ഞാൻ കണ്ടിട്ടില്ല. തലേന്നത്തെ രാത്രിക്കാഴ്ച അയവിറക്കിയപ്പോൾ ഹാ എന്തു മനോഹരമായ പ്രഭാതം എന്നു വിളിച്ചുകൂവാൻ തോന്നിപ്പോയി.

അവന്റെ മരണം ഇപ്പോൾ നാടറിഞ്ഞുതുടങ്ങിയിരിക്കും. മുൾമുടി ചൂടിയ ക്രിസ്തുവിന്റെ ചിത്രത്തിനു മുന്നിൽ പ്രഭാതത്തിൽ വിരിഞ്ഞ ഒരു പൂവിറുത്തുവച്ച് ഞാൻ നന്ദിപറഞ്ഞു. ഓഫീസിലെത്തുമ്പോൾ അവിടമാകെ മൂകത ചുറ്റിപ്പിടിച്ചിരിക്കുന്നു. അറിഞ്ഞില്ലേ നമ്മുടെ...

ഞാൻ നടുക്കം പ്രകടിപ്പിച്ചു.

ഏതു മൃഗമാണീ പാതകം ചെയ്തത്.

കപടമായ എന്റെ ഖേദവും അനുതാപവും മറ്റുള്ളവരുടേതിനോടു തുല്യമായി. ആഘാതമേറ്റവനെപ്പോലെ കസേരയിലിരിക്കുമ്പോൾ ഞാൻ അങ്ങേ തലയ്ക്കൽ അവന്റെ സ്ഥാനം നോക്കി. ഒഴിഞ്ഞ കസേര. മേശപ്പുറത്തു കൂമ്പാരമായ ഫയലുകൾ. ആ കസേരയിലേക്ക് ഇനി ഒരിക്കലും അവൻ വരില്ല. ആ ഫയലുകൾ ഇനി അവനെ കാത്തിരിക്കില്ല. എന്റെ അസ്വാസ്ഥ്യങ്ങളൊക്കെയും കടലെടുത്തുകഴിഞ്ഞിരിക്കുന്നു. ഞാൻ സൗഖ്യവാനായിരിക്കുന്നു.

പ്രീതാകുമാരി ഏങ്ങിയേങ്ങി കരയുന്നതു കണ്ടു. കർച്ചീഫ് കൊണ്ടു മുഖം പൊത്തി അവൾ പിന്നെ ബാത്റൂമിലേക്കു കയറി വാതിലടച്ചു. എനിക്ക് ഉള്ളാലെ ചിരി വന്നു. അവന്റെ ഹൃദയത്തിൽ തൊട്ടുണർത്തിയവളല്ലേ അവൾ. അവന്റെ ശത്രുവായതുകൊണ്ട് എപ്പോഴും എന്നോടു വൈരാഗ്യം കാണിച്ചവളല്ലേ. ഇപ്പോഴോ?

നിസ്സഹായന്റെ ദേവാലയങ്ങളിൽ എന്നെങ്കിലും അവനു വേണ്ടി ഒരു മണി മുഴങ്ങാതിരിക്കില്ല.

മൂന്ന്

അവന്റെ വീട്ടിൽ പോകാതിരിക്കുന്നതെങ്ങനെ? പോകാൻ തന്നെ ഉറച്ചു. കിടന്നുരുണ്ടു കരയുന്ന അവന്റെ ഭാര്യ ജഡം കെട്ടിപ്പിടിച്ചു "മക്കളേ നിങ്ങളുടെ അച്ഛൻ പോയി മക്കളേ" എന്നു വിളിച്ചുകൂവിയപ്പോൾ എനിക്കു

കുലുക്കമേയുണ്ടായില്ല. അവനെ കുളിപ്പിക്കാനെടുത്തപ്പോൾ പിന്നാലെ ഞാനും കൂടി. കിണറ്റിൻകരയിൽ കൂട്ടംകൂടി നില്ക്കുന്നവരുടെ സംസാരം ഞാൻ ശ്രദ്ധിച്ചു. എന്തെല്ലാം ഊഹാപോഹങ്ങളാണ്! അജ്ഞാതമായ മരണത്തെച്ചുറ്റിപ്പറ്റി എത്രയെത്ര വിചാരങ്ങളാണ്! അതൊക്കെയും എന്നെ വിസ്മയപ്പെടുത്തുകയും സന്തോഷിപ്പിക്കുകയുമുണ്ടായി. എന്റെ ഉള്ളിൽ കിളിരുന്ന ചിരി ആരെങ്കിലും അറിയുന്നുണ്ടോ എന്ന ആശങ്കയുമുണ്ടായി.

ഉള്ളിൽ ചിരിക്കുന്നതു പുറത്തറിഞ്ഞാലോ എന്ന പേടി മാറിക്കിട്ടാത്തതുകൊണ്ടു ഞാൻ അവിടെനിന്നും നീങ്ങി. അപ്പോഴേക്കും അവന്റെ അവസാനത്തെ കുളികഴിഞ്ഞു.

അവൻ സുഭഗജഡമായി എരിയുന്ന ചന്ദനത്തിരി തലയ്ക്കപ്പുറം കൊളുത്തി നീണ്ടുനിവർന്നു കോടിപുതച്ചു കിടന്നു. ആ മുഖത്ത് എന്നെ കണ്ട വല്ലായ്മയുണ്ടോ? തോല്വിയുടെ ദൈന്യമാനങ്ങളുണ്ടോ?

അവന്റെ ചരമമറിഞ്ഞ് എത്രയെത്ര മനുഷ്യരാണു വന്നു ചേരുന്നത്! ദീർഘമായ നിശ്വാസങ്ങൾ അവിടവിടെ ഉയർന്നു പൊങ്ങുന്നു. ഗദ്ഗദങ്ങൾ മരണപ്പുരയുടെ അന്തർശ്രുതികളാകുന്നു.

എനിക്കെന്നപോലെ എല്ലാവർക്കും ശത്രുവായിരിക്കില്ലേ ഇവൻ? ഗൂഢമായ ഒരാനന്ദം എല്ലാവരിലും സ്ഫുടമായി കാണുന്നില്ലേ? തീർച്ചയായുമുണ്ട്. ഓരോ സന്ദർശകനും ഉള്ളിൽ ഉത്സവമമർത്തി കടന്നെത്തുന്നു.

അവൻ മണ്ണിലേക്കു യാത്രയാകുന്നു!

നാല്

കുറേ നേരം ഓഫീസിൽ നിശ്ശബ്ദത നിറഞ്ഞുനിന്നു. പിന്നെ ഉരിയാട്ടങ്ങളുമായി ഓരോരുത്തരും തെളിഞ്ഞുവന്നു. പ്രീതാകുമാരിയും സംസാരം തുടങ്ങി. ഉച്ചയായപ്പോഴേക്കും എല്ലാം നേരെയായി, പതിവുപോലെയായി.

എല്ലാവരും അവനെ മറന്നു.

പക്ഷേ, എനിക്കു മറക്കാൻ പറ്റില്ലല്ലോ.

അവന്റെ കസേരയുടെ ശൂന്യതയിലേക്കു ഞാൻ കുറേ നേരം കണ്ണയച്ചു. അവൻ എനിക്കുതന്ന ഓരോ ദുരനുഭവത്തിന്റെയും കയ്പ് ഒന്നൊന്നായി തികട്ടിവന്നു:

എന്റെ ആഹ്ലാദം എനിക്ക് ആരെയെങ്കിലും അറിയിക്കാതെ സ്വസ്ഥതയില്ലെന്നായി! എന്നാലേ ആത്മാവിന് ഒരു നിറവേറലുണ്ടാവുകയുള്ളൂ.

സുകുവിനോടു പറയണോ ജോൺസനോടു പറയണോ? അവരുടെ പ്രതികരണമെന്തായിരിക്കും. അനുഭാവത്തോടെ അവരതു സ്വീകരിച്ചില്ലെങ്കിലോ? അല്ലെങ്കിൽ വെട്ടിത്തുറന്ന് പ്രീതാകുമാരിയോടു കാര്യം പറഞ്ഞ് ഒരു ജേതാവിന്റെ മട്ടിൽ ഞെളിഞ്ഞാലോ?

പറയാതെ ശാന്തിയില്ലെന്നായിട്ടും പറഞ്ഞില്ല. ഞാൻ എന്നെ അടക്കിനിർത്തി കണ്ടുനിന്ന ആ കാഴ്ച മനസ്സിലോർത്തു.

അവർ നാലുപേരുണ്ടായിരുന്നു. പിന്നിൽനിന്നും രണ്ടുപേർ മുണ്ട് ചുഴറ്റിയെറിഞ്ഞ് അവന്റെ കഴുത്തിൽ കുരുക്കി. മുന്നിൽനിന്നും ഒരാൾ നാഭിക്ക് തൊഴിച്ചുവീഴ്ത്തി. പിന്നെ മുണ്ടുവലിച്ച് ഞെരിക്കുകയായിരുന്നു. ആഞ്ഞാഞ്ഞു നെഞ്ചിൽ ചവിട്ടുകയായിരുന്നു.

എത്ര പൊടുന്നനെയാണ് അവൻ ഇല്ലാതെയായത്. എനിക്ക് കാലാകാലം ദുഃസ്വപ്നങ്ങൾ തന്ന ഒരു മനുഷ്യരൂപം തൂവൽപോലെ പറന്നകന്നു. എന്റെ ആഹ്ലാദം ലോകത്തിന്റെ ഔപചാരികത പൊറുത്തെന്നു വരില്ല. ആരുടെയും വിവേകം അത്തരമൊരു നിഷേധാത്മകമായ വകതിരിവ് കാണിക്കുമെന്നുറപ്പില്ല. അതുകൊണ്ട് ആരോടും പറയുന്നില്ല.

അഞ്ച്

സുശിക്ഷിതമായ മുറപ്രകാരം അവനിങ്ങനെ തീർത്തും വിസ്മൃതനായി മാറുന്നത് എന്നെ അസഹിഷ്ണുവാക്കുന്നുണ്ട്. ഒരാളുടെയും ഓർമ്മയായി ഈയിടെ ഒരിക്കൽപ്പോലും അവൻ മാറാത്തതും എനിക്ക് നൈരാശ്യമായിത്തീരാറുണ്ട്. ഭൂമുഖത്തുനിന്നും മറഞ്ഞുപോയ എന്റെ ശത്രുവിനെക്കുറിച്ചുള്ള മറ്റുള്ളവരുടെ ഓർമ്മയിൽനിന്നും ഞാനനുഭവിക്കേണ്ടുന്ന ഒരു സുഖമുണ്ട്. പക്ഷേ, അവൻ തീർത്തും ഈ ലോകത്തിൽനിന്ന് മറയ്ക്കപ്പെട്ടിരിക്കുന്നു. അവന്റെ ദുർമരണത്തെക്കുറിച്ചുള്ള അന്വേഷണങ്ങൾ നിലച്ചിരിക്കുന്നു.

പ്രീതാകുമാരി ഇപ്പോഴും എന്നെ ഗൗനിക്കാറില്ല. കണ്ടാൽ ചിരിക്കുകപോലുമില്ല. അവനെ കൊന്നത് ഞാനാണെന്നാണ് അവളുടെ മുഖഭാവത്തിൽ പ്രകടമാകുന്നത്. ആ മനോഭാവം എന്നെ വല്ലാതെ കുഴയ്ക്കുന്നുണ്ട്.

ഇടയ്ക്കൊക്കെ ഞാൻ ആ കാഴ്ച ഓർക്കാറുണ്ട്. അപ്പോൾ എനിക്കുണ്ടാകുന്ന സുഖം മറ്റൊരാൾക്കുമറിയാൻ പറ്റില്ല. എല്ലാവരും അറിയണമത്. പക്ഷേ, അവൻ മറവിയിലായിരിക്കുന്നു. എന്റെ ശത്രു ഒന്നും അല്ലാതെയായിരിക്കുന്നു. ഇന്നലെയും ഞാൻ അവന്റെ ഭാര്യയെ കണ്ടിരുന്നു. ആ മുഖത്തെ ദുഃഖം ഇപ്പോഴും മാഞ്ഞിട്ടില്ല. പെയ്തൊഴിയാത്ത ആ ഘനമേഘങ്ങൾ അനാഥത്വത്തെ ദാരിദ്ര്യത്തെ, വിളിച്ചോതി. കുഞ്ഞുങ്ങൾ വിളർത്തുപോയിട്ടുണ്ട്. അവർ എന്തിനോ ശാഠ്യംപിടിച്ചു കരയുന്നതുകണ്ടു. കളിപ്പാട്ടങ്ങൾക്കോ അതോ മധുരപലഹാരങ്ങൾക്കോ ആകാം.

അവൾ എന്നെ നോക്കി ചെറുതായി മന്ദഹസിക്കുകയുണ്ടായി. അതെന്നെ വല്ലാതെ വിഷമിപ്പിച്ചു. ഞാൻ അവന്റെ ശത്രുവാണെന്ന് ഒരു പക്ഷേ, അവൾ അറിഞ്ഞുകാണില്ല. അവന്റെ ഇല്ലാതാകൽ എന്റെ വിജയമായി, ആഘോഷമായി മാറേണ്ടുന്ന അവസ്ഥ പതുക്കെ നീങ്ങിപ്പോവുകയാണ്. ഈ സ്ഥിതി എന്നെ വല്ലാതെ നിരാശപ്പെടുത്തുകയും ചെയ്യുന്നു.

ആറ്

ഇന്നലെ പ്രീതാകുമാരിയുടെ വിവാഹമായിരുന്നു. എനിക്ക് ക്ഷണമുണ്ടായിരുന്നില്ല. ക്ഷണിക്കുമെന്ന് ഞാൻ വിചാരിച്ചുപോയിരുന്നു. എല്ലാവരും മറന്നുതുടങ്ങിയ അവനോടൊപ്പം അവന്റെ സർവ്വ വൈരങ്ങളും അവൾ വിസ്മരിക്കുമെന്നു കരുതിയതു വെറുതെ.

എന്നെ മാത്രമാണ് അവൾ ഒഴിച്ചുനിർത്തിയത്. അതോർത്ത് ഞാനിങ്ങനെ വിഷമിക്കേണ്ടുന്ന ആവശ്യമില്ല. ക്ഷണിച്ചില്ലെങ്കിലെന്ത്, ക്ഷണിച്ചാലെന്ത്.

ഓഫീസിൽ വന്നപ്പോൾ അവൾ ഒരു ക്ഷമാപണം പറയുമെന്നു വെറുതെ ആശിച്ചു. ആരോടോ സംസാരിക്കുന്നതിനിടയ്ക്ക് അവന്റെ പേര് അവളുച്ചരിച്ചത് ഞാൻ ശ്രദ്ധിക്കുകയുണ്ടായി. എന്താണെന്ന് വ്യക്തമായില്ല. അവനെ അവൾ മറന്നിട്ടില്ലെന്ന്, മറക്കാൻ അവൾക്ക് കഴിയില്ലെന്നാണോ അനുമാനിക്കേണ്ടത്?

അവൻ മരിച്ചിട്ട് ഇന്നേക്ക് ഒരു വർഷമായെന്നാണ് അവൾ പറഞ്ഞതെന്ന് പിന്നീടറിഞ്ഞു. എത്ര കൃത്യമായി അവൾ ഓർമ്മിച്ചുവെച്ചിരിക്കുന്നു. ആ മരണം നേരിൽക്കണ്ട എനിക്കുപോലും ഓർമ്മിക്കാനാവാത്തവിധം ആ ദിവസം അകന്നിരിക്കുന്നു.

ഇപ്പോൾ രാത്രി.

ഞാൻ ആലോചിക്കുകയാണ്. അവൻ മരിച്ചിട്ട് ഒരു വർഷം തികയുന്ന ഇന്നാളിൽ എനിക്ക് അവനോടു തോന്നുന്ന വികാരമെന്താണ്! തീരാത്ത പകതന്നെയോ? ആ സംഭവം ഒരിക്കൽക്കൂടി ഓർത്തുനോക്കി. ആ ജീവന്റെ പിടച്ചിൽ മനസ്സിൽ തെളിഞ്ഞുയർന്നു.

ആരായിരുന്നു അവർ? അവരെന്തിനായിരുന്നു അവനെ വകവരുത്തിയത്? അവൻ പോയതിനുശേഷം എനിക്കുണ്ടായ നേട്ടമെന്താണ്? അവനോടുള്ള പക അതേ തീവ്രതയോടെ ഞാനിപ്പോഴും വെച്ചുപുലർത്തുന്നുണ്ടോ?

ജയിച്ചത് ഞാനല്ല അവനാണ് എന്നു എനിക്കു തോന്നിത്തുടങ്ങുന്നത് എന്തുകൊണ്ടാവാം?

ഏഴ്

ആത്മാവിൽ അനുതാപത്തിന്റെ ഉറവ പൊട്ടുന്നു. അവന്റെ മുഖം ഓർമ്മയിൽ നിറഞ്ഞുവരികയാണ്. ദൈവമേ, എനിക്കിപ്പോൾ അവനോടു സ്നേഹമാണ്.

ഞാൻ അവന്റെ വീട്ടിലെത്തുന്നു. എല്ലാം പറഞ്ഞൊന്ന് ആശ്വസിക്കാമെന്നത് എന്റെ വെറും മോഹംമാത്രം. ഞാൻ അതിനശക്തൻ.

അവന്റെ ഭാര്യയും കുഞ്ഞുങ്ങളും മുന്നിലേക്കു വന്നുനിന്നപ്പോൾ കാലുവിറച്ചു. വാക്കുകൾ പതറി.

അവൻ മരണപ്പെട്ട രാത്രി ഒരു നിമിഷം ഓർത്തുപോയി. അവന്റെ മുഖം

എന്റെ കൺമുന്നിൽ വിരുന്നുവന്നു.

എന്നെ സ്വീകരിച്ചിരുത്തിയ ആ സ്ത്രീക്കോ കുഞ്ഞുങ്ങൾക്കോ അറിയില്ലായിരിക്കാം, ഞാനവന്റെ ശത്രുവായിരുന്നെന്ന്.

കൈയിൽ കരുതിയ പലഹാരപ്പൊതി ഞാൻ കുഞ്ഞുങ്ങൾക്കു കൊടുത്തു. ആ സ്ത്രീക്ക് കാലംതെറ്റിയ സമാശ്വാസത്തിന്റെ വിധിവാക്കും.

അകരുണമായ ഈ പ്രവൃത്തിക്ക് തീർച്ചയായും ഞാൻ സ്വയം മാപ്പു നല്കില്ല. അപ്രതീക്ഷിതമായ ഈ മാനസാന്തരത്തെക്കുറിച്ച് ഒരു നിശ്ചയവുമില്ല.

യാത്ര പറഞ്ഞിറങ്ങുമ്പോൾ പിന്നിൽ നെടുവീർപ്പും കണ്ണീരും കലർന്നു.

കുഞ്ഞുങ്ങൾ ചിരിച്ചു കൈവീശി. ഞാനാലോചിക്കുകയാണ്:

എനിക്ക് എന്റെ ശത്രുമാത്രമാണ് നഷ്ടപ്പെട്ടത്.

ആ കുഞ്ഞുങ്ങൾക്കാകട്ടെ അവരുടെ അച്ഛൻ.

ആ സ്ത്രീക്ക് അവരുടെ നാഥൻ.

ആ വീടിന് അതിന്റെ നായകൻ.

ആ മോട്ടോർബൈക്ക് വീണ്ടും വരുന്നു

മുമ്പൊരിക്കൽ കാണുകയുണ്ടായ ആ മോട്ടോർബൈക്കുകാരൻ പിന്നെയും നാഷണൽ ഹൈവേയിൽ പ്രത്യക്ഷപ്പെടുകയുണ്ടായി. തിളച്ചു മങ്ങിയ വെയിലിൽ നാഷണൽ ഹൈവേയുടെ ഇങ്ങേയറ്റത്തുനിന്ന് അങ്ങേയറ്റംവരെ ഒരുതവണ അയാൾ വളരെ വേഗം കുതിച്ചുപോകുകയുണ്ടായി. തെല്ലു കഴിഞ്ഞില്ല, അതേ വേഗത്തിൽ തിരികെ പോരുകയും ചെയ്തു. നിതാന്തമായ ഏകാഗ്രതയിൽ ദൃഷ്ടിയുറപ്പിച്ച് ചീറിപ്പാഞ്ഞ ആ മോട്ടോർബൈക്ക് അകലങ്ങളിൽ മറഞ്ഞിട്ടും അതിന്റെ പടപടാശബ്ദം അവിടമെല്ലാം പ്രകമ്പനം കൊള്ളുകയുണ്ടായി.

മുമ്പൊരിക്കൽ കണ്ടുമുട്ടിയ ഈ മോട്ടോർബൈക്കുകാരൻ ആരാണെന്നോ അയാൾ എവിടുന്നു വരുന്നെന്നോ ഒരു നിശ്ചയവുമില്ല. അന്ന് അയാൾ ഈ നാഷണൽ ഹൈവേയിലൂടെ കടന്നുപോകവേ അപ്പുറത്തെ പോസ്റ്റോഫീസിനു വലതുവശത്തെ ടെറസുവീട്ടിൽ കരിമ്പുള്ളിപ്പാവാട ഒന്നനങ്ങി. പാദസരം കിണുങ്ങി. അയാളുടെ നിശിതമായ ഏകാഗ്രതയെ തുലോം തകർത്തുകളഞ്ഞ ആ കരിമ്പുള്ളിപ്പാവാടക്കാരി ഒരു ചെറുചിരിയാലെ മനസ്സുമുലച്ചുകളഞ്ഞു. പിന്നീടുള്ള യാത്ര ആ മോട്ടോർബൈക്കുകാരന് എന്തുമാത്രം അസ്വാസ്ഥ്യകരമായിരുന്നു. അവളാരോ? ഏത് ഓർമ്മയിൽനിന്നാണാവോ ആ കുളിർന്ന ചിരി? ഇങ്ങനെ ചോദ്യങ്ങളൊരുപാട്, സഞ്ചാരത്തിനിടയിൽ അയാളുടെ മനസ്സിൽ നോവിപ്പിച്ച് തുളഞ്ഞുകയറി. അനവധി ആലോചനകളാൽ വട്ടംകറങ്ങി സാവധാനം അയാൾ മോട്ടോർബൈക്ക് ഹൈവേയിലൂടെ തിരിച്ചുവിട്ടു. വീണ്ടും ആ ടെറസുവീട്ടിന് മുന്നിലൂടെ 'കിച്ച്കിച്ച്' ശബ്ദമുണ്ടാക്കി ഓടിച്ചുപോയി. ഇക്കുറി അവൾ ചിരിച്ചില്ല. ഒരു നോട്ടംമാത്രം അയാളെ പിന്തുടർന്നുപോന്നു. നാലാം ശരമെറിഞ്ഞ് ഒരു കാമദേവൻ അവളുടെ കൺതടത്തിൽ നിവർന്നുനില്പായിരു

ന്നു. അയാൾ ഒന്നു തിരിഞ്ഞുനോക്കിയപ്പോൾ അവൾ നോക്കുന്നു. അയാൾ പിന്നെയും തിരിഞ്ഞുനോക്കിയപ്പോൾ അവൾ അതേ നില്പാണ്. വീണ്ടും തിരിഞ്ഞുനോക്കിയപ്പോൾ അവൾ അതേ, അങ്ങനെതന്നെ. ഒന്നുകൂടി തിരിഞ്ഞുനോക്കാൻ തുനിഞ്ഞപ്പോൾ ആ മോട്ടോർബൈക്കൊന്ന് തെള്ളി. ഹൈവേയിലെ ചെളിവെള്ളം നിറഞ്ഞ ഒരു കൂറ്റൻകുഴിയിൽ ചാടിയ ബൈക്ക് വായുവിലേക്കുയർന്നു. ഇടതുഭാഗത്തെ കരിങ്കൽച്ചെരിവിലേക്ക് അയാളും ആ മോട്ടോർബൈക്കും വളരെപ്പെട്ടെന്ന് തെറിച്ചുപോയി. അയാളുടെ ഓർമ്മയാകെ മുറിഞ്ഞുപോയി. ആൾക്കൂട്ടത്തിന്റെ ഉത്കണ്ഠകൾക്കും അനുതാപങ്ങൾക്കും വിധേയനായി എതിരേ വന്ന ഒരു പ്രൈവറ്റ് കാറിൽ സർക്കാരാശുപത്രിയുടെ സേവനവ്യവസ്ഥയിൽ പങ്കുകൊള്ളാനായി അതേ നാഷണൽ ഹൈവേയിലൂടെ അയാൾ യാത്രയായി.

ഇത് അന്നത്തെ കഥ. ആ മോട്ടോർബൈക്കുകാരൻ തന്റെ വാഹനമിപ്പോൾ മാറ്റിയിരിക്കുന്നു. എളുപ്പത്തിൽ ആർക്കും ഓർക്കാനാവുന്ന, കൗതുകമുണർത്തുന്ന ആ പഴയ നമ്പരല്ല ഇപ്പോഴത്തെ വാഹനത്തിന്റേത്. ആദ്യത്തേതിന് നിറം വെള്ള. ഇതിന് കുടംചുവപ്പ്. ഇതൊരു ബുള്ളറ്റുതന്നെ. ചീറുകയും മുരളുകയും പാടുകയും ചെയ്യുന്ന ബുള്ളറ്റിൽ ആ ടെറസുവീട്ടിനു മുന്നിലേക്ക് അയാൾ എത്തിച്ചേരുകയാണ്. പതുക്കെ വളരെപ്പതുക്കെ ഒരീണവുമായി ബൈക്ക് മുന്നോട്ടു പോകവേ വീട്ടുമുറ്റത്തേക്ക് ആ പെൺകുട്ടി ചാടിയിറങ്ങുന്നതു കണ്ടു. അവൾ ഓടി ഉമ്മറക്കോണിലെത്തിയതും മോട്ടോർബൈക്കുകാരന്റെ കാഴ്ചയിൽനിന്ന് അവൾ മറഞ്ഞതും ഒപ്പം കഴിഞ്ഞു. ഖേദത്തിന്റെ വെയിലിൽ പരിക്ഷീണനായി ആരോ തൊടുത്തുവിട്ട കളിവണ്ടിപോലെ മോട്ടോർബൈക്കുകാരൻ മുന്നോട്ടുപോയി. ഹൈവേയുടെ അങ്ങേയറ്റത്തെത്തിയപ്പോൾ അയാൾ പിന്നെ വാഹനം തിരിച്ചുവിട്ടു. ടെറസുവീട്ടിനടുത്തെത്തിയപ്പോൾ വേഗം കുറച്ചു ണിം ണിം ണിം എന്ന ഒരൊച്ചയോടെ മോട്ടോർബൈക്ക് മെല്ലെ പാഞ്ഞു. വല്ലാതെ നിരാശനായിപ്പോയി അയാൾ. അവളില്ല. ഉച്ചത്തിൽ ഹോണടിച്ചു. അപ്പോൾ എതിരെ വന്ന ഒരുകൂട്ടം ചെറുപ്പക്കാർ അയാളെ ശ്രദ്ധിച്ചു. അവരുടെ സംശയം കലർന്ന നോട്ടം കണ്ട് അയാൾക്ക് പരവശതയായി. നിർത്താതെ അയാൾ കുതിച്ചുപോയി. ഒരിക്കൽക്കൂടി തിരിഞ്ഞുനോക്കിയാലോ അല്ലെങ്കിൽ തിരികെപ്പോന്നാലോ എന്ന് അയാൾ ആലോചിക്കാതെയല്ല. പക്ഷേ, ആ ചെറുപ്പക്കാർ എന്തൊക്കെയോ തമ്മിൽ പറഞ്ഞ് അയാളെത്തന്നെ ശ്രദ്ധിച്ച് അവിടെയുണ്ട്. നാഷണൽ ഹൈവേയിൽ ദൂരെ ഒരു പൊട്ടായി അയാൾ മറഞ്ഞു. അയാളുടെ ആ പറക്കും സഞ്ചാരത്തിൽ കൗതുകവും ആവേശവുംകൊണ്ട് ഒരു ചെറിയ കുട്ടി വഴിയരികിലെ ഓണച്ചന്തയ്ക്കു മുന്നിലെ നീണ്ട ക്യൂവിലുണ്ടായിരുന്നു. അവന്റെ മനസ്സിൽ ഈയിടെ കണ്ട മരണക്കിണറിലെ അഭ്യാസിയായ സാഹസികൻ ഉണർന്നു. അതുപോലൊരു മോട്ടോർബൈക്കിൽ കയറി ലോകമെല്ലാം ഒന്നു ചുറ്റിപ്പറക്കാൻ അവന്റെ കുരുന്നുഹൃദയം തുള്ളി. "ആ മോഡല് കൊള്ളാലോ, പുതിയ ഇറക്കുമതിയാ. അതൊന്ന് സംഘടിപ്പിക്കണം." വഴിയരികിൽനിന്ന് ആ മോട്ടോർബൈക്കുകാരന് നേരെ

ഒരുപാട് കുമാരന്മാരുടെ ഇത്തരം കൊതിയും അസൂയയും നീണ്ടുചെന്നു. എതിരേവന്ന സമാന്തര കലാശാലാവിദ്യാർത്ഥിനികളുടെ സമസ്തശ്രദ്ധയും പിടിച്ചെടുത്ത് ആ മോട്ടോർബൈക്കുകാരൻ നാഷണൽ ഹൈവേ വിട്ടുപോയി. ആ വിദ്യാർത്ഥിനികളിൽ ഒരുവൾ ഇപ്പോൾ മോട്ടോർബൈക്കുകാരന് പിന്നിൽ അയാളുടെ ശരീരത്തിൽ ചുറ്റിപ്പിടിച്ച് മോഹസഞ്ചാരം കൊള്ളുന്നുണ്ട്. മോട്ടോർബൈക്കുകാരനാവട്ടെ ആ ടെറസ്സുവീട്ടിലെ കരിമ്പിള്ളിപ്പാവാടയനക്കം മാത്രം മനസ്സിൽ ജീവചലനമാക്കി എങ്ങോട്ടേക്കോ ഓടിച്ചുപോവുകയാണ്.

അടുത്തദിവസം വൈകുന്നേരം അഞ്ചുമണിയാവാൻ തുടങ്ങുന്നതേയുള്ളൂ. ആ മോട്ടോർബൈക്കുകാരൻ നാഷണൽ ഹൈവേയിൽ വീണ്ടും കാണപ്പെട്ടു. ചുവന്ന ടീഷർട്ടും ജീൻസുമണിഞ്ഞ് കൂളിങ്ഗ്ലാസ് ധരിച്ചു കുതിച്ചുവന്ന അയാളെ കണ്ടപ്പോൾ നാല്ക്കവലയിൽ നില്ക്കുന്ന ട്രാഫിക് പൊലീസുകാരന് വല്ലാത്ത അസൂയ തോന്നിയിരിക്കാം. ഉച്ചമുതലേ വെയിലിൽ പൊരിഞ്ഞ് കൈ വീശി വിസിലൂതി ക്ഷീണിച്ച ആ ട്രാഫിക് പൊലീസുകാരൻ ആലോചിക്കുകയാവാം — എന്നാണ് ഇങ്ങനെയൊരു മോട്ടോർബൈക്കിൽ കയറി മറ്റൊരു ട്രാഫിക് പൊലീസുകാരന്റെ നിർദ്ദേശം സ്വീകരിച്ച് താനീ നാഷണൽ ഹൈവേയിലൂടെ കുഞ്ഞുകുട്ടിയും പരിവാരങ്ങളുമായി ചിറകുവീശി പറക്കുക?

ആ മോട്ടോർബൈക്കുകാരൻ ചെകിടടപ്പിക്കുന്ന ഒച്ചയുമായി കുതിച്ചു. ഹൃദയത്തിന്റെ കാന്തമുന പോസ്റ്റോഫീസിനു വലതുവശത്തെ ടെറസ്സുവീട്ടിലുറപ്പിച്ച് മുന്നോട്ടുപോയ ആ മോട്ടോർബൈക്കുകാരന് മുന്നിൽ ഒരു പെൺകുട്ടി.

അത് അവളായിരുന്നു. മോട്ടോർബൈക്കുകാരൻ പെട്ടെന്നു ബ്രേക്കിട്ട് കാൽ കുത്തി. ഇടതുവശത്തെ റോഡരികിൽ നില്ക്കുന്ന അവൾക്കരികിലേക്ക് അയാൾ എന്തുംവരട്ടെയെന്നു കരുതി ബൈക്ക് നീക്കി. അവൾക്ക് എന്തെന്നില്ലാത്ത പരിഭ്രമമായിരുന്നു. അതിലേറെ അയാൾക്കും. അവളുടെ നെഞ്ചു പടപടാന്നടിക്കാൻ തുടങ്ങി. മോട്ടോർബൈക്കും പടപടാന്ന് ഒച്ചവെച്ച് അവൾക്കരികിൽനിന്നു. കൂളിങ്ഗ്ലാസ് കൈയിലെടുത്ത് അയാൾ തന്നോടെന്തോ ചോദിച്ചപ്പോൾ പെൺകുട്ടി തരിച്ചുപോയി. അവൾ എന്തോ പറഞ്ഞു. പിന്നെയും അയാളെന്തോ ചോദിച്ചു. അവളെന്തോ പറഞ്ഞു. ചോദ്യവും ഉത്തരവും വിപരീതങ്ങളായി, അനർത്ഥങ്ങളായി നിന്നിട്ടും അതിന്റെ അസുഖമൊന്നുമറിയാതെ അയാൾ 'പോട്ടേ' എന്നു ചോദിച്ചു. പെൺകുട്ടി തലയാട്ടി. പെട്ടെന്ന് അവൾ അയാളോട് ചോദിച്ചു: "എങ്ങോട്ടാ പോകുന്നേ?" അയാൾ എന്തോ പറഞ്ഞു. അവൾക്കത് മനസ്സിലായില്ല. കടുത്ത പാരവശ്യങ്ങൾക്കിടയിൽ ഒന്നും അറിയാനും ഓർമ്മിക്കാനും കഴിയാതെ പോയി ഇരുവർക്കും.

ആ മോട്ടോർബൈക്കുകാരനാണ് ഈ നിമിഷം ലോകത്തിൽ അത്യധികം ആഹ്ലാദിച്ചു തിമിർക്കുന്ന ഒരാൾ. നിറമനം തുളുമ്പി ഒന്നുതിരിഞ്ഞു നോക്കി കുതിച്ചുപോയ അയാൾക്ക് ആ മോട്ടോർബൈക്ക് ആകാശച്ചെരിവു

കൾക്കു നേരെ തിരിച്ചു വിട്ടാലോ എന്ന ആവേശമുണ്ടായി. ഭാസ്കരൻ മാഷുടെ പഴയ പാട്ട് അയാളുടെ ഹൃദയത്തിൽ ഉറവയെടുത്തു. "നമ്മുടെ നെഞ്ചിലാകെ അനുരാഗക്കരിക്കിൻവെള്ളം..." അതൊന്ന് മൂളാൻ തുടങ്ങിയതേയുള്ളൂ. എതിരേ വന്ന ഒരു സർക്കാർ ബസിന്റെ ചുവപ്പിലേക്ക് അയാളുടെ അനുരാഗച്ചുവപ്പാകെ ക്ഷണംകൊണ്ട് കലങ്ങിപ്പോയി. മോട്ടോർ ബൈക്കിന്റെ ചക്രങ്ങൾ ബസിനടിയിൽ കറങ്ങിക്കൊണ്ടിരുന്നു.

നഗരത്തിലെ വലിയൊരു സ്വകാര്യാശുപത്രിയിൽ മോട്ടോർബൈക്കുകാരന്റെ കാൽ കെട്ടിത്താഴ്ത്തിയിരിക്കുന്നു. അനുരാഗംകൊണ്ട് ചുവന്ന ഒരു കിളുന്നുസ്മൃതിയുമില്ലാതെ അബോധാവസ്ഥയിൽ അയാൾ ഉറങ്ങുകയാണ്. തൊട്ടപ്പുറത്തുള്ള കട്ടിലുകളിലെല്ലാമുണ്ട് അത്തരം ശ്ലഥരൂപങ്ങൾ. ദുർദർശനങ്ങൾ. ഏതൊക്കെയോ കാല്പനിക സ്വപ്നങ്ങൾക്കു ചുറ്റും മുരണ്ടുകുതിച്ച എത്രയോ മോട്ടോർബൈക്ക് കുമാരന്മാരാണ് ആ ആശുപത്രി നിറയെ. ചോരമണക്കുന്ന കെട്ടിടത്തിനപ്പുറത്ത് നീർമരുതുകൾ ഉലഞ്ഞാടി. മോട്ടോർബൈക്കുകൾ എറിഞ്ഞു തകർത്ത മനുഷ്യശരീരങ്ങൾ നിറഞ്ഞ ആശുപത്രി വാർഡിൽ മിടിച്ചുനീങ്ങിയ ഉത്കണ്ഠകളുടെ അവസാനം മോട്ടോർബൈക്കുകാരൻ കണ്ണുതുറന്നു. അയാളുടെ സ്മരണയിലുടനെ ഒരു നക്ഷത്രം പൊലിച്ചുയർന്നു. അസംഖ്യം ദുഃസ്വപ്നങ്ങൾ പാളിക്കത്തി. തലച്ചോറിൽ വാർന്നുപോയ രക്തം അശ്ശേഷം തുടച്ചുനീക്കപ്പെട്ട വിജയകരമായ ശസ്ത്രക്രിയയ്ക്കുശേഷം അയാൾക്ക് ജീവിതസന്തുലനം കൈവന്നിരിക്കുന്നു. കട്ടിലിനപ്പുറം നിരനിരയായി ഒട്ടേറെ മോട്ടോർബൈക്ക് കാമുകന്മാരെ കണ്ടുകണ്ടങ്ങനെ അയാൾ കിടന്നു. ചില കട്ടിലുകൾക്കരികിൽ വന്നുനിന്ന് കണ്ണുനീർ തൂവുന്ന യുവതികൾ അയാൾക്ക് ആധിയേറ്റി. തന്റെ കട്ടിലിനരികിലും അങ്ങനെയൊരാളെ അയാൾ വെറുതെ സങ്കല്പിച്ചു. നീർമരുതുകളിൽ കാറ്റടങ്ങിയ ഒരു മകരമദ്ധ്യാഹ്നത്തിൽ അയാൾ ഡിസ്ചാർജ്ജ് ചെയ്യപ്പെടുംവരെ അങ്ങനെയൊരാൾ വരികയുണ്ടായില്ല.

മോട്ടോർബൈക്കുകാരൻ വീണ്ടും വരികയാണ്. നാഷണൽ ഹൈവേയിലൂടെ കുതിച്ചുവരുന്ന അയാൾക്കിപ്പോൾ ഏറ്റവും പുതിയ വാഹനമുണ്ട്. നിറം ഇളംനീല. ആശുപത്രിയിൽ തൊട്ടപ്പുറത്തെ കട്ടിലിൽ കിടന്ന ഒരു ചെറുപ്പക്കാരൻ മോട്ടോർബൈക്കുകാരന്റെ ചങ്ങാതിയായി മാറിയിരിക്കുന്നു. ആ ചങ്ങാത്തം ഒരു കച്ചവടത്തിൽ എത്തിനിന്നു. അയാളുടെ പുതിയ ഹോണ്ടയ്ക്ക് മോട്ടോർബൈക്കുകാരൻ വിലപറഞ്ഞു. വിലയുറച്ചു. നാഷണൽഹൈവേയിലൂടെ ആ ഹോണ്ടയുമായി അയാൾ അതിവേഗം കുതിച്ചുവരികയാണ്. ഇരുഭാഗങ്ങളിലും കൊടിമരങ്ങൾ പോലെ സോഡിയംവേപ്പർ ലാമ്പുകൾ. മുമ്പൊന്നും കാണാത്ത കൂറ്റൻ കെട്ടിടങ്ങളാൽ അപരിചിതമായ ഒരു ലോകം അയാൾക്കു മുന്നിൽ നിറഞ്ഞു. തലങ്ങും വിലങ്ങും കുതിച്ചുപോകുന്ന വാഹനങ്ങളുടെ നിരയിൽ അയാളും ഒരു കണ്ണിയായി. അപ്പുറവും ഇപ്പുറവും അയാൾ തിരയുകയായിരുന്നു. പോസ്റ്റോഫീസ് കണ്ടില്ല. ടെറസ് വീടും കണ്ടില്ല. ആശുപത്രിമുറിയിൽ നിന്ന് അർബ്ബുദം പോലെ വളർന്നുപോയ ഒരു കാലത്തിൽ എല്ലാം അപ്രത്യക്ഷമായെന്നോ!

ആ കുറ്റൻ കെട്ടിടങ്ങൾക്കു പിന്നിലെവിടെയെങ്കിലും ഒതുങ്ങിപ്പോയിരിക്കും പോസ്റ്റോഫീസും ടെറസുവീടും എന്ന് അയാൾ വിചാരിച്ചു.

എന്നാൽ, പോസ്റ്റോഫീസോ ടെറസ് വീടോ അയാൾക്ക് കണ്ടെത്താൻ കഴിഞ്ഞില്ല. ആരും അയാളുടെ ചോദ്യത്തിന് വ്യക്തമായി മറുപടി പറഞ്ഞില്ല. അങ്ങനെയൊരുവീടോ... ഇവിടെയോ! ഒരാൾ മൂക്കത്തു വിരൽവെച്ച് അതിശയം പ്രകടിപ്പിക്കുകയുണ്ടായി.

ആദ്യത്തെ മലയാളനോവൽ

തറവാടിന്റെ സാഹിതീയമായ വിശിഷ്ട പാരമ്പര്യത്തെക്കുറിച്ച് പറഞ്ഞുതുടങ്ങിയാൽ എന്റെ പൊങ്ങച്ചസഞ്ചിയുടെ കെട്ടഴിഞ്ഞുപോയേക്കുമോ എന്ന ശങ്കയില്ലാതെയല്ല. എന്നാലും പറയാതിരിക്കുന്നതെങ്ങനെ? തറവാടിത്തഘോഷണത്തെപ്പോലെ വൃത്തികെട്ടിട്ടില്ല മറ്റൊന്നുമൂഴിയിൽ എന്ന് കവി പറയുമ്പോൾ പറയുന്നതുമെങ്ങനെ? ആയതിനാൽ തറവാട്ടുമഹിമകൾ എന്റെ പാഠശാലാ ചോദ്യക്കടലാസിലേതുപോലെ നാലോ അഞ്ചോ വാക്യങ്ങളിൽ കവിയാതെ സംഗ്രഹിക്കട്ടെ.

അല്ലിമലർക്കാവിനു കുറുകെ മന്ദം ഒഴുകിപ്പോരുന്ന വിസ്തൃതമായ കുറ്റ്യാടിപ്പുഴയുടെ കരയിൽ ഏറ്റവും പ്രാചീനമായ ഒരെട്ടുകെട്ട്. അഞ്ഞൂറിലേറെ വർഷങ്ങളുടെ പഴക്കമുണ്ടാകണം അതിനെന്ന് കാരണവന്മാർക്ക് അനുമാനം. എട്ടുകെട്ടിന്റെ മാളികയുടെ മച്ചറയാകട്ടെ വിശാലമായ ഒരിരുൾ പ്രപഞ്ചം. മേൽപ്പുരയിൽ നട്ടാരം പറക്കുന്ന വെയിൽ വന്നുവീണാലും ആ ഇരുൾപ്രപഞ്ചത്തിൽ ഒന്നെത്തിനോക്കാൻ തറവാട്ടിലുള്ളവരെല്ലാം ഭയപ്പെട്ടിരുന്നു. നിധികുംഭങ്ങളും അവയെ കാത്തുസൂക്ഷിക്കുന്ന നാഗത്താന്മാരും പെരുച്ചാഴികളും ആകാശചാരികളും ചീറ്റിയും കുറുകിയും ചിറകനക്കിയുമുണ്ടാക്കുന്ന ശബ്ദങ്ങളാണ് ഇടയ്ക്കിടയ്ക്ക് ഞങ്ങൾ കേട്ടുപോരുന്നതെന്ന് ചെറുതിലേ ഞാനറിഞ്ഞുവെച്ചിരുന്നു. ഇതു പറഞ്ഞ് പേടിപ്പിച്ചാണ് ഞങ്ങളെ വളർത്തിയതും. ഞാൻ കേട്ടറിഞ്ഞിടത്തോളം ഇതിനു മുമ്പ് ആ മച്ചറയിലേക്ക് ധീരമായി ഒരു സന്ധ്യക്ക് തൂക്കുവിളക്കുമായി കയറിപ്പോയ ഒരാളേ ഉള്ളൂ. അദ്ദേഹം കാക്കാലൻ മൂപ്പൻ... ഞങ്ങളുടെ ഒരു മുതുമുത്തച്ഛൻ. ആ ഇരുൾപ്രപഞ്ചത്തിൽനിന്നും തങ്കവെളിച്ചങ്ങൾ കാക്കാലൻമൂപ്പന്റെ കണ്ണുതുറന്നു കയറി എന്ന് മുത്തശ്ശിയിലൂടെ കഥകൾ താവഴിയായി പരന്നിട്ടുണ്ട്. ചീറിയടുത്ത നാഗത്താന്മാർക്ക് മുന്നിൽ നമിച്ചുനിന്ന കാക്കാ

ലൻ മൂപ്പൻ പാരമ്പരികസ്വത്തുക്കളിലൊന്നും കൈവെക്കാതെ തൂക്കുവിളക്കുയർത്തി തിരിച്ച് ഇഴഞ്ഞുപോരികയും വരുംവഴി ഉരസ്സിൽ തടഞ്ഞ ഒരു താളിയോലക്കെട്ട് കക്ഷത്തിറുക്കി ശീഘ്രം താഴേക്ക് വഴുതിയിറങ്ങുകയും ചെയ്തു.

ആ താളിയോലക്കെട്ടിൽ മാതൃഭാഷയിൽ എഴുതിവെച്ചിരിക്കുന്നു ഒരു മൗലിക കാവ്യം. അതും *വിലാപകാവ്യം* കർത്താവാരെന്നറിയില്ല. നിശ്ചയം, ഞങ്ങളുടെ കുടുംബത്തിലെ ഏതോ പിതാമഹൻ സഹധർമ്മിണിയുടെ അകാലനിര്യാണത്തിൽ വ്യസനിച്ചൊഴുക്കിയ കണ്ണീരാണ് ആ താളിയോലകളിൽ എഴുത്താണിയാലെ രൂപമായി പരിണമിച്ചത്. വട്ടക്കണ്ണട അടുത്തുപിടിച്ച് സൂര്യവെളിച്ചത്തിൽ സൂക്ഷ്മമായി അതു വായിച്ചെടുത്ത നിലത്തെഴുത്തുവാദ്ധ്യാരായ കാക്കാലൻ മൂപ്പൻ തന്റെ എളിയതും പരിമിതവുമായ സാഹിതീയവാസനകളെ ഉഴുതുമറിക്കുകനും ആ വിലാപകാവ്യത്തിൽ മറ്റൊരു വിലാപകാവ്യത്തിലുമില്ലാത്ത സവിശേഷതകൾ കണ്ടെത്തുകയും സ്വയം വിലപിക്കുകയും മാലോകർക്ക് ചൊല്ലിക്കൊടുക്കുകയും മുൻഷിക്കൂട്ടങ്ങളുടെ ഒടുങ്ങാത്ത പ്രേരണയ്ക്ക് വശംവദനായി അതിനൊരു വ്യാഖ്യാനം ചമച്ച് പ്രസിദ്ധപ്പെടുത്താൻ ഒരുങ്ങി പുറപ്പെടുകയും ചെയ്തതിന് പിന്നിൽ ഒരു നിരൂപകനാകുക എന്ന ഉദ്ദേശ്യത്തെ കവിഞ്ഞ് അപ്രകാശിതമായ ഒരു ഉത്കൃഷ്ട കാവ്യത്തെ ഭാഷയ്ക്കു സമർപ്പിച്ച് ചാരിതാർത്ഥനാവുക എന്ന ഇച്ഛയായിരുന്നു മുന്തി നിന്നിരുന്നത്. അങ്ങനെ രാപ്പകൽ ക്ലേശിച്ച് ഓരോ വരി നീട്ടിച്ചൊല്ലി വാവിട്ട് കരഞ്ഞ് ആ വിലാപകാവ്യത്തിന്റെ കണ്ണീർഗ്രന്ഥികളിലൂടെയെല്ലാം ഊണ്ടിറങ്ങിപ്പോയ കാക്കാലൻ മൂപ്പൻ കർക്കിടകം മുരണ്ടെത്തും മുമ്പേ തന്റെ വ്യാഖ്യാനം കടലാസിലേക്ക് പകർത്തുകയും കുറ്റ്യാടിപ്പുഴയ്ക്കപ്പുറത്തുള്ള മുൻഷിക്കൂട്ടങ്ങളെ അതൊന്നു വായിച്ചുകേൾപ്പിക്കാനായി ഇറങ്ങിപ്പുറപ്പെടുകയും പുഴ കടക്കുമ്പോൾ തോണി മറിഞ്ഞ് വ്യാഖ്യാനവും 'ഒരു കരച്ചിൽ' എന്ന വിലാപകാവ്യവും ആഴങ്ങളിൽ നഷ്ടപ്പെടുകയും വിലാപം വക്കാണിക്കാൻ പുറപ്പെട്ടവന് അറംപറ്റുകയും സമ്പാദകൻ എന്നോ വ്യാഖ്യാതാവ് എന്നോ സാഹിത്യത്തിൽ അറിയപ്പെടാനിരുന്ന കാക്കാലൻ മൂപ്പൻ കള്ളക്കർക്കിടകത്തിന്റെ കൂലംകുത്തിപ്പാച്ചിലിൽ എങ്ങോ തിരോഭവിക്കുകയും ചെയ്തു; ഭാഷയിൽ സ്മരണീയനാകാതെ. ഞങ്ങളുടെ തറവാടിന്റെ ഹതവിധിയെന്നല്ലാതെ എന്തു പറയാൻ!

അതിൽ പിന്നെ ചേക്കാലൻ മൂപ്പൻ എന്ന ഞങ്ങളുടെ തലമൂത്ത കാരണവർ ഇക്കഴിഞ്ഞയാണ്ടിലാണ് ഞങ്ങളാരുമറിയാതെ മച്ചറയുടെ ഇരുൾപ്രപഞ്ചത്തിലേക്ക് പൊത്തിപ്പിടിച്ചു കയറിയത്. അമ്മായിപോലും അറിഞ്ഞിരുന്നില്ല. അക്ഷരശ്ലോകവും നേരമ്പോക്കും മുറുക്കുമായി നേരമ്പോക്കുന്ന ആ അമ്മാവനുമുണ്ട് സാഹിത്യത്തിൽ ഏറിയ കമ്പം. 'ഒരു കരച്ചിൽ' പോയെങ്കിൽ വേറൊരു കരച്ചിൽ കാണാനാകും എന്ന വിചാരത്തോടെ മച്ചറയ്ക്കുള്ളിൽ കയറിപ്പറ്റിയ ചേക്കാലൻ മൂപ്പനെ തങ്കവെളിച്ചങ്ങളോ നാഗത്താന്മാരോ പേടിപ്പിക്കുകയുണ്ടായില്ലപോൽ. നീളൻ ഞെക്കുവിളക്കിന്റെ

പ്രകാശപൂരത്തിൽ ആവോളം തപ്പിയിട്ടും ഒന്നും കാണാനാവാതെ നിരാശനായി തിരിച്ചിറങ്ങാൻ ഇഴഞ്ഞുപോരുമ്പോൾ തടയുന്നു, അതാ ഒരു താളിയോലക്കെട്ട്. ബൃഹത്‌രൂപത്തിൽ ആനന്ദതുന്ദിലനായി ചേക്കാലൻ മൂപ്പൻ താഴെയിറങ്ങിവന്ന് ഒരൊറ്റ കൂവൽ: "ഹൂയ്... ഹൂയ്..." ഞങ്ങൾ അന്ധാളിപ്പോടെ ഓടിച്ചെന്ന് അദ്ദേഹത്തിനു മുന്നിൽ വായ് പൊളിച്ച് നിന്നപ്പോൾ കേട്ടു: "കിട്ടിപ്പോയ്... വേറൊരു കരച്ചിൽ കിട്ടിപ്പോയ്..."

എന്നാൽ, അത് കരച്ചിലോ കരച്ചിലിന്റെ കാവ്യമോ ആയിരുന്നില്ല. മറിച്ച് ഒരു നോവലായിരുന്നു. *നെപ്പോളിയൻ എന്നും ഹിറ്റ്ലർ എന്നും പേരായ രണ്ടു ബ്രാണ്ടികളുടെ കഥ* എന്ന പേരിൽ ഞങ്ങളുടെ തറവാട്ടിലെ മറ്റൊരു പിതാമഹൻ ഏകദേശം നൂറ്റിഎൺപതു വർഷങ്ങൾക്കു മുമ്പ് എഴുതിവെച്ച നിബന്ധം. മലയാളനോവലിന് നൂറ് വയസ്സ്, *കുന്ദലത, ഇന്ദുലേഖ, ഘാതകവധം, ഫുൽമോനി എന്നും കോരുണ എന്നും പേരായ രണ്ടു സ്ത്രീകളുടെ കഥ* – എല്ലാം ഇതാ പിന്നിലായിപ്പോകുന്നു. തിസീസുകളിൽ അട്ടിമറി നടക്കുന്നു. ആദ്യത്തെ മലയാള നോവലിന്റെ കണ്ടുപിടുത്ത പ്രൊഫസർമാർക്ക് തലകറക്കമുണ്ടാകുന്നു. 'നെപ്പോളിയൻ എന്നും ഹിറ്റ്ലർ എന്നും പേരായ ബ്രാണ്ടികളുടെ കഥ' സ്വന്തം ചെലവിൽ അച്ചടിപ്പിച്ച് ചോക്കാലൻ മൂപ്പൻ സാഹിത്യത്തിലെ നിത്യഹരിത സമ്പാദകനായി. മലയാളനോവലിന്റെ നൂറ് വയസ്സാഘോഷിക്കാൻ കൂടിയ സാഹിത്യകാരയോഗം നൂറ്റിഎൺപതിലെത്തുമ്പോൾ തങ്ങളുണ്ടാവില്ലല്ലോ എന്നോർത്തു വ്യസനിച്ചു വളിവിട്ട് ചേക്കാലൻ മൂപ്പനെ പഴിച്ച് ഇനി വയസ്സറിയിക്കാനെന്തുണ്ട് എന്നാലോചിക്കാൻ തുടങ്ങി. ഞങ്ങളുടെ തറവാടിന്റെ വിശിഷ്ട നാമവും വർണ്ണചിത്രങ്ങളും സാഹിത്യചരിത്രത്തിലും പത്രപംക്തികളിലും അടിക്കടി തെളിഞ്ഞുവന്നു. ചിരിച്ചും തലചൊറിഞ്ഞും ഞെളിഞ്ഞും ഊരയ്ക്ക് കൈ കൊടുത്തും പോസ് ചെയ്ത തന്റെ പടങ്ങൾ ഓഫ്സെറ്റ് പത്രങ്ങളിൽ കണ്ട് ചേക്കാലൻ മൂപ്പൻ നിർവൃതനായി. മലയാളത്തിലെ ആദ്യനോവലിന്റെ കണ്ടുപിടുത്തക്കാരനായി കൊളംബസിനെപ്പോലെ വാസ്കോഡിഗാമയെപ്പോലെ ദേശത്തു മുഖ്യനായി വിലസി.

ആദ്യത്തെ മലയാളനോവലിന്റെ കണ്ടുപിടുത്ത കുത്തകാവകാശം കുറെ നാൾ മുമ്പു കരസ്ഥമാക്കിയ ഒരു സർവ്വകലാശാലാ പ്രൊഫസർ ഞങ്ങളുടെ തറവാട്ടിലേക്ക് വരികയും ആ ഇരുൾപ്പുരയിൽ ഇനിയും കാണും നോവലും നോവല്ലായും നോവും എന്ന് ചേക്കാലൻ മൂപ്പനെ പ്രോത്സാഹിപ്പിച്ചു സേവ പറഞ്ഞു കാലുപിടിച്ച് അനുമതി വാങ്ങി കയറാൻ തുടങ്ങുകയും താഴെ പതിച്ചു കാലൊടിയുകയുമുണ്ടായി. ഇപ്പോൾ അദ്ദേഹം സ്വന്തം എക്സ്-റേ ഫിലിമിൽ ഒടിവും ചതവും കണ്ടെത്താൻ കിണഞ്ഞു ശ്രമിക്കുകയാണെന്ന് കേൾക്കുന്നു.

ഇനിയും കാണുമവിടെ നോവലുകൾ, മുമ്പും പിമ്പുമായി എഴുതപ്പെട്ടത് എന്ന് ചേക്കാലൻ മൂപ്പനു നിശ്ചയമുണ്ടായിരുന്നു. പക്ഷേ, ആരെയും മച്ചറയ്ക്കകത്തേക്കു കയറ്റിവിടാനോ വീണ്ടും കയറി കണ്ടുപിടിക്കാനോ അദ്ദേഹം തുനിയുകയുണ്ടായില്ല. പൊടുന്നനെ കൈവന്ന പ്രശസ്തിയുടെ,

പകർപ്പവകാശത്തിന്റെ, പണത്തിന്റെ പ്രൗഢിയിൽ സാഹിത്യവേദികളിൽ, അഭിമുഖങ്ങളിൽ, അക്കാദമികളിൽ അദ്ദേഹം സമ്പാദകനായി നീരാടി. ഓർക്കാപ്പുറത്തു തനിക്കു കൈവന്ന സ്ഥാനലബ്ധിയിലും സ്വീകരണങ്ങളിലും മതിമറന്നു നേരമ്പോക്കും മുറുക്കുമായി ഉറക്കം വെടിഞ്ഞ ചേക്കാലൻ മൂപ്പൻ എന്ന ഞങ്ങളുടെ തലമൂത്ത കാരണവർ ഇക്കഴിഞ്ഞ മിഥുനത്തിൽ വിഷൂചികാബാധയേറ്റു കാലയവനികയ്ക്കുള്ളിൽ മറഞ്ഞു.

പാരമ്പര്യം തൊഴിച്ചാലും പോകാത്ത ശല്യമായതുകൊണ്ടോ ഈ പ്രപിതാമഹന്മാരുടെയും കാരണവരുടെയും പിൻകണ്ണിയായതുകൊണ്ടോ എന്തോ ഈയിടെയായി എനിക്കും കലശലായ മോഹം: 'ഒരു കരച്ചിൽ' പോലെ ഒരു വിലാപകാവ്യം (Elegy) എഴുതണമെന്ന്; 'നെപ്പോളിയൻ എന്നും ഹിറ്റ്ലർ എന്നും പേരായ രണ്ട് ബ്രാണ്ടികളുടെ കഥ' പോലെ ഒരു നോവൽ എഴുതണമെന്ന്. ഇതൊന്നും പറ്റിയില്ലെങ്കിൽ അങ്ങനെയൊന്ന് കണ്ടുപിടിക്കണമെന്ന്. അതിനായി ഊണും ഉറക്കവും വെടിഞ്ഞ് സദാ ആലോചനകളുമായി ഞാൻ രാപ്പകലുകൾ പോക്കവേ അതാ വരുന്നു കുറ്റ്യാടിപ്പുഴയുടെ ഇതിഹാസം. മലയാളത്തിലെ ആദ്യത്തെ നോവൽ. ഇരുന്നൂറ് വർഷങ്ങൾക്കു മുമ്പ് എഴുതപ്പെട്ടത്. കർത്താവ് ഞങ്ങളുടെ കുടുംബത്തിലെ ഒരു പുരാതന വയസ്സൻ. മുതുമുത്തച്ഛൻ. കണ്ടെത്തിയത് എന്റെ ഇളയ സഹോദരൻ. അതേ മച്ചറയ്ക്കകത്തുനിന്ന്.

ചേക്കാലൻ മൂപ്പൻ ലോകം വെടിഞ്ഞത് നന്നായി. അദ്ദേഹത്തെ കടത്തിവെട്ടിയ പതിനാറുകാരനായ അനന്തരവനു മുന്നിൽ ഇനിയും അട്ടിമറി നടന്നേക്കാനിടയുണ്ട്. സഹോദരനു കിട്ടിയ സ്ഥാനമാനങ്ങളിൽ അസൂയാലുവായ ഞാനും മച്ചറയ്ക്കകത്തേക്കു കയറാൻ പോകുകയാണ്. കുറ്റ്യാടിപ്പുഴയുടെ ഇതിഹാസത്തിനു മുമ്പും മലയാളത്തിൽ നോവലുണ്ടോ എന്ന് ഞാനൊന്നു നോക്കട്ടെ. മലയാളത്തിലെ ആദ്യത്തെ നോവലേത് എന്ന ചോദ്യം പി.എസ്.സി പരീക്ഷാ വിഭാഗവും സാഹിത്യാദ്ധ്യാപകരും ടെലിവിഷൻ ക്വിസ്മാസ്റ്ററും തല്ക്കാലം ഒഴിവാക്കുകയേ നിർവ്വാഹമുള്ളൂ. ഞാനിതാ മച്ചറയ്ക്കകത്ത് എത്തിക്കഴിഞ്ഞു.

അതെ, ആ പഴയ മണ്ണ്

ഓർമ്മകൾ തഴച്ചുനില്ക്കുന്ന പരിചിതമായ വഴിയിലൂടെ എല്ലാവർക്കും അപരിചിതനായി അയാൾ വരികയായിരുന്നു. അങ്ങനെ ജീവിതം പോലെ പൊള്ളുന്ന വെയിലിൽ, ഉച്ചയിൽ അബ്ദുൾ റസാക്ക് എന്നു പേരുള്ള അയാൾ ആ വീടിന്റെ മുന്നിൽവന്നുനിന്നു. സുദീർഘമായ ഒരു കാലത്തിന്റെ തേരോട്ടങ്ങൾക്കിടയിൽ ബാക്കിയായ ഗന്ധങ്ങൾ ഇപ്പോഴും അവിടെ ചൂഴ്ന്നുനില്ക്കുന്നു. അയാളുടെ ബാല്യം പറപ്പിച്ച അപ്പൂപ്പൻതാടികൾ വായുവിൽ ഒഴുകി നടക്കുന്നതുപോലെ തോന്നുന്നു. സ്മരണകളിൽ ഒരുനിമിഷം അയാൾ യാത്രികനായി. ചിത്രപടങ്ങളുടെ പ്രദർശനശാലയായി മനസ്സ്. ഏതൊക്കെയോ ആർദ്രമായ സ്പർശങ്ങളുടെ ഉൾക്കുളിരിൽ അയാളലിഞ്ഞു.

അബ്ദുൾ റസാക്ക് പതുക്കെ ആ വീടിന്റെ കോണി കയറി. നടന്നെത്തുന്ന വീട്ടുമുറ്റത്ത് ഉപേക്ഷിക്കപ്പെട്ട പ്രാചീനമായ കാലടികൾ സൂക്ഷിച്ചുനോക്കിയാൽ അയാൾക്കു കാണാം. വീട്ടുകാരോട് എന്തു പറയണമെന്ന് ഒരു നിശ്ചയവുമില്ല. എങ്ങനെയാണ് തുടങ്ങുക? ഈ പറമ്പാകെ ഒന്നു കാണാൻ തന്നെ അനുവദിക്കണമെന്നോ, താനിവിടെ വർഷങ്ങൾക്കുമുമ്പു താമസിച്ചിരുന്നെന്നോ, ഈ വീട്ടുമുറ്റത്ത് കളിച്ചുവളർന്ന് കാലത്തെ പിന്നോട്ടുതള്ളിയ ഒരാളാണെന്നോ.

പുരുഷന്മാരാരെങ്കിലുമുണ്ടായിരിക്കണേ എന്ന് വിചാരപ്പെട്ടു മനസ്സ്. വീട് അതേപടിതന്നെ. അന്ന് പച്ചച്ചായം തേച്ച വീടായിരുന്നു എന്ന് വ്യക്തമായോർമ്മയുണ്ട്. ഇന്ന് നിറം മാറിയിരിക്കുന്നു. മുഷിഞ്ഞ ആ പഴയ വീട് അലക്കിത്തേച്ച പുതിയ വീടായിരിക്കുന്നു.

ആരായിരിക്കും എന്റെയീ ജന്മഗൃഹത്തിലെ ഇപ്പോഴത്തെ താമസക്കാർ?

അബ്ദുൾ റസാക്കിന്റെ കാലടികളിൽ ജന്മത്തിന്റെ തൂവൽസ്പർശമുണ്ടായി. ശിരസ്സിൽ ഒരു ഗതകാലാകാശത്തിന്റെ വെയിൽ തുളിച്ചു. ഒരോർമ്മ. പിന്നെ നൈരന്തര്യമാർന്ന ഓർമ്മകളുടെ അനുയാത്ര.

എത്രനേരം അങ്ങനെ ഓർത്തുനിന്നെന്നറിയില്ല. ഒരു കുട്ടി കോലായിൽ വന്നുനിന്ന് അയാളെ നോക്കി.

"ആരാ?"

മുതിർന്ന ഒരാളെപ്പോലെ കുട്ടി ചോദ്യമുയർത്തിയപ്പോൾ അബ്ദുൾ റസാക്കിന് ചിരിവന്നു.

"ഒരാളാ."

അയാളുടെ മറുപടികേട്ട് കുട്ടി ചെറുചിരിയോടെ അകത്തേക്ക് ഓടിപ്പോയി. കുറേനേരം അയാൾ കാത്തുനിന്നിട്ടും ആരും വന്നില്ല. പരിസരമാകെ ഒന്ന് ചുറ്റിക്കണ്ട് ഓർമ്മകളുടെ മണ്ണടരുകൾക്കുമേൽ ചവിട്ടിനിന്ന് തിരിച്ചുപോയാൽ മാത്രം മതി.

ജാലകവിരി വലിച്ചതും രണ്ടു കണ്ണുകളിലെ തീക്ഷ്ണവെളിച്ചം അബ്ദുൾ റസാക്കിനുമേൽ പതിച്ചതും പെട്ടെന്നായിരുന്നു.

"ആരാ?"

സ്ത്രീയുടെ ചോദ്യം.

"കുറച്ചു ദൂരെനിന്നാ."

അയാൾ അങ്ങനെ പറഞ്ഞു. അവർ ഉമ്മറത്തു വന്നിട്ട് കാര്യം പറയാമെന്നു കരുതി; പക്ഷേ, അവർ വന്നില്ല.

"എന്താ വേണ്ടേ?"

ചോദ്യം പിന്നെയും.

"ഇവിടെയൊക്കെയൊന്ന് കാണാൻ വന്നതാ. പണ്ടു കുറേക്കാലം ഈ വീട്ടിൽ താമസിച്ച ആളാ. വെറുതെ എല്ലാം ഒന്നുകണ്ട് തിരിച്ചുപോവാംന്ന് കരുതി. വിരോധല്യങ്കില്..."

അവർ ഒന്നും പറഞ്ഞില്ല. ആ കണ്ണുകൾ അപ്രത്യക്ഷമായി. കുറെനേരം പിന്നെയും കാത്തു. മറുപടി ഉണ്ടായില്ല. മുറ്റത്തെ ഒട്ടുമാവിലേക്ക് അയാൾ ശിരസ്സുയർത്തി. പണ്ട് താൻ നട്ടതാണ്. വെള്ളമൊഴിച്ചുയർത്തിയതാണ്.

ഉമ്മറവാതിൽക്കൽ കുട്ടിയെ കണ്ടു. അയാൾ അവനോട് പറഞ്ഞു:

"ഈ മാവ് ഞാൻ നട്ടതാ മോനെ."

അവൻ മലർക്കെ ഒന്നു ചിരിച്ചു.

"അതോ."

തൊട്ടടുത്ത പ്ലാവ് ചൂണ്ടി പിന്നെ ചോദ്യമായി.

"അത് ഞാനല്ല. വേറെയാരോ."

"ആ തെങ്ങോ?"

അവൻ വിടാനുള്ള ഭാവമില്ല.

"അതും ഞാനല്ല. വേറെയാരോ."

ജാലകവിരി പിന്നെയും വലിച്ചപ്പോൾ അയാൾ അങ്ങോട്ടുനോക്കി. ആ കണ്ണുകളിലെ തീക്ഷ്ണവെളിച്ചം അയാളെ എതിരേറ്റു.

"കണ്ടോളൂ, വിരോധല്യ."

അയാൾ ഉള്ളാലെ സ്ത്രീക്ക് നന്ദി പറഞ്ഞു വീടിന്റെ പിന്നാമ്പുറത്തേക്ക് നടന്നു. തെക്കുഭാഗത്തു കുളിമുറിയോട് ചേർന്ന് പണ്ടൊരു ഊട്ടുപുര ഉണ്ടായിരുന്നു. അത് പൊളിച്ചു മാറ്റിയിരിക്കുന്നു. അതിനുമപ്പുറത്ത് ഇപ്പോൾ വിറകുപുരയായി ഉപയോഗിക്കുന്ന മുറിയുടെ ചുവരിൽ കരി കൊണ്ട് വരച്ച ഒരു ചിത്രം അയാൾ കണ്ടു.

അബ്ദുൾ റസാക്ക് എന്ന കുട്ടി വരച്ച ചിത്രം. പന്ത്രണ്ടു വയസ്സിലോ പതിമൂന്നു വയസ്സിലോ അവൻ വരച്ച ഉത്സവപ്പറമ്പിന്റെ ചിത്രം. അതേ പോലെ ഇന്നും മായാതെ. ആത്മാവ് നിറയെ അയാൾക്ക് നീർച്ചോലകളായി. ചിത്രത്തിനു കീഴെ അന്നു കടലാസു പെൻസിൽകൊണ്ട് കുറിച്ചിട്ട തന്റെ പേരു വായിക്കുമ്പോൾ പിന്നിൽ ആരോ നടന്നടുത്തു.

അവനായിരുന്നു, ആ കുസൃതിക്കുട്ടി.

"ഇതു ഞാൻ വരച്ചതാ. പണ്ട്."

അയാൾ അവനോട് പറഞ്ഞു.

"ഞാനും വരയ്ക്കും."

അവൻ വിട്ടില്ല.

"എന്റെ പുസ്തകം നിറയെ ചിത്രങ്ങളാ. കാട്ടിത്തരാം."

"ഞാനിവിടെയൊക്കെ ഒന്നു കാണട്ടെ. എന്നിട്ടു മോന്റെ ചിത്രം കാണാം."

അയാൾക്കു പിന്നാലെ അവനും കൂടി. താൻ നട്ട ഒരു തെങ്ങിൻതൈ അന്വേഷിക്കുകയായിരുന്നു അയാൾ. നട്ട സ്ഥലവും കൃത്യമായി ഓർമ്മിക്കുന്നുണ്ട്. അത് വലിയ തെങ്ങായി മാറിയിരിക്കും എന്ന് വിചാരിച്ചതാണ്. എന്നാൽ അവിടെ അങ്ങനെയൊന്നുമില്ല. അയാൾ അത് കുട്ടിയോട് പറയുകയും ചെയ്തു. അവനതു കാര്യമായെടുത്തില്ല.

"എന്താ ഈ പറമ്പൊക്കെ ഇങ്ങനെ ഇട്ടിരിക്കുന്നേ?"

അവന് അയാളുടെ ചോദ്യം മനസ്സിലായില്ല. ഒന്നും പറഞ്ഞില്ല.

"മോനീ പറമ്പിലൊന്നും വരാറില്ലേ?"

"ഇല്ല. അമ്മ വിടില്ല."

"അച്ഛനെവിടെ മോന്റെ?"

"അറീല്ല."

"അച്ഛനില്ലേ മോന്?"

"അറീല്ല."

"അമ്മയല്ലാതെ വേറെയാരാ ഇവ്ടെയൊള്ളേ?"

"ആരൂല്ല."

"അമ്മയാണോ അകത്തുള്ളേ?"

"ആ."

വടക്കേ അതിർത്തിയിലെ തിണ്ടിന്മേൽനിന്നും നോക്കിയാൽ ദൂരെ അമ്മിണിക്കുട്ടിയുടെ വീടുകാണാം. ഇപ്പോൾ മരക്കൂട്ടങ്ങൾക്കിടയിൽ മറഞ്ഞ് ഒരു തെളുമ്പു കാഴ്ചമാത്രം.

തിണ്ടുകൾ കയറിയിറങ്ങി, മാങ്ങാച്ചുനയേറ്റു പൊള്ളിയ കവിളിൽ നിറയെ ചിരിക്കൂടുമായി അമ്മിണിക്കുട്ടി ദാ, ഓടിവരുന്നു.

ഒരു നിമിഷം അബ്ദുൾ റസാക്ക് കണ്ണടച്ചു. നോവുന്ന ആത്മാവിനെ തളച്ചു.

"ആ കാണുന്ന വീട്ടിലുള്ളോരെ മോനറിയ്യോ?"

അയാൾ കുട്ടിയോടു ചോദിച്ചു. അവൻ ഇല്ലെന്നു തലകുലുക്കി. അമ്മിണിക്കുട്ടി എവിടെയായിരിക്കും? ഭാര്യയായി, അമ്മയായി, ഏതു വീടിനായിരിക്കും അവൾ നിറവാകുന്നത്?

തന്റെ പിന്നാലെ നടന്നുവരുന്ന കുട്ടിയോട് അയാൾക്കു വലിയ ഇഷ്ടം തോന്നി. അവന് ആറു വയസ്സെങ്കിലും കാണും. ഒരപരിചിതനാണു താനെന്ന ഭാവമേ അവൻ കാണിക്കുന്നില്ല. വീടിന്റെ ജാലകത്തിലൂടെ നീണ്ടുവന്ന കണ്ണുകൾ അയാൾ ശ്രദ്ധിച്ചു. പെട്ടെന്ന് താൻ ശ്രദ്ധിക്കുന്നു എന്നറിഞ്ഞപ്പോൾ ആ കണ്ണുകൾ ഉള്ളിലേക്ക് വലിഞ്ഞു.

അയാൾ പറഞ്ഞു:

"ഈ പറമ്പു മുഴുവൻ ഞാൻ കളിച്ചുനടന്നതാ."

"എപ്പഴാ?"

കണ്ണുകളിൽ വിസ്മയം നിറഞ്ഞു കുട്ടിക്ക്.

"മോൻ ജനിക്കുന്നതിനു മുമ്പ്. ഒരുപാട് കാലംമുമ്പ്."

"എവിടെയാ ഇപ്പം താമസിക്കുന്നേ?"

"ദൂരെ ഒരിടത്ത്."

"ഈ വീട് നിങ്ങളെന്നാ വാങ്ങിയതെന്ന് മോനറിയ്യോ?"

അവൻ ഇല്ല എന്നു പറഞ്ഞു.

തെക്കേ അതിർത്തിയിൽ നിന്നാൽ പുഴ കാണാം. പുഴയോരത്ത് വലിയൊരു നെയ്ത്തുശാല സ്ഥാപിക്കപ്പെട്ടിരിക്കുന്നു. അന്നേ ആരോ പറഞ്ഞതാണ് നെയ്ത്തുശാല വരാൻ പോകുന്നെന്ന്. മെലിഞ്ഞുപോയി പുഴ. നിറവും മാറി.

അയാളോടൊപ്പം കുട്ടിയും ആ പറമ്പുമുഴുവനും ചുറ്റിനടന്നു. തന്റെ ഓർമ്മകൾ മുദ്രിതമായ ഓരോന്നും അയാൾ കുട്ടിക്ക് കാണിച്ചുകൊടുത്തു. കൗതുകത്തോടെ എല്ലാം അവൻ തൊട്ടുകണ്ടു. മൂളിക്കേട്ടു.

ഉമ്മറത്തു തിരിച്ചെത്തിയപ്പോൾ അബ്ദുൾ റസാക്കിന്റെ മനസ്സ് പരവശപ്പെട്ടു. അയാൾക്കു വല്ലാതെ ദാഹിച്ചു.

"ഇത്തിരി വെള്ളം വേണം."

കുട്ടി അകത്തേക്ക് ഓടിപ്പോയി. തിരിച്ചുവന്നത് ആ സ്ത്രീയാണ്. അവരുടെ കൈയിൽ വെള്ളം നിറച്ച അലൂമിനിയപ്പാത്രവും ഗ്ലാസും. ആ കണ്ണുകളിൽ നേരത്തേയേറ്റ വെളിച്ചം ഇപ്പോൾ കണ്ടില്ല.

"എത്ര കാലമായി ഇവിടെ താമസമായിട്ട്?"

അയാൾ അവരോട് ചോദിച്ചു.

"അഞ്ചാറു കൊല്ലമായിക്കാണും."

"സ്വന്താണോ വീട്?"

"അല്ല, വാടകയ്ക്കാ."

വെള്ളം കുറച്ച് കുടിച്ച് പാത്രവുമായി മുറ്റത്തെ ഒട്ടുമാവിൻ ചുവട്ടിലേക്ക് അയാൾ നടന്നു. പിന്നാലെ എത്തിയ കുട്ടി അയാൾ കണ്ണടച്ച് പ്രാർത്ഥിക്കുന്നത് നോക്കിനിന്നു. പാത്രത്തിലെ ജലം മണ്ണിൽ തളിച്ച് അയാൾ പ്രാർത്ഥിച്ചുനില്ക്കുന്നത് ഉമ്മറത്തുനിന്ന് ആ സ്ത്രീയും കണ്ടുനിന്നു.

"എന്താ പ്രാർത്ഥിക്കുന്നേ?"

കുട്ടി ചോദിച്ചു.

"എന്റെ ഉമ്മയ്ക്കുവേണ്ടിയാ."

അയാൾ അത്രമാത്രം പറഞ്ഞപ്പോൾ കുട്ടി വിട്ടില്ല.

"ഉമ്മ എവിടെയാ?"

തെല്ലുനേരം നിശ്ശബ്ദനായി അയാൾ പിന്നെ പറഞ്ഞു:

"ഇവിടെ, ഈ മണ്ണിനുള്ളിൽ."

ആ സ്ത്രീ ഉമ്മറത്തുതന്നെ നില്പായിരുന്നു. പാത്രം തിരിച്ചേല്പിക്കാൻ അയാൾ അരികിൽ വന്നപ്പോൾ അവർ ചോദിച്ചു:

"ഉമ്മയെ അവിടെയാണോ കുഴിച്ചിട്ടേ?"

"ഉം."

"നിങ്ങളെപ്പോഴാ ഇവിടെ പാർത്തേ?"

"കുറേ കൊല്ലം മുമ്പ്."

"പണ്ട് ഇവിടെ പാർത്ത ഒരു സ്ത്രീയെ അവരുടെ മോൻ വെട്ടിക്കൊന്നെന്ന് കേട്ടിട്ടുണ്ട്. അവർക്കു മുമ്പാണോ നിങ്ങള് പാർത്തത്?"

അയാൾ, ആ സ്ത്രീയെ നടുക്കത്തോടെ ഒന്നുനോക്കി, ശിരസ്സു താഴ്ത്തി. തന്റെ ചിത്രപുസ്തകവുമായി കുട്ടി അരികിൽവന്നു നിന്നത് അയാളറിഞ്ഞില്ല.

അയാൾ, അബ്ദുൾ റസാക്ക് തിരികെ നടന്നു. വെള്ളം തളിച്ച മണ്ണിൽനിന്നും ഒരുപിടി വാരിയെടുക്കണമെന്ന് അയാൾക്ക് ആശയുണ്ടായിരുന്നു. കഴിഞ്ഞില്ല.

തിരിഞ്ഞുനോക്കാതെ കോണിയിറങ്ങുമ്പോൾ പിന്നിൽ കുട്ടിയുടെ വിളി ഉയർന്നു:

"ഏയ്...'

ഹരിതപത്രങ്ങൾ

കുട്ടിക്കാലത്തിന്റെ കളിക്കളങ്ങളിൽ ജയവല്ലിയായിരുന്നു കൂട്ട്. സമപ്രായക്കാരായ ഞങ്ങൾ ഒരു വേലിക്കപ്പുറവുമിപ്പുറവുമുള്ള വീടുകളിൽ പുറംലോകം കാണാനായി വലുതായി. പേരയ്ക്കയും വിലുമ്പിയും അമ്പായങ്ങയും സപ്പോട്ടയും നിറഞ്ഞുകായ്ച്ച വിശാലമായ പറമ്പിൽ ഓടിട്ട ഒരു കൊച്ചു വീട്. അതായിരുന്നു ജയവല്ലിയുടെ വീട്. ജയവല്ലിയുടെ ആ കുട്ടിക്കാലരൂപം വ്യക്തമായി എന്റെ മനസ്സിലുണ്ട്. മഞ്ഞ നിറത്തിലുള്ള അവളുടെ ഒരുടുപ്പിന്റെ ചിത്രപ്പൂക്കളും മണവും പോലും എനിക്കിന്ന് ഓർമ്മിച്ചെടുക്കാൻ പറ്റും.

അത്രയൊന്നും കുസൃതിയായിരുന്നില്ല ജയവല്ലി. എളുപ്പത്തിൽ ചൊടിച്ച് മിണ്ടാതെ വേലിക്കപ്പുറം കടന്ന് മുളവടി കുറുകെവെച്ച്, “ഇനി അപ്പു ഇങ്ങോട്ടു വരണ്ട; ഞാനങ്ങും വരൂല്യ” എന്നു പറഞ്ഞ് മുഖം വീർപ്പിച്ച് ഓടിപ്പോകുന്ന പാവം. ഞാനോ, ഒരു തന്നിഷ്ടക്കാരൻ. അരിശം വന്നാൽ ജയവല്ലിയുടെ മൂക്കിനു പിടിച്ച് ഞെരിച്ചു ചോപ്പിക്കും. കോന്ത്രമ്പല്ലീ, പായ്യാര്യക്കണ്ണീന്നൊക്കെ വിളിക്കും. എല്ലാ ചൊടിയും എത്രയും പെട്ടെന്നു മറന്ന് ജയവല്ലി പിന്നെ വേലി താണ്ടിയെത്തി അപ്പൂന്നു വിളിച്ചാലേ ഞാനിറങ്ങിച്ചെല്ലൂ. കുന്നിക്കുരുവും മഞ്ചാടിയും അവളെനിക്ക് കൈ നിറയെ തരും. മുറിച്ച പേരയ്ക്കാ കഷ്ണങ്ങൾ മുഴുവനും തരും.

ഇരുവീടുകൾക്കിടയിൽ ഞങ്ങളെത്ര വീടുവെച്ചു കളിച്ചു. എത്ര മണ്ണപ്പം ചുട്ടു. കുന്നിക്കുരു കുപ്പിയിൽ നിറച്ച് കുലുക്കി ഭംഗി കണ്ടു. ഞങ്ങളുടെ വിദ്യാരംഭം പോലും ഒരു ദിവസമായിരുന്നു. വിജയദശമിനാളിൽ എന്റെയും ജയവല്ലിയുടെയും നാവിൽ സ്വർണ്ണംകൊണ്ട് അക്ഷരം കുറിക്കാൻ നാണുവാധ്യാർ വന്നു. എഴുതിയെഴുതി എനിക്ക് വിരൽ നൊന്തു. മനസ്സിൽ പേടി പാളുകയുമുണ്ടായി. ഒരക്ഷരം എന്റെ വായിൽനിന്ന് വീഴു

കയുണ്ടായില്ല. ജയവല്ലിയാകട്ടെ ശരിക്കും പറഞ്ഞു. ഹരിഃശ്രീ എന്ന് അവൾ സ്പഷ്ടമായി ഉച്ചരിച്ചു. നാണുവാധ്യാർ കൊച്ചു മിടുക്കി എന്ന് പറഞ്ഞ് അവളുടെ ശിരസ്സിൽ തട്ടിയപ്പോൾ എനിക്കുണ്ടായ നൈരാശ്യത്തിനും അസൂയയ്ക്കും കണക്കില്ല.

ഒരേ സ്കൂളിൽ ഒന്നാം ക്ലാസ്സിൽ ഒരേ ബഞ്ചിൽത്തന്നെയാണ് ഞാനും ജയവല്ലിയും ചെന്നെത്തിയത്. അവൾ എന്നെക്കാൾ ചെറുതായതുകൊണ്ട് ടീച്ചർ മുന്നിലേക്ക് മാറ്റി എന്നെ രണ്ടാം ബഞ്ചിലാക്കിയതാണ്. ഞാൻ കരഞ്ഞ് ശാഠ്യം പിടിച്ചാണ് അവൾക്കരികിലായത്. അക്ഷരം അവളെക്കാൾ നന്നായി പറയണമെന്നും എഴുതണമെന്നും എനിക്ക് വാശിയായിരുന്നു. തറയും പറയും പനയും വലയും മഷിക്കുപ്പിയും ഞാനെളുപ്പത്തിൽ പഠിച്ചെഴുതി. വീട്ടിൽ എനിക്ക് മറ്റൊരു വാദ്ധ്യാരുടെ ട്യൂഷനുണ്ടായിരുന്നു. ജയവല്ലിക്ക് അതില്ലായിരുന്നു. വലിയ അഭിമാനമായി ഞാനത് മനസ്സിൽ കൊണ്ടു നടക്കുകയും ചെയ്തു. അക്ഷരത്തിൽ ഞാനാണ് ജയിച്ചതെങ്കിൽ അക്കത്തിൽ ജയവല്ലി എന്നെ തോല്പിച്ചുകളഞ്ഞു. അക്കങ്ങളിൽ ഞാൻ മുടന്തുകയും ടീച്ചറുടെ കണ്ണ് എനിക്കു നേരെ തുറിക്കുകയും പതിവായി. അതു കണ്ടുകണ്ട് ജയവല്ലിക്ക് പിന്നെ സങ്കടമായി. അങ്ങനെ അവളൊരു 'സുഹ്റ'യായി. എന്നെ കണക്കിന് സഹായിച്ച് ശരാശരി കണക്കുകാരനാക്കി. കണക്കിൽ അവൾ തന്നെയാണ് എന്റെ ഗുരു. സ്കൂൾ കാലം കഴിഞ്ഞപ്പോൾ പിന്നെ ഞാൻ കണക്ക് മറന്നുപോയി. ഇന്നും കണക്കുടീച്ചറോടും കണക്കൻകുട്ടികളോടും എനിക്ക് ഭയം കലർന്ന ആദരവാണ്.

ഓർക്കാൻ കുട്ടിക്കാലത്തിൽ പതിഞ്ഞ ചിത്രങ്ങൾ എത്ര സമൃദ്ധം. എല്ലാ ചിത്രത്തിലും ജയവല്ലിയുണ്ട്. അവൾ പാടുന്നു, ചിരിക്കുന്നു, കരയുന്നു, ചൊടിക്കുന്നു. ജയവല്ലിയില്ലാതെ ഒരോർമ്മപോലും മനസ്സിലില്ല. ഉടുപ്പുകളിലൂടെ, വഴികളിലൂടെ, കാഴ്ചപ്പാടുകളിലൂടെ, പള്ളിക്കൂടപാഠങ്ങളിലൂടെ ഞങ്ങൾ മുതിരുകയായിരുന്നു. അതിനിടയിൽ എത്രയോ തവണ ഞങ്ങളുടെ വീടുകളെ വേർതിരിക്കുന്ന വേലി പൊളിയുകയും കെട്ടുകയുമുണ്ടായി.

അഞ്ചാംതരം കഴിഞ്ഞപ്പോൾ ആ സ്കൂളിൽനിന്ന് ഞങ്ങൾക്ക് മാറേണ്ടിവന്നു. മീൻവെള്ളം കെട്ടിനില്ക്കുന്ന തീവണ്ടിയാപ്പീസിലൂടെ, കാക്കത്തമ്പുരാട്ടിമാരെ കണ്ട് നടന്ന് മഞ്ചാങ്കണ്ടിപ്പറമ്പിന് മുന്നിലുള്ള ചെത്തുവഴിയിലൂടെ ചെന്നെത്താവുന്ന പന്തലായനി സ്കൂളിലേക്ക് ഇനി ഞങ്ങൾക്ക് പോകാനാവില്ല എന്നുവന്നു. അവിടെ ആറാംതരമില്ല. പെൺകുട്ടികൾക്ക് മാത്രമുള്ള സ്കൂളിലാണ് തുടർന്ന് ജയവല്ലിയെ ചേർത്തത്. എന്നെ ആൺപള്ളിക്കൂടത്തിലും. എന്നെക്കാളതിൽ സങ്കടം ജയവല്ലിക്കായിരുന്നു. അവൾ കരഞ്ഞ് വാശിപിടിച്ചതാണ്, എന്നോടൊപ്പം എന്റെ സ്കൂളിൽ ചേരാൻ. ആൺകുട്ടികൾക്കു മാത്രമുള്ള സ്കൂളിൽ പഠിക്കുന്നത് ഒരു ഗമയായി ഞാൻ ഉള്ളിൽ കരുതിയെങ്കിലും ജയവല്ലിയില്ലാത്ത ബഞ്ച്, ജയവല്ലിയുടെ കണക്കുസ്ലേറ്റു കാണാത്ത ഒരു ക്ലാസ് എനിക്ക് സങ്കല്പിക്കാൻ അസാദ്ധ്യമായിരുന്നു.

നീലപ്പാവാടയും വെള്ളജാക്കറ്റുമണിഞ്ഞ് മുടി ഇരുവശത്തക്കും പിന്നിയിട്ട് പെൺപള്ളിക്കൂടത്തിലേക്ക് ജയവല്ലി പോയി. വള്ളിട്രൗസറും വെള്ളക്കുപ്പായവുമിട്ട് ആൺപള്ളിക്കൂടത്തിലേക്ക് ഞാനും. വഴികൾ രണ്ടായി. കാഴ്ചകൾ മാറി. വഴിക്കൂട്ട് ഇല്ലാതെയായി. സ്കൂൾ വിട്ട് തിരികെയെത്തിയാൽ മാത്രം പിന്നെ ഞങ്ങളൊന്നിച്ചു. ഒഴിവുദിവസങ്ങൾക്കായി കാത്തിരുന്നു. വൈകിട്ട് മടങ്ങിയെത്തിയാൽ കുന്നിക്കുരു പെറുക്കി, വിലുമ്പി പറിച്ച് ഞങ്ങൾ പൊതിഞ്ഞുവെക്കും. രണ്ട് വിലുമ്പി കൊടുത്താൽ അടുത്തിരിക്കുന്ന കുട്ടി എനിക്കൊരു പെൻസിൽ തരുമായിരുന്നു. ഇപ്പുറത്തിരിക്കുന്നവൻ പൂമ്പാറ്റയുടെ ചിത്രങ്ങളും. വിലുമ്പിക്കച്ചവടം വലിയ വിജയമായതിൽ പിന്നെ എന്റെ അമുൽ ടിന്നിൽ നിറയെ പെൻസിലായി. അതിലൊന്ന് ആദ്യമായി ഞാൻ ജയവല്ലിക്ക് കൊടുത്ത അന്ന് അവൾക്കെന്ത് സന്തോഷമായിരുന്നു. വിലുമ്പി കൊടുത്ത് കിട്ടുന്ന ചിത്രങ്ങളിൽ ഒരേപോലെയുള്ളവയുണ്ടെങ്കിൽ അതു ജയവല്ലിക്ക് കൊടുക്കാൻ തുടങ്ങി. കുന്നിക്കുരു നിറച്ച ഒരു പെട്ടി ക്ലാസിലെ അംബുജത്തിന് കൊടുത്ത് പകരം ഞാനൊരു മുത്തുമാല വാങ്ങിയിരുന്നു. അത് ജയവല്ലിക്കുവേണ്ടി മാത്രമായിരുന്നു. അന്ന് ജയവല്ലി തുള്ളിച്ചാടുകതന്നെ ചെയ്തു.

കുട്ടിക്കാലത്തിന് ചിറകുകളനവധിയാണ്. ജയവല്ലി ഞാനറിയാതെ വലുതാവുകയായിരുന്നു. ഞാനോ? ഞാൻ വലുതാവുന്നേയില്ല. ചിലപ്പോൾ അമ്മ പറഞ്ഞുകേട്ടിട്ടുണ്ട്: "പെമ്പിള്ളേർക്ക് പെട്ടെന്നാ വളർച്ച. കണ്ടില്ലേ അപ്പ്റത്തെ പെണ്ണിനെ, പോത്ത്പോലേണ്ട്."

അതെന്താ പെൺപിള്ളാരുമാത്രം വളരുന്നത്? ഞാനെന്താ വളരാത്തത് എന്ന് എനിക്ക് വല്ലായ്മ തോന്നിത്തുടങ്ങി. ജയവല്ലി എന്നെക്കാൾ തടിക്കുന്നു. ഉയരം വെക്കുന്നു. വളരുക മാത്രമല്ല അവൾ എന്നിൽനിന്ന് പതുക്കെ അകലാനും തുടങ്ങുന്നു:

"ദൈവമേ ഞങ്ങളുടെ ആനിമിസ്. ശ്ലോ. മദർ സുപ്പീരിയർ."

"സിസ്റ്റർ വഴക്കു പറയും. പ്രാർത്ഥിച്ച് പഠിക്കണം. എനിക്ക് സമയമില്ല. സോറി അപ്പൂ."

ജയവല്ലിയുടെ ഭാഷ ഇങ്ങനെയൊക്കെയായി. കളിക്കാൻ വല്ലപ്പോഴും അവൾ വന്നെങ്കിലായി. എട്ടാംതരം കഴിഞ്ഞ് ഒമ്പതിലെത്തിയപാടെ അവളുടെ വീട്ടിലേക്കുള്ള വരവ് പെട്ടെന്ന് നിന്നു. അവള് 'വല്യ പെണ്ണായി' എന്ന് ചുറ്റുപാടും ശബ്ദമായി.

വല്ലപ്പോഴും വേലിക്കരികിൽ കണ്ടാൽ അവൾ കുറച്ചുനേരം സംസാരിച്ചുനില്ക്കും. അവൾക്ക് മുന്നിൽ നില്ക്കുമ്പോൾ ഞാനൊരു ചെറിയ ചെക്കനാകുന്നതുപോലെ. ജയവല്ലിയുടെ മനോഭാവത്തിൽപ്പോലും എന്നിലെ ആ 'ചെക്കത്തം' ഉയർന്നുനിന്നിരുന്നു. കുട്ടീന്നേ അവൾ വിളക്കാറുള്ളൂ. അവൾക്ക് വായിക്കാൻ കേളുമാസ്റ്റർ സ്മാരകവായനശാലയിൽനിന്ന് ഞാൻ പുസ്തകമെടുത്തുകൊടുക്കണം. *പാടാത്ത പൈങ്കിളി*യും *ചുവന്ന കൈപ്പത്തി*യും വാങ്ങാൻ വേണ്ടിമാത്രം അവൾ വേലിക്കരികിൽ വന്നു. "ശ്ലോ സിസ്റ്റർ ഇന്ന് ഒരുപാടു വഴക്കു പറഞ്ഞു. ഒത്തിരിയുണ്ട് ഹോംവർക്ക്.

പോട്ടെ അപ്പൂ?" മാറിപ്പോയ ഭാഷയ്ക്കകത്തു ജയവല്ലി കൂടുതൽ തിളങ്ങുന്നത് ഞാൻ കണ്ടുനിന്നു.

എന്നെക്കാൾ അറുപത് മാർക്ക് കൂടുതൽ വാങ്ങിയാണ് ജയവല്ലി പത്താംതരം ജയിച്ചത്. പക്ഷേ, ഞങ്ങൾ ഒരേ കോളേജിൽതന്നെ ചെന്നെത്തി. ജയവല്ലി ഫസ്റ്റ് ഗ്രൂപ്പായിരുന്നു. വഴിയരികിൽ അശോകചക്രവർത്തി നട്ടുപിടിപ്പിച്ച ചോലമരങ്ങളുടെ ഇളവേല്ക്കാൻ ഞാൻ തേഡ് ഗ്രൂപ്പും. ചിലപ്പോൾ ഒരേ ബസിലായിരുന്നു ഞങ്ങളുടെ യാത്ര. അടുപ്പവും അകൽച്ചയും കൂടിക്കുഴഞ്ഞ ഒരു ബന്ധമായി ഞങ്ങൾതമ്മിൽ.

ജയവല്ലിക്കു പിറകെ ആൺപിള്ളേരുടെ ഒരു സംഘം തന്നെയുണ്ടാകും എപ്പോഴും. സീനിയർ വിദ്യാർത്ഥികൾക്കിടയിൽ ജയവല്ലി സംസാരവിഷയമാകുന്നതു പലപ്പോഴും ഞാനറിഞ്ഞു. അശ്ലീലച്ചുവയുള്ള സംസാരം പോലും അവളെക്കുറിച്ച് എനിക്ക് കേൾക്കേണ്ടിവന്നു. അപ്പോഴൊക്കെ ഞാനാ കുന്നിക്കുരു പേടകം ഓർമ്മിക്കും. പന്തലായനി സ്കൂളിലെ ചെറിയ ക്ലാസ്സിലെ മുൻബഞ്ചിലേക്ക് ഓർമ്മകൾ എന്നെ ചുഴറ്റിയെറിയും.

അഞ്ചുവർഷങ്ങൾക്കിടയിലെ കുതിപ്പും കിതപ്പും ഓർമ്മയുടെ വരുതിയിലൊതുങ്ങുന്നതല്ല. ആ കലാലയത്തിലെ ഞങ്ങളുടെ സൗഹൃദത്തിനു സ്വച്ഛമായ ഒരു തെളിച്ചമുണ്ടായിരുന്നു. അവസാനവർഷ ഡിഗ്രി പരീക്ഷ എന്തുകൊണ്ടോ ജയവല്ലി എഴുതിയില്ല. മാത്തമാറ്റിക്സിൽ ഉയർന്ന മാർക്കോടെ എളുപ്പത്തിൽ അവൾക്കു ബിരുദം നേടാമായിരുന്നു. കുറെക്കാലം അവൾ വീട്ടിൽതന്നെ ഇരിപ്പായി. ഞാൻ ബിരുദാനന്തരത്തിനു ചേർന്ന കാലത്ത് ജയവല്ലിയെ കാണുന്നതു വല്ലപ്പോഴായി. അതുകൊണ്ടു തന്നെ അവളുടെ കല്യാണമുറച്ചത് ഞാനറിഞ്ഞതേയില്ല. തെക്കേപ്പുറത്ത് അമ്മയടക്കമുള്ള പെണ്ണുങ്ങളുടെ കൂട്ടായ സംസാരത്തിൽനിന്നാണ് കാര്യം ഗ്രഹിച്ചത്. നിശ്ചയമാണ് നാളെ, കേമമായി. കല്യാണം ചുരുക്കത്തില്. വരനങ്ങ് ബോംബേല്. ഏതോ പ്രൈവറ്റ് കമ്പനീല്.

ജയവല്ലി എന്തേ എന്നോടൊന്നും പറയാതിരുന്നത്? അവൾ വന്നു പ്രത്യേകമായി ക്ഷണിക്കുമെന്ന് കരുതിയിരുന്നതാണ്. അതുണ്ടായില്ല. അവളുടെ അമ്മയും അച്ഛനും വന്നു കല്യാണക്കുറി തന്നു. കല്യാണത്തലേന്ന് ഒരയൽപക്കക്കാരന്റെ മര്യാദ പുലർത്തി. അവളുടെ വീട്ടിൽ കുറച്ചുനേരം ഞാൻ സഹായിയായി നിന്നിരുന്നു. അപ്പോഴൊന്നും ജയവല്ലിയെ കണ്ടില്ല.

വേലിക്കപ്പുറത്തെ എന്റെ കൂട്ടുകാരി ഭർത്തൃമതിയായതിൽപ്പിന്നെ ഞാനവളെ മറക്കാൻ തുടങ്ങി. നാലുമാസം കഴിഞ്ഞേ അവളെ ഭർത്താവ് ബോംബെയിലേക്കു കൊണ്ടുപോകുകയുള്ളൂവെന്ന് തെക്കേപ്പുറത്തു സംസാരം കേട്ടു. നാളുകൾ കഴിഞ്ഞപ്പോൾ തെക്കേപ്പുറത്തു മറ്റൊരു സംസാരം: ജയവല്ലി ഇനി ഭർത്താവിന്റെ വീട്ടിലേക്ക് പോകുന്നില്ലെന്നു. എന്തോ കുഴപ്പമുണ്ടത്രേ. അന്നു രാത്രി അപ്രസന്നമായ മനസ്സോടെ ഞാൻ പലതും ഓർമ്മിച്ചു കിടന്നു. അമ്മയോട് ചോദിച്ചപ്പോൾ സംഗതിയെന്തെന്നു വ്യക്തമായി കിട്ടിയില്ല. തെക്കേപ്പുറത്തു പെണ്ണുങ്ങളുടെ കൂട്ടത്തിൽ ഊഹങ്ങളും നിഗമനങ്ങളും പലതാണ്:

"അവളുടെ കുഴപ്പാത്രേ. പണ്ടം കുറഞ്ഞെന്നും പറഞ്ഞ് അന്നു തുടങ്ങിയതാ പഴി. അയാൾക്ക് വേറേം ഭാര്യേം കുട്ടികളുമുണ്ടത്രേ. കുടിയനാത്രേ. നിക്കപ്പൊറുതിയില്ലാഞ്ഞു പോന്നതാ."

അങ്ങനെ എന്തൊക്കെയോ. ദിവസങ്ങൾ കഴിയുന്തോറും മാറിമാറി വാർത്തകൾ. ജയവല്ലിയെ പുറത്തൊന്നും ഞാൻ കണ്ടതേയില്ല. ഒന്നു കാണാൻ വലിയ മോഹം തോന്നിയെങ്കിലും എങ്ങനെ അഭിമുഖീകരിക്കുമെന്ന ചിന്ത സ്വയം പിടിച്ചുനിർത്തി. അവൾക്കെന്തേ ഇങ്ങനെ വരാൻ? തറവാടിനു വിളക്കായിരിക്കും അവൾ എന്നു പറഞ്ഞ നാവിൽനിന്ന് എന്തേ ഈ കടുംവർത്തമാനം പൊട്ടിമുളയ്ക്കാൻ?

കരിയർ മാഗസിനുകൾക്കു തേടിയെത്താനുള്ള ഒരു വിലാസവുമായി ഞാൻ നാളുകൾ കഴിച്ചുകൂട്ടവെ അയൽപക്കത്തു പിന്നെയും സംഭവങ്ങൾ. ജയവല്ലി ഒരാൺകുഞ്ഞിനെ പ്രസവിച്ചു. അവളുടെ ഭർത്താവിന്റേതാണെന്നും അല്ലായെന്നും വർത്തമാനങ്ങൾ. അതിനിടയ്ക്ക് ഒരു തവണ ഞാൻ ജയവല്ലിയെ കണ്ടു. വേലിക്കപ്പുറത്തുനിന്ന് ക്ഷീണിച്ച സ്വരത്തിൽ അവളുടെ ചോദ്യം:

"അപ്പൂ ഇപ്പോ എന്താ ചെയ്യുന്നേ...?"

"ഒന്നൂല്ല... വെറുതെ."

ഞാൻ മറുപടി പറഞ്ഞ് അടുത്ത വാക്കുകൾക്കായി കാത്തിരുന്നു. എനിക്കോ അവൾക്കോ പിന്നെ ഒന്നും പറയാനുണ്ടായിരുന്നില്ല. അസുഖകരമായ ആ അന്തരീക്ഷത്തിൽ മനസ്സിന്റെ പിടച്ചിലുകൾ സ്വയമറിഞ്ഞു. ഞങ്ങൾ പിരിഞ്ഞു. കുറച്ചു നാൾ കഴിഞ്ഞപ്പോൾ ആ വീടു വിട്ട് ജയവല്ലിയുടെ കുടുംബം അമ്മയുടെ തറവാട്ടിലേക്ക് താമസം മാറ്റി. ഫലവൃക്ഷങ്ങളും സസ്യങ്ങളും നിറഞ്ഞ വിശാലമായ ആ പുരയിടം ഒരു ഗൾഫുകാരൻ വിലയ്ക്കുവാങ്ങി. വേലി പൊളിച്ചു കൂറ്റൻ മതിലുയർത്തി. ആ കൊച്ചുവീട് തട്ടി പകരം ഒരു മണിമന്ദിരമുയർത്തി. എന്റെ മനസ്സിലെ കുട്ടിക്കാല ചിത്രങ്ങൾക്കും ഒളിച്ചും കളിച്ചും നടന്ന സ്ഥലത്തിനും മങ്ങലേറ്റു. കാഴ്ചയ്ക്കു മുന്നിൽ കുടീരങ്ങൾ ശേഷിച്ചു.

അതിൽ പിന്നെ ഇന്നലെയാണ് ഞാൻ ജയവല്ലിയെ കണ്ടുമുട്ടുന്നത്. മഞ്ചാങ്കണ്ടി പറമ്പിന് മുന്നിലെ ഇടവഴിയിൽ വച്ച്. ഞങ്ങളുടെ പഴയ സ്കൂളിലേക്കുള്ള വഴി. ജയവല്ലിയോടൊപ്പം ഒരഞ്ചുവയസ്സുകാരൻ. ജയവല്ലി അപ്പൂന്നു വിളിച്ചപ്പോഴാണ് ഞാനവരെ ശ്രദ്ധിച്ചത്.

"അപ്പൂന് തെരക്കുണ്ടോ?"

"എന്ത് തെരക്ക്?"

"നാളെ രാവിലെ വീട്ടിലോട്ടു വരോ? ഒന്നൂല്ല. ഇവനെ അരിയിലെഴുതിക്കുന്നുണ്ട്. അപ്പൂംണ്ടാവുന്നത് ഒരു സന്തോഷാ."

ഞാനൊന്നും പറയാതെ എന്തോ ഓർത്തുനിന്നു. ആ അഞ്ചുവയസ്സുകാരന്റെ കണ്ണുകളിലെ പ്രകാശഗോപുരങ്ങൾക്കു ചുറ്റും തുമ്പികൾ പറക്കുകയാണ്. ജയവല്ലിയുടെ മുഖത്തേക്കു നോക്കിയപ്പോൾ മനസ്സു പരവശമായി.

“വരാം.”

ഞാൻ പറഞ്ഞു.

ഓർമ്മകൾ ചുഴികളാകുന്നു. യാത്ര പറഞ്ഞു മഞ്ചാങ്കണ്ടി പറമ്പു കടന്നു നടക്കുമ്പോൾ പഴയ വിദ്യാലയം കാണുന്നു. പഴയ ക്ലാസ് മുറി വിളിക്കുന്നു. പാതിയോളം ഉയർന്നു നില്ക്കുന്ന ചെങ്കല്ലു ചുവരിനപ്പുറം നിശ്ശബ്ദത. വിജനത.

മുൻബഞ്ചിൽ ആ പഴയ സ്ഥാനത്തു ചെന്നിരിക്കാൻ ഇരുണ്ട മനസ്സിൽ ഒരു സ്പന്ദനം. പിന്നിൽ എണ്ണിയാലൊടുങ്ങാത്ത വാഗണുകളുമായി കൂകിയോടി തീവണ്ടി.

ഇതാ എന്റ ഇരിപ്പിടം.

ഇവിടെയായിരുന്നു ഞാൻ.

ഇവിടെ ജയവല്ലി.

കല്യാണിക്കുട്ടി ടീച്ചറുടെ ഒച്ച മുഴങ്ങുന്നു. മറുലോകത്തിന്റെ അതിരുകൾക്കപ്പുറത്തുനിന്നു ടീച്ചർ സ്നേഹവും കനിവും പാഠവും നീട്ടുന്നു. മനസ്സു മന്ത്രിക്കുന്നു:

ഒന്വായില്ല ടീച്ചറേ... ആരാവായില്ല.

ഇന്ന് വിജയദശമി.

ഉമ്മറത്തു തൂണു ചാരിനില്ക്കുന്ന ജയവല്ലി. മറ്റാരൊക്കെയോ ഉണ്ട്. നാണുവാദ്ധ്യാർ വിദ്യാരംഭം കുറിക്കുന്നു. കുഞ്ഞുനാവിൽ സ്വർണ്ണംകൊണ്ട് അക്ഷരം കൊത്തുന്നു. നാക്കിലയിലെ പച്ചരിയിൽ ചൂണ്ടുവിരൽ പിടിച്ചെഴുതുന്നു.

ഹരിഃ ശ്രീ ഗണപതയേ നമഃ

അകംപൊരുൾ

ഏന്തിവലിഞ്ഞ് കമ്പിയഴികളോട് തലയുരുമ്മി തറയിൽ കിടന്നാൽ കാണുന്ന ഒരു ചിന്തുമാനം ഞങ്ങൾക്ക് ഒരേ കാഴ്ച. രാവിലെ കണ്ണുതുറക്കുന്നത് പൂപ്പുപിടിച്ചു കറുത്ത കന്മതിൽ കണ്ട്. ഒന്നിച്ച് ഭക്ഷണം, വായന, സംവാദങ്ങൾ — ദിനചര്യയുടെ പഴയ ചാലുകളിൽ മടുപ്പു മാത്രം മുളച്ചുപൊന്തി. ഒന്നു തൊടുന്നതുപോലും അറപ്പായിത്തീർന്നപ്പോൾ ഞാൻ അയാളിൽനിന്നും അകന്നിരിക്കാൻ തുടങ്ങി. പക്ഷേ, എത്രത്തോളം അതു കഴിയും? എന്നെയും അയാളെയും ഒന്നിച്ചിട്ട മുറിയിൽ ഞങ്ങളുടെ ശ്വാസവും വാക്കും ഒട്ടിപ്പിടിക്കുന്നു.

അയാളുടെയും എന്റെയും മാർഗ്ഗം ഭിന്നമായിരുന്നില്ല. മാർഗ്ഗമദ്ധ്യേ മുടന്തിവീണവരുമല്ല ഞങ്ങൾ. വിദൂരമല്ലാത്ത ഒരു രാവറുതിയിൽ ഈ മുറിയിൽനിന്ന് പുറത്തുകടക്കുംവരെ ഞങ്ങൾ ഒരേ കാഴ്ചകണ്ട് തൊട്ടിരുന്ന് ഓർമ്മകളിൽ മേഞ്ഞ്, വാക്കുകളിൽ തണുത്ത്...

പറയാനിനി പോയ ജീവിതങ്ങളില്ലെന്നായെനിക്ക്. കേൾക്കാൻ അയാൾക്ക് കൗതുകവും ജിജ്ഞാസയും ഉണ്ടായിരുന്നു. പറഞ്ഞ് പറഞ്ഞ് എനിക്കുതന്നെ മടുത്തു. പ്രത്യാശയുടെ മുമ്പിൽ ഒരു ധ്രുവകാന്തിയുമായി കുറേനാൾ കാത്തിരുന്ന ഗ്രാമീണ വധുവിന്റെ നഷ്ടം. ആ നഷ്ടത്തിൽ കലരാത്ത കദനത്തിന്റെ അഹന്ത. നിശ്ശബ്ദമാകുന്ന വീട്. വീർപ്പുമുട്ടലുകളിലെരിയുന്ന അമ്മ.

"പറയെടാ. അവനെവിട്യാ?"

തൊഴിയേറ്റപ്പോൾ അച്ഛൻ മൂർച്ഛിച്ചു. നെഞ്ചിൻപൊത്തിലെ പരമാർത്ഥങ്ങളെല്ലാം പുറത്തിട്ടിട്ടും അടങ്ങാത്ത കലിരൂപങ്ങൾ. ഒരു പ്രാക്കിന്റെ തിരിപോലും നീട്ടാതെ അച്ഛൻ പൊലിഞ്ഞു.

അതു പിന്നെയും പിന്നെയും കേൾക്കുമ്പോൾ അയാൾ ദുഃഖിതനാ

കുന്നതുപോലെ തോന്നുന്നു. സ്വന്തം ഓർമ്മ മുരളുന്ന ഒരു വാക്കുപോലും അയാളുടേതായി ഇങ്ങോട്ടില്ല. ചോദ്യങ്ങൾക്കു മുന്നിലെല്ലാം അയാൾ മുനിയായി. എനിക്ക് അത്ഭുതമായിരുന്നു. പറയാനൊന്നുമില്ല എന്നാകുമോ മൗനത്തിന്റെ പൊരുൾ? നിർഭയനായി, അചഞ്ചലനായി എപ്പോഴും സ്മേരവദനനായി അയാൾ.

അയാളില്ലായിരുന്നെങ്കിൽ ഈ മുറി നരകമായിരുന്നേനെ എന്നോർത്തു കിടന്ന രാത്രികളിൽ ഞാൻ അയാളെ കലവറയില്ലാതെ സ്നേഹിച്ചു. കെട്ടിപ്പിടിച്ചു കിടന്നു. പിന്നെ. പിന്നെയാണ് അയാളോട് വെറുപ്പ് തോന്നിത്തുടങ്ങിയത്. ഞാൻ അറിയാതെ അയാൾപോലും അറിയാതെ ആ വാക്കുകളിൽ ആഴത്തിലെ പച്ച വറ്റുന്നതുപോലെ. ചെയ്തികളിൽ ജുഗുപ്സ പറ്റിപ്പുരളുന്നതുപോലെ ഉറങ്ങുമ്പോൾ ആ തുറന്നുപിടിച്ച വായിൽനിന്ന് മണിയനീച്ചകൾ പറക്കുന്നതായി... കവിളിൽ പാമ്പിൻ ചെതുമ്പലുകൾ തെളിയുന്നതായി...

പത്രം വായിച്ചും ഉറങ്ങിയും നേരം പോക്കുന്ന രാപ്പകലുകളിൽ കൃത്യമായി തുറക്കുന്ന വാതിലിനപ്പുറം മലമൂത്രവിസർജ്ജനത്തിനായി കടന്നുപോകുന്ന നേരങ്ങളിൽപ്പോലും ഞങ്ങൾ രണ്ട് ദേശങ്ങളിൽനിന്നു വന്നവരെപ്പോലെയായി. അകൽച്ച എന്റേതുമാത്രമായിരുന്നു. അയാൾ പറയുന്നതെല്ലാം ഞാൻ അവഗണിച്ചു. ആ മുഖത്തേക്ക് നോക്കാതെയായി. അയാൾ തുപ്പുമ്പോൾ എനിക്ക് രോഷം വന്നുതുടങ്ങി. അയാൾ മൂക്കിൽ കൈയിട്ട് ആലോചിച്ചിരിക്കുമ്പോൾ ചെടിപ്പുണ്ടായി. വിണ്ടുകീറിയ ആ പാദങ്ങൾ കണ്ട് ഓക്കാനം വന്നു. അയാളുടെ ഓരോ നിശ്വാസശബ്ദംപോലും അസഹ്യമായിത്തുടങ്ങി. ക്രമേണ അയാൾക്കത് ബോദ്ധ്യമായി. അയാളൊന്നും പറഞ്ഞില്ല. ഒരു വാക്കുകൊണ്ടുപോലും എന്റെ സ്വകാര്യതകളെ തകർക്കാതിരിക്കാൻ അയാൾ പണിപ്പെടുകയായിരുന്നു. ഓർമ്മകളിൽ എന്നെ വിട്ടെറിഞ്ഞ് നിശ്ശബ്ദനായി അയാൾ പത്രം വായിച്ച് ഇരുന്നു. അയാൾ ഉറങ്ങുന്നതുപോലും ഞാൻ കാണാതെയായി. എനിക്കെന്താണ് പറ്റിയത്. എന്തുകൊണ്ടാണ് ഞാൻ അയാളെ വെറുത്തുപോയത് എന്നാലോചിച്ച് കുറ്റബോധം തോന്നിയതുമില്ല.

അതങ്ങനെയേ വരൂ. എത്ര കാലമാണ് ഒരു ഇടുങ്ങിയ മുറിയിൽ ഞങ്ങൾ രണ്ടുപേർ മാത്രം മുട്ടിയുരുമ്മി ദിവസങ്ങൾ പോക്കുക? എന്നിട്ടും അയാൾ എന്നെ വെറുക്കുന്നില്ലല്ലോ എന്നോർക്കുമ്പോൾ അതിശയമാണ്. എന്നെക്കാണാൻ വരുന്നവരോടെല്ലാം ഞാൻ അയാളെക്കുറിച്ച് പിന്നെ ഒന്നും പറയാതെയായി. അയാളെ കാണാൻ വരുന്നവർ (അതും ഒരേയൊരാൾ മാത്രം) എപ്പോഴും എന്നോട് കുശലം ചോദിച്ചിരുന്നു. അതാരാണെന്ന് എനിക്കറിയില്ല. അയാൾ പറഞ്ഞതുമില്ല.

“ഇങ്ങനെ തുപ്പരുത്.”

ഒരു ദിവസം അയാൾ നീട്ടിത്തുപ്പിയപ്പോൾ ഞാൻ കയർത്തു.

അയാൾ എന്നെ മൗനിയായി നോക്കി. കുറ്റബോധം ആ നോട്ടത്തിൽ പതിയിരുന്നു.

നിങ്ങളുടെ ശ്വാസത്തിന് ദുർഗന്ധമാണ്. ഇങ്ങോട്ട് മുഖം അടുപ്പിക്കല്ലേ. അയാൾ മുഖം തിരിച്ചു. എന്റെ ഓരോരോ പഴിയും പരാതിയും അയാൾ സഹിഷ്ണുതയോടെ ശരിവെച്ചു. ഒരിക്കൽപ്പോലും പ്രതിഷേധിച്ചില്ല. ആ മുഖം കറുത്തുമില്ല. വിദൂരസ്ഥമായ രണ്ടു ദ്വീപുകൾ പോലെ, നരയ്ക്കാത്ത ഏകാന്തതയെ തളച്ചിട്ട ആ ഇടുങ്ങിയ മുറിയിൽ ഞങ്ങൾ വളരെക്കാലം പാർത്തു. കുറെനാൾ അങ്ങനെ വാക്കുകളൊന്നുമില്ലാതെ മമതയില്ലാതെ പഴയ പോരാട്ടങ്ങളുടെ ഓർമ്മകളിൽ ഞാൻ യാത്രപോകവേ അയാളുടെ ഉരിയാടാനുള്ള സൗഹൃദശ്രമങ്ങളെല്ലാം ചെറുത്തുനില്ക്കെ എന്റെ ശിരസ്സിൽ ഭാഗ്യമുദിച്ചു.

ഒരേദിവസം ഈ മുറിയിലേക്ക് വന്ന, ഒരേ ദിവസം ഈ മുറിയിൽനിന്നു പുറത്തുപോകേണ്ട ഞങ്ങൾ...

ഞാൻ മാത്രം മോചിതനായി. അയാളുടെ ഭാഗധേയം എനിക്ക് അജ്ഞാതമായി. പോകുന്നതിനു തലേന്നാൾ അയാളുടെ സ്നേഹം എനിക്കുനേരെ ജ്വലിച്ചു....

തോഴാ, എനിക്ക് സന്തോഷമേയുള്ളൂ. നീയെങ്കിലും... ഞാൻ തിരികെ സ്നേഹം നടിച്ചു; ആ മുഖത്തു തലോടി. അന്നു രാത്രി അയാളെന്നെ മുമ്പത്തെപ്പോലെ കെട്ടിപ്പിടിച്ചു കിടന്നു. ഞാൻ നല്കിയ ഈർഷ്യകളെക്കുറിച്ച് ഒരു പരാമർശവുമില്ലാതെ പരിഭവങ്ങളില്ലാതെ, ഒരുപാടുനേരം അയാൾ സംസാരിച്ചു. സംഭാഷണങ്ങളെല്ലാം ഞാനിറങ്ങിച്ചെല്ലുന്ന ലോകത്തെക്കുറിച്ചായിരുന്നു. പൂർത്തിയാക്കാനാവാത്ത കർമ്മങ്ങളിൽ അയാൾ ആളുന്നു.

രാവിലെ എന്നെ പുറത്തു കൊണ്ടുപോകുമ്പോൾ ഞാൻ അയാളോട് യാത്ര പറഞ്ഞില്ല. ഒന്നു തിരിഞ്ഞുനോക്കി. എന്നെത്തന്നെ ഉറ്റുനോക്കുന്നു അയാൾ.

പിന്നീട് എത്ര വെയിലാഴികൾ. അംബരവെളിച്ചങ്ങൾ. വർഷപാതങ്ങൾ.

എല്ലാം മറക്കാനുള്ള ശ്രമമായിരുന്നു. പരിചിതമുഖങ്ങളിൽ നിന്നെല്ലാം കുതറി ഓടിയൊളിക്കുകയായിരുന്നു. അയാളെക്കുറിച്ച് ഒരു വിവരവുമുണ്ടായിരുന്നില്ല. ഇപ്പോഴും അവിടെത്തന്നെയായിരിക്കും എന്നായിരുന്നു അനുമാനം.

എന്നാൽ, ഒരുനാൾ എന്റെ പ്രഭാതമുഖത്ത് അയാൾ നിറഞ്ഞ ചിരിയോടെ വന്നുനില്ക്കുന്നു.

"തോഴാ."

അതേ ശബ്ദം.

അതേ സ്നേഹം.

"വാ. നമുക്ക്."

കടന്നുപോ എന്നലറി ഞാൻ ആഞ്ഞടച്ച വാതിലിനപ്പുറം ഒട്ടും കുലുങ്ങാതെ കുറേനേരം കാത്തുനിന്നു, അയാൾ. പിന്നെ, ഉറച്ച കാല്വെപ്പുകളോടെ ഇറങ്ങിനടക്കുന്നതു കണ്ടു.

വിശുദ്ധ നദിയുടെ വിളി

വളരെ പഴയ ഒരൊറ്റ മുറി. പുറത്തൊരു തപാൽപ്പെട്ടി.

അതാണ് പോസ്റ്റ് ഓഫീസ്. ആ ചെറിയ റെയിൽവേ സ്റ്റേഷനു തൊട്ടു തന്നെ.

മേൽപ്പുരയിൽ നിറയെ കരിഞ്ഞ ഇലകൾ മൂടിക്കിടക്കുന്നു. അരയാലുകളുടെ തണലിൽ നീണ്ടുകിടക്കുന്ന ആളനക്കമില്ലാത്ത പ്ലാറ്റ്ഫോമിലൂടെ ഉച്ചയ്ക്ക് ഒരിക്കൽക്കൂടി ചെല്ലുമ്പോൾ അകാരണമായ ഒരു പേടി അശോകനുണ്ടായി. ഇന്നും പോസ്റ്റ് ഓഫീസിനകത്തെ ഇരുളിലേക്ക് എത്തിനോക്കി ആരേയും കാണാതെ നിരാശനായി തിരിച്ചുപോരേണ്ടിവരുമോ എന്നോർത്ത് ഉത്കണ്ഠയായി. പരാതി കുറിക്കാനുള്ള പുസ്തകം സ്റ്റേഷൻ മാസ്റ്റർവശം കിട്ടും എന്ന് എഴുതിവച്ച ബോർഡ് ഇത്തവണയും അയാൾ വായിച്ചു. പോസ്റ്റ് മാസ്റ്ററെക്കുറിച്ചുള്ള പരാതി സ്റ്റേഷൻ മാസ്റ്ററുടെ പരാതി പുസ്തകത്തിലെഴുതാമോ എന്ന് സംശയിച്ചു. സ്റ്റേഷൻമാസ്റ്ററും ഒരദൃശ്യ മനുഷ്യനാകണം. കൗണ്ടറിൽ ഇപ്പോഴും അയാളില്ല. അയാൾ ഇല്ലാതെയും തീവണ്ടിക്ക് ഇതിലെ കടന്നുപോകാമായിരിക്കാം. അർദ്ധരാത്രിയും നന്നെ പുലർച്ചയും കൂവിയെത്തുന്ന രണ്ട് ഒച്ചുവണ്ടികൾ മാത്രമാണ് ഈ ചെറിയ സ്റ്റേഷനിൽ നിൽക്കാറുള്ളത്. രണ്ടുനേരം മാത്രമേ അയാൾക്ക് വിളക്കും കൊടിയും ഉയർത്തേണ്ടതുള്ളൂ. പിന്നെയെല്ലാം ഒഴിവുസമയങ്ങളാണ്. ഇങ്ങനെയുള്ള മനുഷ്യർക്ക് എന്തുമാത്രം ഒഴിവുസമയമാണ് അനുവദിച്ചുകിട്ടുന്നത്. അപ്പോഴെല്ലാം അയാളെന്താണ് ചെയ്യുന്നത്? എവിടേക്കാണ് പോകുന്നത്? ഒരു തപാൽപ്പെട്ടിയും മേശയും കസേരയുമുള്ള പോസ്റ്റോഫീസ് പൂട്ടിയിട്ട് പോസ്റ്റ്മാസ്റ്റർ എവിടെയാണ് അപ്രത്യക്ഷനാകുന്നത്?

പരാതി കുറിക്കാനുള്ള പുസ്തകം സ്റ്റേഷൻമാസ്റ്റർ വശം കിട്ടും എന്ന് വീണ്ടും വായിച്ചപ്പോൾ അശോകന് ചിരിവന്നു. തന്റെ ചിരി പരിഭ്രാന്തിയി

ലേക്ക് നീങ്ങുമല്ലോ എന്ന് അടുത്ത നിമിഷം കുറ്റബോധത്തോടെ ആലോചിക്കുകയും ചെയ്തു. അഥവാ ഇന്നു തന്റെ മുന്നിൽ പോസ്റ്റ് മാസ്റ്റർ പ്രത്യക്ഷനായാലും അയാൾക്ക് ഒരു ചിരിയായിരിക്കും താൻ ആദ്യം നല്കുക. പിന്നെ വിനയം നടിച്ച് തനിക്കു കിട്ടാനുള്ള പാർസലിന്റെ കാര്യം ബോധിപ്പിക്കും. കൂടുതൽ നേരം കാത്തുനില്ക്കാതെ പാർസലുമായി മടങ്ങാൻ അയളെ വശപ്പെടുത്തുകതന്നെ വേണം. അതിനായി ഹൃദ്യമായി ചിരിക്കണം. മധുരമായി സംസാരിക്കണം. ഒരു മനുഷ്യജീവിക്കു മുന്നിൽ വെറുമൊരു മനുഷ്യജീവി വെറുതെ ചിരിതൂവി വാക്കിനെ മാർദ്ദവപ്പെടുത്തി, സൗമ്യമായി കേഴുക. എന്തൊരപഹാസ്യത! അശോകന്റെ ആലോചന അങ്ങനെയായി.

നാലുനാൾ മുമ്പാണ് ആ സന്ദേശം അശോകൻ കൈപ്പറ്റിയത്. പാർസൽ വന്നു വാങ്ങാൻ അറിയിച്ചുകൊണ്ടുള്ള സന്ദേശം. വിദൂരത്തുള്ള തന്റെ നാട്ടിൻപുറത്തുനിന്നും അമ്മയുടെ ചിതാഭസ്മമാണ് പാർസലായി പോസ്റ്റ് ഓഫീസിൽ എത്തിയിരിക്കുന്നത്. അമ്മ മരിച്ച് ഇന്ന് നാല്പത്തിയൊന്നാം നാൾ. വിശുദ്ധനദിയിൽ അമ്മയുടെ ഭൗതികാവശിഷ്ടമൊഴുക്കാൻ അശോകൻ നേരത്തെ ആഗ്രഹിച്ചതാണ്. അമ്മ മരിച്ചു നാലുനാളേ നാട്ടിൽ നിന്നിട്ടുള്ളൂ. അവധിയുടെ നാലു ദിനക്കോണിൽ ഞെരിഞ്ഞമർന്ന് തിരിച്ചെത്തിയപ്പോഴേക്കും പരവശതകൾ പെരുകിയ മനസ്സുമാത്രം സ്വന്തമായി. പ്രത്യേകം അറിയിച്ചതു പ്രകാരം മൈലുകൾ താണ്ടി ചിതാഭസ്മപേടകം വന്നിരിക്കുകയാണ്. ഇന്നും അതു കിട്ടാതെ മടങ്ങുക. വിശുദ്ധനദിയിൽ നാല്പത്തിയൊന്നാം നാളിന്റെ കർമ്മം ചെയ്യാൻ കഴിയാതെ വരിക. ഓർക്കാൻ വയ്യ.

പോസ്റ്റോഫീസ് മുറിയുടെ വാതിൽ അടച്ചിട്ടിരിക്കുന്നു. തുരുമ്പിച്ച തപാൽപ്പെട്ടി ഇടതുവശത്ത്. സ്റ്റാമ്പുകൾ എന്നെഴുതിവെച്ച കൗണ്ടർ ഒരു മരപ്പലകകൊണ്ട് ബന്ധിച്ചിരിക്കുന്നു. മരപ്പലകയ്ക്ക് ചെറിയൊരു വിടവുണ്ട്. കഴിഞ്ഞ ദിവസം അതിലൂടെയാണ് അകത്തേക്ക് നോക്കിയത്. ഇപ്പോഴും അശോകൻ അങ്ങനെതന്നെ ചെയ്തു.

അകത്ത് ഇരുട്ടുതന്നെയാണ്. പോസ്റ്റ് മാസ്റ്റർ വന്നിട്ടില്ല. എപ്പോൾ വരുമെന്നറിയാനായി ആരോടെങ്കിലും ചോദിക്കാനാണെങ്കിൽ സമീപത്തൊന്നും ഒരു ജീവിപോലുമില്ല. സ്റ്റേഷൻ മാസ്റ്റർ വന്നിരുന്നെങ്കിൽ അയാളോടെങ്കിലും ചോദിക്കാമായിരുന്നു.

അമർത്തിയ അമർഷത്തോടെ, സങ്കടത്തോടെ അശോകൻ തിരികെ വന്നു. പ്ലാറ്റ്ഫോമിലൂടെ അങ്ങോട്ടുമിങ്ങോട്ടും നടന്നു. കാൽക്കീഴിൽ, ഞെരിഞ്ഞമർന്ന ആലിലകൾ രോഷത്തോടെ ഉരച്ചു പറത്തി. പക്ഷിക്കാഷ്ഠം ചിതറിയ കാൽബഞ്ചിൽ ഒരു കാൽ കയറ്റിവെച്ചുനിന്നു ചുറ്റും നോക്കി. ഈ ഉച്ചയിലും റെയിൽവേസ്റ്റേഷനു സ്വതവേയുള്ള ഒരു ഭീകരഭാവമുണ്ട്.

വിയർത്തൊലിച്ചു താൻ വന്നെത്തിയത് വെറുതെയായി. മറ്റാരുടെയോ സമയത്തിൽമാത്രം തുറക്കുന്ന പോസ്റ്റോഫീസാണിത്. ഇപ്പുറത്ത് തീവണ്ടി സമയത്തുമാത്രം എത്തുന്ന ഒരു സ്റ്റേഷൻ മാസ്റ്ററും.

സമയമെത്രയായെന്നറിയില്ല. അശോകന്റെ കൈയിൽ വാച്ചില്ല. മൂന്നു മണിക്കെങ്കിലും പോസ്റ്റ്മാസ്റ്റർ വരും എന്ന ധാരണയിൽ എത്ര നേരം കാത്തുനില്ക്കണമെന്ന് നിശ്ചയമില്ല. പ്ലാറ്റ്ഫോമിലെല്ലാം ഒരു ഘടികാരം തിരഞ്ഞ് അയാൾ നിരാശനായി. ഒരു ജന്തുവുമില്ലാത്ത ഈ ചെറിയ സ്റ്റേഷനിൽ അല്ലെങ്കിലും എന്തിനാണ് ഘടികാരം? സമയം മൂന്നിനോടടുക്കുന്നു എന്ന ഒരേകദേശ നിഗമനത്തിൽ ഇനിയും കാത്തിരിക്കാൻ തന്നെ അശോകൻ തീരുമാനിച്ചു. അയാളുടെ കാത്തിരിപ്പ് വൃഥാ നീണ്ടുപോവുകയും ഉച്ച മങ്ങി ആ സ്റ്റേഷൻ പരിസരം വല്ലാതെ വന്യഭീകരതയെ പേറുകയും ചെയ്തു. പേടിതോന്നി അശോകന്. തിരികെ പോകാൻ അയാൾ ഉദ്യമിച്ചു. എന്നാൽ, ഇന്നത്തേതുപോലെ തനിക്ക് അടുത്തനാൾ വരാൻ കഴിയില്ലല്ലോ. നാല്പത്തിയൊന്നാം നാൾ ഇന്നാണല്ലോ എന്നൊക്കെ ഓർത്തപ്പോൾ വ്യഥയായി. അയാൾ കാൽബഞ്ചിൽത്തന്നെ ഇരുന്നു.

അമ്മയെ ഓർക്കുകയാണ് അശോകൻ. അവസാനമായി അമ്മയെ കണ്ടത് ഒന്നരവർഷം മുമ്പാണ്. മരിക്കുമ്പോൾ അമ്മ വിളിച്ചു. അതിനു മുമ്പും വിളിച്ചു. പോകാൻ കഴിഞ്ഞില്ല. അല്ലെങ്കിൽ താരതമ്യേന ഭേദപ്പെട്ട ശമ്പളമുള്ള അടിമപ്പണി ഇട്ടെറിഞ്ഞുപോകണം. മനസ്സു സമ്മതിച്ചില്ല. ഓർക്കുമ്പോൾ പതിയെ സങ്കടത്തിലേക്ക് വീഴുകയാണ്. മനസ്സു കലങ്ങുകയാണ്. വരാത്ത പോസ്റ്റ് മാസ്റ്ററെക്കുറിച്ചുതന്നെ പിന്നീട് അശോകൻ ആലോചിക്കാൻ തുടങ്ങി. അപ്പോൾ അയാൾക്ക് അതിയായ രോഷമുണ്ടായി. തന്റെ പാർസൽ മുറിയിൽവെച്ചു പൂട്ടി അയാളെവിടെ പോയാണ് പൊരുന്നയിരിക്കുന്നത്.

പിന്നെയും ചെന്നുനോക്കി നിരാശനായി. പിന്നെയും കാത്തിരിക്കാൻ തന്നെയുറച്ചു. തലയ്ക്കു മുകളിൽ മഹാവൃക്ഷത്തിന്റെ ചില്ലുകളുലഞ്ഞു. മേലോട്ട് നോക്കിയപ്പോൾ കാക്കകളാണ്. കാക്ക കാഷ്ഠിച്ചു. ഭാഗ്യത്തിനു കാൽബഞ്ചിൽ പതിച്ചു.

അയാൾ മാറിയിരുന്നു, മരങ്ങളുടെ മേൽപ്പുരയില്ലാത്ത ഒരു കാൽബഞ്ചിൽ. പിന്നെയും ചെന്നുനോക്കി. അപ്പോഴാണ് ആ ചിരി കേട്ടത്. ഒരു സ്ത്രീയുടെ ചിരി.

ചുറ്റുപാടും ശ്രദ്ധിച്ചപ്പോൾ ആരെയും കണ്ടില്ല. ചിരി ഓഫീസിനകത്തുനിന്നാണെന്നു മനസ്സിലായപ്പോൾ ഉണ്ടായ സന്തോഷത്തിന് കണക്കില്ല. അകത്ത് ആളുണ്ട്. എപ്പോഴായിരിക്കും താൻ കാണാതെ അകത്തുകയറിപ്പറ്റിയത്. പോസ്റ്റ്മാസ്റ്റർ സ്ത്രീയായിരിക്കുമോ?

കിളിവാതിലോ വാതിലോ തുറന്നിട്ടില്ല. ചിരിയും അടക്കിപ്പിടിച്ച സംസാരവും കേൾക്കുന്നുണ്ട്. മരപ്പലകയുടെ വിടവിലൂടെ പാളി നോക്കി. അകത്തു നല്ല വെളിച്ചമാണ്. ആരെയും കണ്ടില്ല. മുറിയുടെ പല ഭാഗങ്ങളിലേക്കായി കണ്ണോടിച്ചു. ആരുമില്ല. ആയാസപ്പെട്ട് അങ്ങനെ നോക്കുമ്പോൾ പലകയൊന്നു ചെറുതായി നീങ്ങി.

അപ്പോൾ അയാൾക്ക് അവരെ നന്നായി കാണാൻ കഴിഞ്ഞു. അവർ ഒരു സ്ത്രീയും പുരുഷനുമായിരുന്നു. അവർ നഗ്നരായിരുന്നു. അവർ ഇണ

ചേരുകയായിരുന്നു.

അശോകന്റെ നെഞ്ചുമിടിച്ചു. അയാൾ ചുറ്റും നോക്കി. ആരുമില്ല. പാർസലിന്റെ കാര്യം ഒരു നിമിഷം അയാൾ മറന്നുപോയി. ജീവിതത്തിലാദ്യമായി കാണുകയാണയാൾ അത്തരമൊരു കാഴ്ച. വീണ്ടും വീണ്ടും ഒളിഞ്ഞുനോക്കി. ആ കാഴ്ച അയാളെ മഥിച്ചുകളഞ്ഞു.

പിന്നീട് അയാൾക്കു പേടിതോന്നി. അവരെങ്ങാനും തന്നെ കണ്ടാൽ. പതുക്കെ വാതിലനടുത്തേക്ക് നടന്നു. കുറെ കാത്തിട്ടും തുറക്കുന്ന ലക്ഷണം കണ്ടില്ല. വിളിച്ചാലോ എന്നായി. പിന്നെ പേടിയായി. തന്റെ കള്ളക്കളി അവർക്കു മനസ്സിലായാലോ. പാർസൽ തരാതെ മടക്കിവിട്ടാലോ?

ഒടുവിൽ വിളിക്കാൻ തന്നെ തീരുമാനിച്ചു.

സാർ.

വാതിലിൽ മൃദുവായി തട്ടി. അകത്ത് പ്രതിശബ്ദങ്ങൾ. പിറുപിറുപ്പ്. തെല്ലുകഴിഞ്ഞ് വാതിൽ തുറന്നതു പുരുഷൻ. നേരത്തെ കണ്ട പുരുഷനല്ല ഒറ്റനോട്ടത്തിൽ ഇയാൾ. ഇയാൾക്കിപ്പോൾ വേഷമുണ്ട്. കൈപ്പറ്റിയ സന്ദേശം അശോകൻ പോസ്റ്റ് മാസ്റ്റർക്ക് നല്കി. വല്ലാതെ പരിഭ്രമിച്ചിട്ടുണ്ട് അദ്ദേഹം. നന്നായി വിയർക്കുന്നുമുണ്ട്. വിറയാർന്ന കൈകളിൽ ആ സന്ദേശവും വിറയ്ക്കുകയാണ്.

"ഞാൻ രണ്ടു ദിവസമായി വന്നു മടങ്ങുന്നു."

അശോകൻ വിനീതമായി അറിയിച്ചു. ഒന്നു മനസ്സറിഞ്ഞു ചിരിച്ചാൽ പോസ്റ്റ്മാസ്റ്റർക്കു സംശയം തോന്നുമോ എന്ന് ഭയന്നു ചിരിച്ചില്ല. പോസ്റ്റ് മാസ്റ്റർ തന്റെ മുഖത്തേക്കു നോക്കുന്നതേയില്ല. ഒളിഞ്ഞു മുറിയിലേക്കു നോക്കി, അശോകൻ. അവളില്ല. പിൻവാതിലിലൂടെ രക്ഷപ്പെട്ടിരിക്കും.

ഇതേവരെ പോസ്റ്റ്മാസ്റ്റർ ഒന്നും പറഞ്ഞിട്ടില്ല. വാക്കുകൾ കിട്ടാതെ അദ്ദേഹം വിഷമിക്കുകയാണെന്ന് അശോകൻ മനസ്സിലാക്കി. അകത്തേക്ക് പോയി തിരിച്ചുവന്ന പോസ്റ്റ്മാസ്റ്റർ വികൃതമായി ഒന്നു ചിരിച്ചു. കൊണ്ടുവന്ന കടലാസിൽ അശോകന്റെ ഒപ്പുവാങ്ങി. കുറച്ചു വലിയ ആ പാർസൽ അശോകനു നല്കി ഉദാരമായി പിന്നെയും ചിരിച്ച് അദ്ദേഹം അശോകനെ യാത്രയാക്കി. ഇടയ്ക്കൊന്ന് അശോകൻ തിരിഞ്ഞുനോക്കി. അദ്ദേഹം തന്നെ ത്തന്നെ നോക്കിനിൽക്കുകയാണ്. അശോകൻ ധൃതിയിൽ നടന്നു.

മുറിയുടെ മൂലയിൽ അശോകൻ ചിതാഭസ്മപേടകം വെച്ചു. അയാളുടെ മനസ്സു നിറയെ ആ കാഴ്ചയായിരുന്നു. വിശുദ്ധ നദിയിൽ ഭൗതികാവശിഷ്ടമൊഴുക്കേണ്ട കാര്യം പെട്ടെന്നോർത്തു. നദിക്കരയിലെത്തണമെങ്കിൽ ബസ് പിടിച്ചുപോകണം. അവസാനത്തെ ബസ് കടന്നുപോകാൻ സമയമായി.

പേടകപ്പൊതി കൈയിലെടുത്തപ്പോഴാണ് അയാളറിഞ്ഞത്; ആരോ അത് തുറന്നുനോക്കിയിട്ടുണ്ട്. പരിശോധിച്ചിട്ടുണ്ട്. വലിയ മൺകുടത്തിനകത്ത് ഒന്നോ രണ്ടോ എല്ലിൻ ചീന്തുകൾ, കല്ലുകൾ, കരിപ്പൊടി കലർന്ന മണ്ണും പിന്നെയൊരു കരിക്കട്ടയും. നദിക്കരയിലേക്കുള്ള ബസ് പൊടി പറത്തി കടന്നുപോകുന്നത് ജാലകത്തിലൂടെ അയാൾക്കു കാണാനായി,

അയാൾ പിന്നെ മറ്റൊന്നുമോർത്തില്ല. അമ്മയെ മനസ്സാലെ വിളിച്ച് ആ എല്ലിൻചീന്തുകൾ ഭദ്രമായി പൊതിഞ്ഞു മുറിയുടെ മൂലയിൽ വെച്ചു. അഴികളില്ലാത്ത ജാലകത്തിലൂടെ ആ മൺകുടം പുറത്തേക്കെറിഞ്ഞു. കടുക്കത്തോടുകളും പൊളിഞ്ഞ കുപ്പികളും കൂമ്പാരമായിക്കിടന്ന കുപ്പയിൽ ച്ളും എന്നൊരു ശബ്ദമുണ്ടായി.

ഛായാപടങ്ങൾ

ഒരുപക്ഷേ, ഇനി, അവനു നമ്മളെ കാണാൻ കഴിഞ്ഞില്ലെങ്കിലോ... തലേന്നു രാത്രിയിലും ഭാര്യ പറഞ്ഞതു യാത്രയ്ക്കിടയിൽ വൃദ്ധൻ ഓർക്കുകയുണ്ടായി.

നഗരത്തിന്റെ ഇങ്ങേപ്പുറം ആ ബസ്സിന്റെ മുരളിച്ച പെട്ടെന്ന് അവസാനിച്ചു. എന്തോ കുഴപ്പമുണ്ടെന്നു യാത്രക്കാർക്കെല്ലാം ഒരേസമയം തോന്നുകയുണ്ടായി. നഗരത്തിൽ കലാപം പൊട്ടിപ്പുറപ്പെട്ടിരിക്കുന്നെന്നും ഇറങ്ങി നടക്കുകയേ നിവൃത്തിയുള്ളുവെന്നും പുറത്തിറങ്ങിയ കണ്ടക്ടർ തിരിച്ചു വന്നറിയിച്ചു. പരിഭ്രാന്തിയുമായി തിരക്കിട്ടിറങ്ങിയ യാത്രക്കാർക്ക് ഏറ്റവും പിന്നിൽ ആ വൃദ്ധദമ്പതികളുമിറങ്ങി.

നാഴികകൾക്കപ്പുറത്തുള്ള ഒരു കിഴക്കൻ ഗ്രാമത്തിൽനിന്നും അവർ വരികയാണ്. നഗരത്തിലെ പ്രശസ്ത ഫോട്ടോ സ്റ്റുഡിയോ തേടിയായിരുന്നു വരവ്. ഈ വാർദ്ധക്യകാലത്തെ തങ്ങളുടെ ഒന്നിച്ചുള്ള ഒരു പടമെടുത്ത് അടുത്ത ബസിനു തിരിച്ചുപോകുക എന്ന ഉദ്ദേശ്യത്തോടെ ഉച്ചയ്ക്കുശേഷം ഇറങ്ങിപ്പുറപ്പെട്ട ആ വൃദ്ധദമ്പതികൾക്കു ബസിൽനിന്നിറങ്ങിയപ്പോൾ വേവലാതിയായി. എത്രയും പെട്ടെന്നു തിരിച്ചുപോകാം എന്ന് ഭാര്യ ഭർത്താവിനോട് പേടിയോടെ പറഞ്ഞു. അതിനിനി എപ്പോഴാണു ബസ്, ഓടുമോ എന്തോ എന്നിങ്ങനെ പിറുപിറുത്ത് വൃദ്ധൻ കണ്ടക്ടറോടു ചെന്നു തിരക്കി. അനിശ്ചിതമായ ഒരു മറുപടിയേ കണ്ടക്ടറിൽനിന്നുണ്ടായുള്ളൂ. തിരിച്ചു നടന്നോളൂ. ഒരുപക്ഷേ, അടുത്ത വളവിൽ ചെന്നാൽ അവിടുന്നു മടങ്ങിപ്പോകുന്ന ബസ് കിട്ടിയേക്കും.

അങ്ങനെ പറഞ്ഞ ആ സഹയാത്രികനു നന്ദി.

വൃദ്ധദമ്പതികൾ തിരിച്ചു നടന്നു. ഫോട്ടോ എടുക്കാൻ കഴിയാതെപോയ ഖേദത്തോടെ അവർ വഴിയരികിലൂടെ പേടിച്ചു നടന്നു. യാത്ര

യുടെ വിഫലബോധം അവരെ മൂടി. ഷട്ടറുകൾ അലറിയും മുരണ്ടും കടകളിൽ വീണു തുടങ്ങുകയായിരുന്നു. മനുഷ്യരെല്ലാം പരക്കം പായുന്നു. എന്താണു സംഭവിച്ചതെന്നറിയില്ല. നഗരത്തിൽ തീവെപ്പും സംഘട്ടനവും അരങ്ങേറുകയാണെന്ന് ഇടയ്ക്ക് മുറിഞ്ഞു കേൾക്കുന്ന സംഭാഷണങ്ങളിൽനിന്നും ഗ്രഹിക്കാം. പരക്കം പായുന്നവരെ കണ്ടപ്പോൾ വൃദ്ധനും ഭയന്നു. ദൈവമേ... വൃദ്ധ നെഞ്ചിൽ കൈവെച്ചു.

വളവ് എത്താറായപ്പോൾ അവർക്കു തെല്ലു സമാധാനമായി. പക്ഷേ, ഫോട്ടോ എടുക്കാൻ ഇനി ഒരു വരവുകൂടി വേണ്ടിവരുമല്ലോ, എന്നിട്ടു മാത്രമല്ലേ പ്രസാദിന് ഒരു കോപ്പി അയച്ചുകൊടുക്കാൻ കഴിയുകയുള്ളൂ എന്നോർത്തപ്പോൾ വ്യസനവുമായി. മാത്രമല്ല ദീർഘദൂരം യാത്രചെയ്താൽ വൃദ്ധനു തല കനയ്ക്കും. പിന്നെ കിടപ്പിലാകും. വൃദ്ധയ്ക്കാണെങ്കിൽ അധികനേരം ഇരിക്കുക വയ്യ. നടുവേദന ഒന്നടങ്ങിയപ്പോൾ ഇറങ്ങി പുറപ്പെട്ടതാണ്. ഇനിയുള്ള ദിവസങ്ങളിൽ വീണ്ടും തൈലം പുരട്ടി നീണ്ടു നിവർന്നു കിടക്കാം.

“എറങ്ങുമ്പഴേ എനിക്കു തോന്ന്യതാ. എന്തോ ലക്ഷണക്കേടുണ്ടെന്ന്.”

വൃദ്ധന്റെ സ്വരം വൃദ്ധ കേട്ടു.

“ആരൊക്കെയോ മരിച്ചിട്ടുണ്ടെന്നു തോന്ന്ന്.”

വൃദ്ധയുടെ സ്വരം വൃദ്ധനും കേട്ടു.

കുതിക്കുന്ന പൊലീസ് വണ്ടികൾ. ആംബുലൻസുകൾ.

വളവ് എത്താറായി.

“ദാ...”

വൃദ്ധ കൈചൂണ്ടിയ ദിക്കിൽ വൃദ്ധൻ കണ്ടു.

ഒരു സ്റ്റുഡിയോ. ശാരദാ ഫോട്ടോസ്.

ആ വൃദ്ധദമ്പതികളുടെ ഭാഗ്യം. സ്റ്റുഡിയോ അടച്ചിട്ടില്ല.

“നമുക്കിവിടുന്നെടുത്തു തിരിച്ചുപോയാലോ. എന്തായാലും വന്നതല്ലേ. ബസ് കിട്ടിയില്ലെങ്കിൽ ജീപ്പുണ്ടാകും. ന്താ?”

“ഇവിടുന്നെടുത്താൽ നന്നാവോ?”

വൃദ്ധ ചോദിച്ചു.

“ഇപ്രായത്തില് നമ്മളെന്ത് നന്നാവാനാന്റെ ദേവകീ. ഇവിടുന്നെടുക്കാം. പ്രസാദിനു പെട്ടെന്ന് അയച്ചുകൊടുക്കാലോ.”

ആ വൃദ്ധദമ്പതികൾ സ്റ്റുഡിയോവിലേക്കുള്ള കോണിപ്പടികൾ കയറി. രണ്ടാം നിലയിലായിരുന്നു സ്റ്റുഡിയോ. അവർ നന്നായി കിതച്ചു. ലിബിയയിൽനിന്നും മകൻ പ്രസാദയച്ച കത്തും കത്തിലെ കൊതിയോടെയുള്ള ആഗ്രഹവും പ്രചോദനമായി അവരുടെ കാലുകൾക്ക് ഊർജ്ജം നല്കി.

അവർ മുകളിലെത്തിക്കഴിഞ്ഞു.

എത്ര വർഷമായി പ്രസാദ് പോയിട്ട്. അടുത്ത വർഷമേ വരികയുള്ളൂ എന്നാണ് എഴുതിയിരിക്കുന്നത്. കുറെ നാളായി ഫോട്ടോ അയച്ചുകൊടുക്കാൻ അവൻ നിരന്തരമായി ആവശ്യപ്പെട്ടു തുടങ്ങിയിട്ട്. അച്ഛനെയും അമ്മ

യെയും കാണാൻ അവനു കൊതിയുണ്ടാവില്ലേ. പക്ഷേ, നഗരത്തിലേക്കു വരാൻ ശാരീരികയാതനകൾ വൃദ്ധനു തടസ്സമായി. അതുകൊണ്ടു നീണ്ടു നീണ്ടുപോയി ഈ വരവ്. ആ കുഗ്രമാത്തിലെന്നല്ല വരുംവഴിയിലൊന്നും ഒരു ഫോട്ടോസ്റ്റുഡിയോ ഇല്ലതാനും. ഒരു സിനിമ കാണാൻപോലും നഗരത്തിലേക്കു വരികയേ നിർവ്വാഹമുള്ളൂ.

ജീവസ്സുറ്റ ഫോട്ടോകൾക്കു പേരുകേട്ട നഗരത്തിലെ സ്റ്റുഡിയോവിന്റെ പരസ്യം വായിക്കുമ്പോഴെല്ലാം വൃദ്ധ ഓർമ്മിപ്പിക്കും. ഒരുമിച്ചുള്ള ഫോട്ടോ എടുത്ത് പ്രസാദിന് അയച്ചുകൊടുക്കാൻ. അവന് എന്താശയുണ്ടാകും. അവനു മാത്രമല്ല അവസാനകാലത്തു ഭർത്താവിനോടൊത്ത് ഒരു പടമെടുക്കാൻ വൃദ്ധയ്ക്കുമുണ്ടല്ലോ ഏറിയ മോഹം. പിന്നെ വൃദ്ധനാണോ ഇല്ലാത്തത്.

ആ വൃദ്ധദമ്പതികളുടെ ഭാഗ്യം.

ചിത്രഭാനുവിന്റെ സ്റ്റുഡിയോവിനുള്ളിൽ അവർ ഫോട്ടോ പ്രപഞ്ചം കണ്ടുനിന്നു. ആരേയും കാണാനില്ല. ചിത്രഭാനു അകത്തു ഫിലിം കഴുകുന്ന ജോലിയിലായിരുന്നു.

മേശപ്പുറത്തു പതിച്ച ചില്ലുമറയ്ക്കുകീഴെ കുഞ്ഞുങ്ങൾ ചിരിച്ചു തൂവുന്നു. യുവതികൾ തുളുമ്പുന്നു. പുരുഷാകാരങ്ങൾ ഉണരുന്നു. നിഷ്കളങ്കതയുടെ, കെറുവിന്റെ, സ്നേഹത്തിന്റെ, കാരുണ്യത്തിന്റെ ആഴങ്ങൾ. വാർദ്ധക്യത്തിന്റെ രേഖാരൂപങ്ങൾ. ചെതുമ്പലുകൾ, ചാരനിറങ്ങൾ.

ഓരോന്നോരോന്നായി വൃദ്ധദമ്പതികൾ കണ്ട് ആഹ്ലാദിച്ചു.

ഒരു യുവാവിന്റെ ഫോട്ടോയിൽ കൈവെച്ച് അവർ, പ്രസാദിനെപ്പോലെ. ആരപ്പാ ഇത് എന്നൊക്കെ പരസ്പരം പറഞ്ഞുകൊണ്ടിരിക്കുമ്പോൾ ചിത്രഭാനു പുറത്തുവന്നു.

നഗരത്തിലെ കലാപം അറിഞ്ഞതിൽപ്പിന്നെ എത്രയും പെട്ടെന്നു പണിതീർത്ത് അടച്ചുപോകാനുള്ള വെപ്രാളത്തിലായിരുന്നു അയാൾ. അപ്പോഴാണ് മുന്നിൽ വൃദ്ധദമ്പതികൾ.

"നാളെ വരൂ. ഞാൻ അടയ്ക്കാൻ പോവാ. പുറത്തു ലഹള നടക്കുന്നു."

വൃദ്ധദമ്പതികൾ നിരാശരായി.

"മോനേ, അങ്ങ് കുണ്ട്തോട്ന്ന് വരുവാ. ഇതിനായിട്ട്. ഇനി വരാൻ വയ്യ. പെട്ടെന്നൊന്ന്..."

ചിത്രഭാനു മറുത്തൊന്നു പറയുന്നതിനുമുമ്പേ ദൈന്യതയോടെ വൃദ്ധ വിശദീകരിച്ചു:

"ലിബിയയിലേക്കു വർഷങ്ങൾക്കു മുമ്പു ജോലിക്കുപോയ മകൻ. മകന് അച്ഛനെയും അമ്മയെയും കാണാനുള്ള ആശ. തങ്ങളുടെ ശാരീരികാസ്വാസ്ഥ്യങ്ങൾ. ഒരു ഫോട്ടോ, ഒരു മിനിറ്റുകൊണ്ട്."

വൃദ്ധയുടെ ഇരുണ്ട വാക്കുകൾക്കു മുന്നിൽ ചിത്രഭാനു കീഴടങ്ങി.

പുറത്ത് ഒരു ആംബുലൻസ് കുതിക്കുന്ന ശബ്ദം.

ചിത്രഭാനു ചെന്നു മുൻവശത്തെ ഡോർ അടച്ചു.

അകത്തെ ഇരുൾമുറിയിലേക്കു വൃദ്ധദമ്പതികൾ നയിക്കപ്പെട്ടു.

“എങ്ങനെയാ. ഫുൾസൈസ് വേണോ?”

വൃദ്ധൻ വൃദ്ധയെ നോക്കി. വൃദ്ധ ശിരസ്സനക്കി.

“ആയ്ക്കോട്ടെ, മുഴുവനായി കണ്ടോട്ടെ നമ്മളെ.”

വൃദ്ധ വൃദ്ധനോടു ചേർന്നുനിന്നു. ചിത്രഭാനുവിന്റെ നിർദ്ദേശങ്ങൾക്കനുസരിച്ചു കൈവച്ചു. തല ചരിച്ചു. പുഞ്ചിരിച്ചു.

വൃദ്ധന്റെ കൈ വൃദ്ധയുടെ ഇടതുചുമലിൽ ചേർന്നു.

“ഇങ്ങോട്ടു നോക്കിക്കോളൂ...”

“സ്മൈൽ.”

“ദാ.”

“റെഡി.”

“താങ്ക് യൂ.”

“വലിയ ഉപകാരം.” വൃദ്ധനും വൃദ്ധയും പറഞ്ഞു.

ബില്ലെഴുതുമ്പോൾ ചിത്രഭാനു ചോദിച്ചു.

“എത്ര കോപ്പി വേണം?”

വൃദ്ധൻ വൃദ്ധയെ നോക്കി.

“ഒരഞ്ചെണ്ണമിരുന്നോട്ടെ.”

“എപ്പഴാ കിട്ടുക?”

വൃദ്ധൻ അന്വേഷിച്ചു.

“രണ്ടു ദിവസം കഴിഞ്ഞുവന്നോളൂ.”

“ഞങ്ങളു വരില്ല. ആരെയെങ്കിലും പറഞ്ഞയച്ചാ പോരേ?”

“മതി.”

വൃദ്ധദമ്പതികൾ യാത്ര പറഞ്ഞു.

“എങ്ങനെയാ നിങ്ങളിന്നു പോകുക?” ചിത്രഭാനു ചോദിച്ചു.

“ഈ വളവീന്നു ബസ്സുണ്ടാവുംന്നാ ഒരാളു പറഞ്ഞേ, ല്ലെങ്കില് ജീപ്പുണ്ടാകും.”

“ഫോട്ടോ നന്നാക്കണേ.”

വൃദ്ധ ഇടയ്ക്ക് ഓർമ്മിപ്പിച്ചു.

ചിത്രഭാനു ഒരിളംചിരിയോടെ തലകുലുക്കി ഡോർ തുറന്നു.

അവരിറങ്ങി.

“സൂക്ഷിച്ചു പൊയ്ക്കോളൂ.”

താഴെ എത്തിയപ്പോൾ വൃദ്ധൻ മുകളിലേക്കു വിളിച്ചു ചോദിച്ചു.

“രണ്ട് ദിവസം കഴിഞ്ഞാല് കിട്ടില്ലേ?”

“ങ്ഹാ.”

ചിത്രഭാനു നീട്ടിപ്പറഞ്ഞു.

ആ വൃദ്ധദമ്പതികളുടെ ഭാഗ്യം.

അവർ അതീവ ആഹ്ലാദത്തോടെ വന്നതു വെറുതെയായില്ലല്ലോ എന്ന ആശ്വാസത്തോടെ വളവിലേക്കു തിരിയുമ്പോൾ ഒരു വലിയ ആരവം അകലങ്ങളിൽ കേട്ടു.

നഗരത്തിൽ തുടർന്നുള്ള ദിവസങ്ങളിലും കലാപം കത്തിപ്പടരുകയായിരുന്നു. കുരുതിയുടെ നിറം കലങ്ങിയ നഗരത്തിൽ ചോരയും പേടിയും കെട്ടിപ്പിണഞ്ഞു. ഏഴു ദിവസങ്ങളോളം തുടർന്നുപോയി അതേ അവസ്ഥ. എട്ടാംദിവസം പതുക്കെ എല്ലാം ഒന്നു കെട്ടടങ്ങിയെന്നായപ്പോൾ ചില ഷട്ടറുകൾ മുരണ്ടുയരുന്നു. വാഹനങ്ങൾ ഓടിത്തുടങ്ങുന്നു. നടപ്പാതകൾ സജീവമാകുന്നു. ചിത്രഭാനു തന്റെ സ്റ്റുഡിയോ തുറക്കുന്നു.

ആ വൃദ്ധദമ്പതികളുടെ പ്രതിച്ഛായകളിൽ അയാൾ തന്റെ കരകൗശലപണികൾ ചെയ്യാൻ തുടങ്ങി. അന്നു വൈകുന്നേരംവരെ അതു വാങ്ങാനായി ആളെത്തിയില്ല. പിറ്റേന്നും വന്നില്ല. പിറ്റേന്നും. തുടർന്നുള്ള ദിവസങ്ങളിലെല്ലാം ചിത്രഭാനു പ്രതീക്ഷിച്ചു.

വരികയുണ്ടായില്ല. ആരും.

നഗരോത്സവം

അരുണാശാസ്ത്രിയെക്കുറിച്ച് ഞാൻ കേൾക്കുന്നത് നാരായണ സ്വാമി ഫ്ളാറ്റിലെ ഇരുപത്തിമൂന്നാം നമ്പർ മുറിയിൽവെച്ചാണ്. വിശാലമായ ആ മുറി മറ്റു മൂന്നുപേരോടൊപ്പം ഞാനും പങ്കിടുകയായിരുന്നു. കമ്പനി വക തിരുക്കുറളിന്റെ നഗരത്തിൽ ഒരു മൂന്നുമാസക്കാല കോഴ്സിന് എത്തിച്ചേർന്നതാണ് ഞാൻ. മുറിയിലെ മൂന്നുപേരിൽ ഒരാൾ എന്റെ നാട്ടുകാരനായ ജോസഫായിരുന്നു. ചെന്ന ദിവസംമുതലേ അരുണാശാസ്ത്രിയെക്കുറിച്ച് കേൾക്കാൻ തുടങ്ങിയിരുന്നു. ഓരോ രാത്രിയിലെയും ലഹരികയറിയ സംഭാഷണങ്ങളിൽ അവൾ നിറഞ്ഞുകത്തുകയായിരുന്നു. അവൾക്കു വേണ്ടിയായിരുന്നു ചിയേഴ്സ് വിളികൾ മുഴങ്ങിയിരുന്നത്. അവൾ സംഭാഷണവിഷയമാകാത്ത ഒരു രാത്രിപോലും നാരായണസ്വാമി ഫ്ളാറ്റിലേക്ക് കടന്നുവരികയുണ്ടായില്ല.

ജോസഫിനു പുറമെ പ്രതാപനും അരുണും. അരുണാശാസ്ത്രിയെക്കുറിച്ചു പറയുന്നത് മുഴുവൻ പ്രതാപനാണ്. മറ്റുള്ളവർക്ക് അതത്ര താല്പര്യമുള്ളതായി തോന്നിയില്ലെങ്കിലും പ്രതാപനെ മുഷിപ്പിക്കാതിരിക്കാൻ അവർ കേൾവിക്കാരാകുന്നുവെന്നുമാത്രം. ഞാൻകൂടി വന്നു ചേർന്നതിൽപ്പിന്നെ അരുണാശാസ്ത്രീചരിതത്തിന് പ്രതാപന് നല്ലൊരു ആസ്വാദകനെ കിട്ടി.

ആയുർവേദത്തിന് നാലാം വർഷം പഠിക്കുന്ന ആന്ധ്രക്കാരിയായ അരുണാശാസ്ത്രിയെ പ്രതാപന്റെ സംസാരത്തിലൂടെ മാത്രമാണ് ഞാൻ അറിഞ്ഞത്. അവൾ അത്ര സുന്ദരിയല്ലെന്ന്, പക്ഷേ, എന്തോ ആകർഷകമായ ഒരു പ്രകൃതം അവൾക്കുണ്ടെന്ന് ജോസഫ് സ്വകാര്യമായി പറഞ്ഞിരുന്നു. എപ്പോഴും ചറപറാന്ന് വർത്തമാനം പറഞ്ഞ് 'ആഷ്പുഷ്' ആയി നടക്കുന്ന അരുണാശാസ്ത്രി തന്റേടിയാണുപോലും. തലമുടി കെട്ടിവെച്ച് ഒരാ

ളെയും ഗൗനിക്കാതെ തറയിൽ അമർത്തിച്ചവുട്ടി ഭൂകമ്പമുണ്ടാക്കി നടന്നു പോകുന്ന അവൾ ആദ്യമാദ്യം പ്രതാപനെ തീരെ മൈൻഡ് ചെയ്യുകയുണ്ടായില്ല. മാത്രമല്ല, കാര്യമായി അവഗണിക്കുകതന്നെ ചെയ്തു. അവളോട് ഒന്നു സംസാരിക്കാൻ പ്രതാപൻ നടത്തിയ ശ്രമമെല്ലാം അരുണാശാസ്ത്രിയുടെ കടുത്ത അവഗണനയിൽ മുങ്ങിപ്പോയി. ആ ഇച്ഛാഭംഗത്തിൽനിന്നാണ് അവൾക്കുനേരെ പ്രതാപന്റെ സർവ്വകൗതുകങ്ങളും പീലിവിടർത്തിയാടിയത്. ആദ്യം അതൊരു കൗതുകം തന്നെയായിരുന്നു. അന്നു ഞാൻ ഈ നഗരത്തിലില്ല. പതുക്കെ ആ കൗതുകം പ്രണയരൂപമായി ആവിഷ്കരിക്കപ്പെടുമ്പോഴാണ് എന്റെ കടന്നുചെല്ലൽ. അങ്ങനെ എന്റെ ബോധത്തിലും അരുണാശാസ്ത്രി മുദ്രവെച്ചു.

ഉള്ളാലെ ആളൊരു പാവമാണെന്ന്, പുറമെയുള്ള പൊട്ടലും ചീറ്റലും മാത്രമേ സ്വന്തമായുള്ളുവെന്ന്, അതാകട്ടെ അവൾക്കൊരു മോടിയാണെന്ന് പ്രതാപൻ പറയുമായിരുന്നു. ഈ അരുണാശാസ്ത്രിയെ ഒന്നു കാണാനായി ഞാൻ ആഗ്രഹം പ്രകടിപ്പിച്ചപ്പോൾ പ്രതാപനു സന്തോഷമായി. അടുത്ത വൈകുന്നേരം പ്രതാപൻ പറഞ്ഞതനുസരിച്ച് മരീനയിൽ ചെന്ന് ഞാൻ അരുണാശാസ്ത്രിയെ കണ്ടു. ആ വൈകുന്നേരം മരീനയ്ക്ക് നല്ല കറുപ്പായിരുന്നു. അകലെ ദീപാലംകൃതമായ ക്ഷേത്രങ്ങൾപോലെ കപ്പലുകൾ നങ്കൂരമിട്ടിരുന്നു. എല്ലാവരും പറഞ്ഞതുപോലെ അരുണാശാസ്ത്രി ചറപറാന്ന് എന്നോടു വർത്തമാനം പറഞ്ഞില്ല. ആലോചിച്ചിറക്കുന്ന ശീട്ടുകൾപോലെ രണ്ടോ മൂന്നോ ആർദ്രമായ വർത്തമാനങ്ങൾ. അതിന്റെ ആഴങ്ങളിൽ ഒരു പാവം മനസ്സിന്റെ വിതുമ്പൽ ഞാൻ അന്നേ തിരിച്ചറിഞ്ഞിരുന്നു. സായ്പിന്റെ റസ്റ്റോറന്റിൽ കയറി ചായ കുടിച്ചു പിരിയുമ്പോൾ മരീനയുടെ നിറംമാറി.

അതിൽ പിന്നെ അരുണാശാസ്ത്രിയെ രണ്ടു തവണ മാത്രമേ ഞാൻ കണ്ടിട്ടുള്ളൂ. പ്രതാപന്റെ അടുത്ത സുഹൃത്തായ പോൾ ബാബുവിന്റെ ബസന്ത്നഗറിലുള്ള ഫ്ളാറ്റിൽവെച്ച്. വൈകിട്ട് അവിടെ എത്തിച്ചേരണമെന്ന് രാവിലെതന്നെ പ്രതാപൻ ശട്ടംകെട്ടിയിരുന്നു. കാര്യമെന്തെന്നു പറഞ്ഞതുമില്ല. അഡയാറിൽനിന്ന് ഒരു ഓട്ടോവിൽ കയറി ഞാൻ ബസന്ത്നഗറിലെ 43-ാം നമ്പർ ഫ്ളാറ്റിൽ ചെല്ലുമ്പോൾ അരുണാശാസ്ത്രിയും പ്രതാപനും അവിടെയുണ്ട്. കണ്ടപാടെ പ്രതാപൻ പറഞ്ഞു:

“ഞങ്ങളുടെ വിവാഹമാണിന്ന്. നീ സാക്ഷി. ഇത് പോൾ ബാബു. വിവാഹകാർമ്മികൻ.”

എല്ലാം കളിയായിട്ടാണ് എനിക്ക് തോന്നിയത്. പക്ഷേ, നേരായിരുന്നു. അരുണാശാസ്ത്രി വളരെ പ്രസന്നവതിയായി കണ്ടു. ആ കണ്ണുകളിൽ വിളക്കു തെളിഞ്ഞു.

സത്യവേദപുസ്തകത്തിൽ ഇരുവരുടെയും കൈകൾ ചേർത്തുവെച്ച് പോൾബാബു കാർമ്മികനായി വിശുദ്ധവചനങ്ങൾ ഉരുവിട്ടു. അരുണാശാസ്ത്രിയും പ്രതാപനും അത് ഏറ്റുചൊല്ലി. പോൾബാബു കൊടുത്ത കറുത്ത ചരട് പ്രതാപൻ അവളുടെ കഴുത്തിൽ കെട്ടി. ഒരു വലിയ തമാശ കാണു

ന്നതുപോലെ നില്ക്കുകയായിരുന്നു ഞാൻ.

നുങ്കമ്പക്കത്തെ ഹോസ്റ്റലിലേക്ക് രാത്രി ബസ് കയറുമ്പോൾ അരുണാശാസ്ത്രി ഞങ്ങൾ മൂവർക്കും നേരെ കൈവീശി. അപ്പോൾ പ്രതാപൻ ഉറക്കെ പറഞ്ഞു:

"നാളെ മുതൽ ഞങ്ങളുടെ ഒന്നിച്ചുള്ള ജീവിതം തുടങ്ങുന്നു, ബാബുവിന്റെ ഫ്ളാറ്റിൽ."

ആ രാത്രി പുലരുംവരെ പ്രതാപൻ ഉറങ്ങിയില്ല. അവൻ അന്നു മദ്യപിച്ചതിനു കണക്കുമില്ല. ഒരു ജേതാവിന്റെ ഉത്സവരാത്രിയായിരുന്നു അത്.

പക്ഷേ, അതേപോലെ പിറ്റേന്നു രാത്രിയും പ്രതാപന് ഉറക്കമില്ലാതെയായി. പ്രതാപനുവേണ്ടി ഞങ്ങൾക്കും. അവൻ പ്രതീക്ഷിച്ചതൊന്നും നടക്കുകയുണ്ടായില്ല. നാട്ടിൽനിന്നും അമ്മ വന്ന് അരുണാശാസ്ത്രിയെ കൊണ്ടുപോയി എന്നാണ് രാവിലെ കോളേജിൽ ചെന്നപ്പോൾ പ്രതാപൻ അറിഞ്ഞത്. അതുകേട്ട പാടെ അവനു ഭ്രാന്തുപിടിച്ചതുപോലെയായി. ശരിക്കും ആ രാത്രി അവൻ സ്വയം മറന്ന് അലറിവിളിച്ചു. പുലരുവോളം ഞങ്ങളാരുമുറങ്ങുകയുണ്ടായില്ല.

അടുത്ത ദിവസവും അരുണാശാസ്ത്രി വരികയുണ്ടായില്ല. തുടർന്നുള്ള എല്ലാ രാത്രികളിലും പ്രതാപൻ ക്രൂരമായി മദ്യപാനം തുടങ്ങി. അങ്ങനെ ഇരുപതു രാത്രികൾ പിന്നിട്ടപ്പോഴാണ് അരുണാശാസ്ത്രി തിരിച്ചുവന്നത്. അടുത്ത കുറേ ദിവസങ്ങളിൽ പിന്നെ പ്രതാപനെ ഞങ്ങൾ കാണുകയുണ്ടായില്ല.

അങ്ങനെയിരിക്കെ ഒരു രാവിലെ അവൻ വാതിലിൽ തട്ടി വിളിക്കുന്നു:

"അവളെവിടെ?"

ഞങ്ങൾ ചോദിച്ചു.

"ഹോസ്റ്റലിൽ പോയി."

പിന്നീട് അവൻ ഒന്നും പറഞ്ഞില്ല. കൂടുതലായി അരുണാശാസ്ത്രീചരിതമൊന്നും ഉണ്ടായില്ല. രാത്രി മദ്യപിക്കുമ്പോഴും അങ്ങനെയൊരു സംസാരമേ ഉണ്ടായില്ല. ജോസഫ് വിഷയം എടുത്തിട്ടപ്പോൾ പ്രതാപൻ കലുഷമായി ഒന്നു ചിരിച്ചു. ആ ചിരിയിൽ ഉന്മാദത്തിന്റെ കടലിരമ്പമുണ്ടായിരുന്നു. പോൾ ബാബുവിന്റെ മുറിയിൽവച്ചു സത്യമായും അന്നു താൻ കളിച്ചതാണെന്ന് അപ്പോഴാണ് അവൻ തുറന്നടിച്ചത്. ഞാൻ തരിച്ചിരുന്നുപോയി. ചൂടു പെട്ടെന്ന് തണുത്തുപോയി. എല്ലാവരും നിശ്ശബ്ദം കേട്ടിരുന്നു. നായാടിയുടെ സാഹസികകഥകൾ മുറിയിൽ തിമർത്താടി.

പിന്നീടുള്ള ദിവസങ്ങളിൽ പ്രതാപന്റെ സംഭാഷണങ്ങളിൽനിന്നും അരുണാശാസ്ത്രി തീർത്തും നിരാകരിക്കപ്പെട്ടു. ആ പേര് ഒന്നു കേൾക്കാൻ ഞങ്ങൾക്കു കൊതിയായിത്തുടങ്ങി. അവൾക്കുവേണ്ടി ഒന്നു ചിയേഴ്സ് വിളിക്കാൻ ഞങ്ങൾ ആഗ്രഹം പ്രകടിപ്പിച്ചു.

പ്രതാപൻ പറഞ്ഞു:

"ആ ചാപ്റ്റർ ക്ലോസ് ചെയ്തു. ഇനി അതു തുറക്കേണ്ട. ഷീ ഈസ് ഏ നമ്പർ വൺ സ്ട്രംപറ്റ്."

ഞങ്ങൾ പ്രതാപനെ മിഴിച്ചു നോക്കി.

"റിയലി. ഷി ഹാസ് സോ മെനി കസ്റ്റമർസ്. ഇന്നു വൈകുന്നേരവും ഒരുത്തൻ വിളിച്ചുകൊണ്ടു പോയിട്ടുണ്ട്. അവൾ കോളേജിൽനിന്നിറങ്ങുമ്പം മാരുതീല് അടിച്ചെടുത്തു."

ഞാൻ വിശ്വസിച്ചില്ല.

പ്രതാപൻ ഭംഗിയായി നുണ പറഞ്ഞു തടിയൂരുന്നു.

ആരുമതു വിശ്വസിക്കുകയുണ്ടായില്ല.

"അവന്റെ കാര്യം കഴിഞ്ഞല്ലോ."

ജോസഫ് ദീർഘമായി ഒന്നു നിശ്വസിച്ചു പറഞ്ഞു.

അങ്ങനെ സംഭവിക്കരുതെ എന്നു ഞാൻ പ്രാർത്ഥിച്ചു. കുറച്ചു ദിവസങ്ങൾ കഴിഞ്ഞാൽ ഞാൻ തിരിച്ചുപോകും. കുറെ നല്ല ഓർമ്മകളും കൊണ്ടുപോകണം.

പ്രതാപനോട് ഒരവസരത്തിൽ ഞാൻ അങ്ങനെ പറഞ്ഞിരുന്നു.

"ഇനി അവളെക്കുറിച്ച് ആലോചിക്കാതിരിക്കുക." അത്രയേ അവൻ മറുപടിയായി പറഞ്ഞുള്ളൂ.

ജോസഫിനോ അരുണിനോ അരുണാശാസ്ത്രിയെക്കുറിച്ച് ഒരു വിവരവുമില്ല. അരുണിന്റെ ക്ലാസ്മേറ്റാണ് അവൾ. അവൾ ക്ലാസിൽ വന്നിട്ടു കുറെ ദിവസങ്ങളായെന്നുമാത്രം അരുണിനറിയാം. അതവൻ പറഞ്ഞപ്പോൾ പ്രതാപൻ സംസാരിച്ചു:

"അവൾക്കു ക്ലാസിൽ വരാൻ പറ്റില്ല."

ക്വാർട്ടർ ജോൺ എക്ക്ഷാ റം വെള്ളം ചേർക്കാതെ വായിലൊഴിച്ച് പ്രതാപൻ കുഴഞ്ഞ ശബ്ദത്തിൽ പറഞ്ഞു തുടങ്ങി:

"അവള് കടത്തിൽ മുങ്ങിയിരിക്കുകയാണ്. ട്രിപ്ലിക്കേനിലെ കുറെ ചെറുപ്പക്കാരിൽനിന്നു വലിയൊരു സംഖ്യ അവളു പറ്റിയിട്ടുണ്ട്. അവരതു മുതലാക്കുകയാ. ഹോസ്റ്റലിൽനിന്നിറങ്ങുമ്പം കാറുമായി ചെന്ന് അവരു പൊക്കും. ചെന്നന്വേഷിച്ചു നോക്ക്. ട്രിപ്ലിക്കേനില്..."

അതു സത്യമാകാതിരിക്കട്ടെ.

എന്റെ മനസ്സു പറഞ്ഞു.

എല്ലാവരുടെയും മനസ്സ് അങ്ങനെ പറഞ്ഞിരിക്കണം. പ്രതാപന് ഒരു കുലുക്കവുമില്ല.

ആന്ധ്രയിലെ ഒരു ദരിദ്രകുടുംബത്തിൽനിന്ന് ആയുർവേദം പഠിക്കാൻവേണ്ടി ഈ നഗരത്തിലേക്കു വന്ന അരുണാശാസ്ത്രിക്ക് ജീവിക്കാനായി ഏറെ അതിജീവിക്കണം. കുപ്പിച്ചില്ലുകൾ പാകിയ നഗരപാതാളത്തിലേക്ക് അവൾ വീണുകഴിഞ്ഞുവെന്നാണോ അനുമാനിക്കേണ്ടത്?

"അവളെ മോഹിപ്പിച്ചു കുരങ്ങുകളിപ്പിച്ചവനാണ് നീ."

ജോസഫ് ഒരു തവണ പ്രതാപനുനേരെ ശബ്ദമുയർത്തി.

"അതെ."

പ്രതാപൻ ചിരിച്ചു സമ്മതിച്ചു.

"നീ ഭാര്യയായി സ്വീകരിച്ചതല്ലേ അവളെ?"

“അതെ. കെട്ടിയ താലി പൊട്ടിച്ചെറിയാൻ ഞാൻ പറഞ്ഞിട്ടുണ്ട്.”

ഇരുപത്തിമൂന്നാം നമ്പർ മുറിയിൽ എല്ലാവരും അതു കേട്ടു സ്വസ്ഥതയോടെയോ അസ്വസ്ഥതയോടെയോ കിടന്നുറങ്ങി.

എനിക്കു തിരിച്ചുപോകാൻ ഇനി കുറച്ചു ദിവസങ്ങൾ മാത്രം. എന്തുകൊണ്ടോ അരുണാശാസ്ത്രിയെ ഒന്നു കാണാൻ എനിക്ക് ആഗ്രഹമായി. ഞാനും സാക്ഷിയായിരുന്നല്ലോ ആ കള്ളനാടകത്തിന്. കുറ്റബോധമായിരുന്നോ എനിക്ക്.

അവളുടെ ഹോസ്റ്റൽ എനിക്ക് അറിയുമായിരുന്നില്ല. പ്രതാപനോടു ചോദിക്കാൻ ധൈര്യം പോര. ജോസഫാണ് രഹസ്യമായി അന്വേഷിച്ചു പറഞ്ഞുതന്നത്. അങ്ങനെ ഒരു വൈകുന്നേരം ഞാൻ നുങ്കമ്പക്കത്തേക്കു വണ്ടി കയറി. 47എയിൽ നുങ്കമ്പക്കത്ത് ഇറങ്ങുമ്പോൾ എന്റെ ഭാഗ്യത്തിന് അരുണാശാസ്ത്രി സ്റ്റെർലിങ് റോഡിലെ ബസ്സ്റ്റോപ്പിലുണ്ട്. എന്ന കണ്ടപാടെ ആ മുഖം വിളറി വെളുത്തു. അവൾ പെട്ടെന്ന് എന്നെ തിരിച്ചറിഞ്ഞു:

“ശാസ്ത്രിയെ കാണാൻ വന്നതാണ്.” അതു പറയാൻ എനിക്കു ധൈര്യം പോരായിരുന്നു.

“എന്നെയോ?”

“അതെ. ഞാൻ മൂന്നു ദിവസം കഴിഞ്ഞാൽ നാട്ടിലേക്കു പോകും. എല്ലാം അറിഞ്ഞു. എനിക്കു വിഷമമുണ്ട്. അന്നത്തെ സംഭവം എനിക്കറിയില്ലായിരുന്നു. അറിഞ്ഞെങ്കിൽ ഞാൻ വരുമായിരുന്നില്ല.”

അരുണാശാസ്ത്രി വിതുമ്പാൻ തുടങ്ങുന്നതു ഞാൻ കണ്ടു. ഒന്നും പറയാനാകാതെ നിശ്ശബ്ദം നില്ക്കാനേ കഴിഞ്ഞുള്ളൂ. തൂവാലയെടുത്തു മുഖം തുടച്ച് ഇടർച്ചയോടെ അരുണാശാസ്ത്രി ഇത്രമാത്രം പറഞ്ഞു:

“എനിക്ക് പ്രതാപനോടു തീർത്താൽ തീരാത്ത കടപ്പാടെയുള്ളൂ. തിരിച്ചെടുക്കാനാവാത്തവിധം എനിക്കെന്നെ നഷ്ടപ്പെട്ടു.” തുടർന്ന് ഒന്നും അവൾ പറഞ്ഞില്ല.

നിശ്ശബ്ദം യാത്രാനുവാദം വാങ്ങി അടുത്ത ബസിനു ഞാൻ തിരിച്ചു പോന്നു. അവളെ കണ്ടകാര്യം ജോസഫിനോടു മാത്രം പറഞ്ഞു.

നഗരത്തോടു യാത്ര പറഞ്ഞു തിരിക്കുമ്പോൾ തീവണ്ടിമുറിയിൽ ദുഃസ്വപ്നങ്ങൾ പാളിക്കത്തുകയായിരുന്നു. രണ്ടാംക്ലാസിലെ അപ്പർബർത്ത് ശവപ്പെട്ടിയാകുന്നു. ട്രിപ്ലിക്കേനിലെ അഴുക്കുചാലിൽ പൂണ്ട കരിവാളിച്ച ഒരു സ്ത്രൈണശരീരം കണ്ണുകളിൽ തുറിക്കുന്നു. പാളങ്ങൾ പൊട്ടിത്തകർന്ന് ഭൂഗർഭത്തിലേക്കു തീവണ്ടി ആഞ്ഞുപതിക്കുന്നു.

അരുണാശാസ്ത്രി ഇന്ന് എവിടെയാണെന്ന് എനിക്കറിയില്ല. ജോസഫിനുമറിയില്ല. ജോസഫിന്റെ എഴുത്തു വരാറുണ്ട്. പ്രതാപന്മാരുടെ നഗരോത്സവം ഇപ്പോഴും തിമർക്കുന്നുണ്ടത്രെ.

ജലയാത്ര

പെസഫിക്കിൽ കാറ്റായിരുന്നു.

ഏതു നേരവും പ്രകൃതം മാറാവുന്ന ഒരു മദയാനയെപ്പോലെയാണ് പെസഫിക്ക്. ചീറിപ്പായുന്ന കാറ്റിനൊപ്പം ജലരാശിയിൽ മഴ തുളിച്ചിറങ്ങുന്നുണ്ട്.

റഡാറിൽ വഴി തെളിഞ്ഞു.

വാൻകൂവർ തുറമുഖം വിട്ട ജാസ്രവി എന്ന ആ ചരക്കു കപ്പലിൽ അപ്പോൾ ഒരു ദീനസ്വരം ഉയർന്നുപൊങ്ങി.

നിലവിളിച്ചുകൊണ്ടേയിരുന്ന ആ മനുഷ്യന്റെ ബങ്കിനരികിൽ കാബിനിൽ കുറേപ്പേർ വീശിക്കൊണ്ടിരുന്നു. കനൽപോലെ അയാളുടെ ശരീരം നീറുന്നുണ്ടായിരുന്നു. ആ ചരക്കു കപ്പലിലെ ഒരു ജോലിക്കാരനാണ് അയാൾ. പേര് നാരായണൻകുട്ടി.

തുറമുഖം വിടുന്നതിനു മുന്നേ അയാൾക്ക് കടുത്ത നെഞ്ചുവേദന അനുഭവപ്പെട്ടിരുന്നു. വാൻകൂവറിൽവെച്ചുതന്നെ അയാളെ ഡോക്ടർ പരിശോധിക്കുകയുണ്ടായി. നെഞ്ചുവേദന ശമിച്ചതുകൊണ്ടാണ് അയാളെ കൊണ്ടുപോന്നത്. പോരണമെന്ന് അയാൾ വാശിപിടിക്കുകയും ചെയ്തിരുന്നു.

കഴിഞ്ഞ കുറെ ദിവസങ്ങളായി നാരായണൻകുട്ടിയുടെ പ്രകൃതമാകെ മാറിയിരുന്നു. പതിവിനു വിപരീതമായി കൂടുതലായൊന്നും അയാൾ സംസാരിക്കുകയുണ്ടായില്ല. നാട്ടിൽനിന്നും അയാൾക്കുവന്ന ഒരെഴുത്തിനെക്കുറിച്ചു കപ്പലിൽ ഇടയ്ക്കു സംസാരമുണ്ടായിരുന്നു. നാരായണൻകുട്ടി അതേക്കുറിച്ചൊന്നും പറയുകയുണ്ടായില്ല. ചുക്കാനിയായ റൊസാരിയോവിനോട് ഇത്രമാത്രം പറഞ്ഞു:

“നാട്ടിലേക്കൊന്നു പോണം.”

എന്താ വിശേഷമെന്നു റൊസാരിയോ അന്വേഷിച്ചെങ്കിലും നാരായണൻ കുട്ടി ഒന്നും പറഞ്ഞില്ല.

നാട്ടിൽ അയാൾക്ക് ആരൊക്കെ സ്വന്തക്കാരായുണ്ടെന്ന് കപ്പലിലുള്ളവർക്കൊന്നുമറിയില്ല. അങ്ങനെയാരുമില്ലെന്നാണ് അറിവ്. വർഷങ്ങൾക്കുമുമ്പുതന്നെ അയാൾ കപ്പലിൽ ജോലിക്കാരനായി എത്തിയിരുന്നു. തുറമുഖങ്ങളിൽനിന്ന് തുറമുഖങ്ങളിലേക്ക് സൾഫറോ കൽക്കരിയോ ഗോതമ്പോ കയറ്റിക്കൊണ്ടുപോകുന്ന ചരക്കുകപ്പലിന്റെ ഡക്ക് കഴുകാനും തുരുമ്പ് നീക്കാനും ചിപ്പിങ് നടത്താനും നിയോഗിക്കപ്പെട്ടവരിൽ അയാൾ ഏറ്റവും സീനിയറാണ്.

വളരെയേറെ ഉല്ലാസപ്രകൃതിയായ അയാൾക്ക് മറ്റുള്ളവരുടെ നാട്ടുകാര്യങ്ങളും വീട്ടുകാര്യങ്ങളും അറിയാൻ അതീവ താല്പര്യമാണ്. അന്യരുടെ വേവലാതികളിൽ അയാൾ തന്റേതെന്നപോലെ നിറഞ്ഞുനില്ക്കും. വീട്ടിൽനിന്ന് ഓരോരുത്തരെയും തേടിയെത്തുന്ന അല്ലലിന്റെ വർത്തമാനങ്ങളിൽ സാന്ത്വനമായി തുടിച്ചുനില്ക്കും.

വാൻകൂവറിൽ നങ്കൂരമിടുന്നതിനു മുന്നേ അയാൾക്ക് കത്ത് വന്നിരുന്നു. പലപ്പോഴും ആവർത്തിച്ചാവർത്തിച്ച് അയാളത് വായിക്കുന്നതും ചിലർ ശ്രദ്ധിച്ചിരുന്നു. അവർ അറിഞ്ഞതുപ്രകാരം നാരായണൻകുട്ടിയുടെ ലോകം കടലും കപ്പലും മാത്രമാണ്.

ആ എഴുത്തു വന്നതിൽപ്പിന്നെയാണ് നാരായണൻകുട്ടിക്ക് നെഞ്ചുവേദന അനുഭവപ്പെട്ടത്. ആദ്യത്തെ അനുഭവമാണ്. കപ്പലിലുള്ളവർ വല്ലാതെ ഭയപ്പെട്ടുപോയി. തുരിശുനീലവർണ്ണമുള്ള ഉൾക്കടലിനെ മുറിച്ചു നീങ്ങുന്ന ചരക്കുകപ്പലിൽ അയാൾ കണ്ണു തുറിച്ചുകിടന്ന് കുറെനേരം വാവിട്ടുകരഞ്ഞു. എന്താണു വേണ്ടതെന്നറിയാതെ എല്ലാവരും പിന്നെയും പരിഭ്രമിക്കാൻ തുടങ്ങി.

ചീഫ് എഞ്ചിനീയർ സെബാസ്റ്റ്യൻ ജോർജ്ജ് അയാൾക്കരികിൽ നെഞ്ചു തടവി, വീശിക്കൊണ്ടിരുന്നു. വാൻകൂവറിലെ ഡോക്ടർ കുറിച്ച മരുന്ന് വീണ്ടും പകർന്നു കൊടുത്തു.

കപ്പൽ ബോംബെയിലെത്തിയാൽ അവിടെനിന്ന് താൻ തീവണ്ടിയിൽ നാട്ടിലേക്ക് പോകുമെന്നും കുറെ ദിവസങ്ങൾക്കുശേഷമേ മടക്കയാത്രയുള്ളൂവെന്നും ഓരോരുത്തരോടും നാരായണൻകുട്ടി പറഞ്ഞിരുന്നു. നാട്ടിൽ ആരെ കാണാൻ പോകുന്നു എന്ന ചോദ്യത്തിനുമാത്രം അയാൾ മൗനമവലംബിച്ചു.

നെഞ്ചിൽ തുളച്ചുകയറുന്ന വേദനയാകാൻ നാട്ടിൽനിന്നും ഏതൊരനുഭവമാണ് പറന്നെത്തിയിരിക്കുന്നതെന്ന് അവർ പരസ്പരം ചോദിച്ചു തുടങ്ങി. എത്ര ചോദിച്ചിട്ടും നാരായണൻകുട്ടി പറയാത്ത ആ പൊരുളെന്താണ്?

അവിവാഹിതനായ നാരായണൻകുട്ടിയുടെ അച്ഛനുമമ്മയും ചെറുപ്പത്തിലേ മരിച്ചുപോയതായി കേട്ടിട്ടുണ്ട്. ഉൾക്കടലിലൂടെ പുരാതന ജലസഞ്ചാരിയെപ്പോലെ നീങ്ങുന്ന കപ്പൽ അടുത്ത തുറമുഖം തൊടാൻ

ഇനിയും ഒരാഴ്ചയെടുക്കും. അതുവരെയും കപ്പലിലെ താത്കാലിക പരിചരണം നാരായണൻകുട്ടിയുടെ വേദന ശമിപ്പിക്കുമോ എന്ന് എല്ലാവരും സംശയിച്ചു. ആ ചരക്കുകപ്പലിലേക്ക് എവിടുന്നാണ് ഒരു ഡോക്ടറെ കിട്ടുക?

പുറത്തേക്കു നോക്കിയാൽ കപ്പലിലുള്ളവരെ ഊക്കോടെ വലിച്ചെടുക്കുമെന്നു തോന്നിക്കുന്ന ചലിക്കുന്ന ജലത്തറ. സ്ഥലരാശികൾ കീഴ്മേൽ മറിയുന്ന പ്രതീതി.

പുറത്തേക്കു തുറന്നുവെച്ച പോർട്ട് ഹോളിലൂടെ ഓക്കാനിപ്പിക്കുന്ന മണം വരുന്നുണ്ടായിരുന്നു.

ബൽക്ക്ഹെഡിനോട് തലയിണ ചേർത്തുവെച്ച് നാരായണൻകുട്ടി ബങ്കിൽ ഒന്നു ചാഞ്ഞിരുന്നപ്പോൾ എല്ലാവർക്കും സമാധാനമായി.

സമയം സന്ധ്യയായി.

ജലരാശിയിൽ ഇരുൾ വീശി.

ഓരോരുത്തരായി ഭക്ഷണം കഴിച്ചു വന്നെത്തി. നാരായണൻകുട്ടിയുടെ നെഞ്ചുവേദന തെല്ലൊന്നു കുറഞ്ഞെന്നറിഞ്ഞ് എല്ലാവരും ആശ്വസിച്ചു.

ഇമവെട്ടിത്തുറന്ന മെർക്കുറിവിളക്കുകളുടെ തീവ്രമായ പ്രകാശവുമായി കാറ്റിന്റെ ജലമർദ്ദത്തിന്റെ ഗതിമാറിപ്പോകുന്ന കപ്പലിൽ അപ്പോൾ നാരായണൻകുട്ടിയുടെ ഒരോർമ്മ ചെന്നുതൊട്ടു. ആ ഓർമ്മ അത്രയധികം വിദൂരത്തായിരുന്നു. ഓർമ്മനിറയെ സസ്യരാശികളായിരുന്നു. പക്ഷിക്കൂട്ടങ്ങളും പുഴയും മഴവില്ലും പൂക്കളും നിറഞ്ഞുനിന്ന ഓർമ്മയിൽനിന്നും നാരായണൻകുട്ടിയെ സൗരോർജ്ജം നിറഞ്ഞുനിന്ന ശബ്ദത്തിൽ ആരോ വിളിച്ചു.

ജലയാത്രയുടെ അവസാനം കപ്പലിൽനിന്ന് നാരായണൻകുട്ടി പുറത്തേക്കിറങ്ങി. നഗരത്തെ ചവുട്ടി അയാൾ മുന്നോട്ടു നടന്നു. ട്രാഫിക് വിളക്കുകളെ അനുസരിച്ച് ക്ഷമകെട്ട് അയാൾ കാത്തുനിന്നു. സ്റ്റേഷനിൽനിന്ന് കംപ്യൂട്ടർ കുറിച്ചുകൊടുത്ത ടിക്കറ്റിൽ അയാൾ അമർത്തി ഉമ്മവെച്ചു. ആ മൂന്നാംക്ലാസ് കംപാർട്ട്മെന്റിലെ വലിയ തിരക്കിൽ ചുറ്റുപാടും കാണാനാവാതെ ഞെങ്ങിഞെരിഞ്ഞു നില്ക്കുമ്പോൾ കടലിന്റെ ഇരമ്പവും തീവണ്ടിയുടെ ഇരമ്പവും ഒരുപോലെയാണെന്ന് നാരായണൻകുട്ടി അറിഞ്ഞു. ആ ഇരമ്പം കേട്ട് കാലങ്ങളോളം അയാൾ ആൾക്കൂട്ടത്തിൽ ഞെരിഞ്ഞുനിന്നു.

ക്രൂക്യാബിനിന്റെ ജീർണ്ണഗന്ധം മൂക്കിലടിച്ചപ്പോൾ നാരായണൻകുട്ടി കണ്ണുതുറന്നു. നീർചലനങ്ങൾ അപ്പോൾ അയാളുടെ ചെവിയിൽ മുഴങ്ങി. പോർട്ട് ഹോളിന്റെ ചില്ലുവാതിൽ പുറത്തേക്കു തുറന്നപ്പോൾ കടൽക്കുന്നുകളിൽ പറക്കുന്ന കഴുകന്മാരെ കണ്ടു. തൊടാവുന്ന അകലത്ത് കരയോരം. പക്ഷേ, എത്ര ദൂരെയാണ് കരയെന്ന് നാരായണൻകുട്ടി സങ്കടത്തോടെ വിലപിച്ചുപോയി.

എപ്പോഴോ ആ ആൾക്കൂട്ടം തീവണ്ടിമുറിയിൽ നാരായണൻകുട്ടിയെ തനിച്ചാക്കി. അയാൾ പുറത്തേക്കു നോക്കിയപ്പോൾ മഴ മാറിയത്, മരങ്ങൾ മാറിയത്, മണൽ മാറിയത് ആഹ്ലാദത്തോടെ കണ്ടു. അയാളുടെ നെഞ്ച്

ആഹ്ലാദംകൊണ്ടു നിറഞ്ഞു പൊട്ടുമെന്നായി.

ചീഫ് എഞ്ചിനീയർ സെബാസ്റ്റ്യൻ ജോർജ്ജ് വന്ന് നാരായണൻകുട്ടിയുടെ സുഖവിവരം അന്വേഷിച്ചു. നാരായണൻകുട്ടി ഒന്നു മന്ദഹസിക്കുക മാത്രം ചെയ്തു. സംസാരിക്കാനുള്ള ശേഷിയില്ലായിരുന്നു. വിശ്രമിച്ചോളൂ എന്നു പറഞ്ഞ് എഞ്ചിനീയർ തിരിച്ചുപോയി. ബ്രെഡ്ഡും ബ്ലാക്ക്കോഫിയും അരികിലുണ്ടായിരുന്നു. ഒരു കഷണം ബ്രഡ്ഡ് മുക്കി വായിൽവെച്ചപ്പോൾ നാരായണൻകുട്ടിക്കു കയ്ച്ചു. നാവിനു രുചി നഷ്ടമായിരിക്കുന്നു.

സ്വന്തം അച്ചുതണ്ടിൽ ഭൂമി അതിന്റെ ഭ്രമണം തുടർന്നു. തീവണ്ടി നാരായണൻകുട്ടിയെ അയാളുടെ ജന്മദേശത്തിന്റെ ഉമ്മറപ്പടിയിലിറക്കി. ആരും അയാളെ തിരിച്ചറിഞ്ഞില്ല. വർഷങ്ങൾക്കു മുമ്പ് അയാൾ ഇതേ തീവണ്ടിയാപ്പീസിൽനിന്നാണ് വണ്ടി കയറിയത്. അന്നത്തെ സ്റ്റേഷൻമാസ്റ്ററല്ല ഇന്നുള്ളത്. അന്നത്തെ മനുഷ്യരാരെയും ഇവിടെ കാണാനില്ല. എല്ലാം പുതിയ മുഖങ്ങൾ. എല്ലാറ്റിനും വലിയ വലിയ മാറ്റങ്ങൾ. ആരും നാരായണൻകുട്ടിയോട് ഒന്നും ചോദിക്കുകയുണ്ടായില്ല. വേഗംവെച്ച ഒരു തീവണ്ടിയായി നാരായണൻകുട്ടി റെയിൽ മുറിച്ചു കടന്ന് കിഴക്കോട്ടു നീങ്ങി. കുറേ ഇടവഴികളിലൂടെ അയാൾ നടന്നുകാണും. ഒടുവിൽ എത്തിച്ചേർന്നത് ഒരു ചെറിയ വീട്ടിലാണ്. ആ വീട് അടഞ്ഞുകിടന്നിരുന്നു. അതിന്റെ വാതിൽ നാരായണൻകുട്ടിക്കായി ശ്രുതിമീട്ടി തുറക്കപ്പെട്ടു.

ഇന്ന് പൗർണ്ണമിയാണ്. എത്ര കാലമായി നിറഞ്ഞു ചിരിക്കുന്ന ചന്ദ്രനെ കണ്ടിട്ട്. വെയിൽ പരത്തുന്ന ചന്ദ്രനെ കണ്ണുകളിലേക്ക് നാരായണൻകുട്ടി ഇറക്കിക്കൊണ്ടുവന്നു. ആകാശം വൈദ്യുതപ്രഭയിൽ മുങ്ങിയ നഗരമാകുന്നു. എത്ര പ്രാകാരങ്ങൾ, ശകടങ്ങൾ, യാത്രയുടെ ഒരു മഹാകാശം. ചന്ദ്രനു മാലാഖയുടെ ദിവ്യവസ്ത്രം. ചിറകുകൾ. കപ്പൽ കീഴ്മേൽ മറിയുന്നതുപോലെ നാരായണൻകുട്ടിക്കു തോന്നി. മഹാകാശം കീഴെ. കടൽ മീതെ. നാരായണൻകുട്ടിയുടെ നെഞ്ചിനകത്ത് ഒരു ഭൂവിള്ളലുണ്ടായി. ജ്വലനശേഷിയില്ലാത്ത ഗ്രഹംപോലെ തണുക്കാൻ തുടങ്ങിയ അയാളുടെ ദീനരോദനം കടലിലെ ഇരുട്ടിനെ വെട്ടിമുറിച്ചു.

“അവസാനം വന്നു അല്ലേ...”

തുറന്ന വാതിലിലൂടെ അകത്തേക്കു കയറിയ നാരായണൻകുട്ടിയെ കരഞ്ഞുകൊണ്ട് ഒരു സ്ത്രീ ആശ്ലേഷിച്ചു. സ്ത്രീയുടെ കണ്ണുനീരിന്റെ ജലാശയത്തിൽ അയാൾ മുങ്ങി നിവർന്നു.

കടലിലെ ഇരുട്ടിനെ വെട്ടിമുറിച്ച നാരായണൻകുട്ടിയുടെ നിലവിളി കടലറിഞ്ഞിരുന്നില്ല. എത്ര ശാന്തമായിരുന്നു കടൽ. കണ്ണുതുറിച്ച് ഗാഢം നിദ്രകൊണ്ട നാരായണൻകുട്ടിയുടെ ചുണ്ടുകളിൽ ഒരു ചിരി വറ്റാതെ കിടന്നിരുന്നു. കവിൾത്തടത്തിൽ ആർദ്രമായ ഏതോ സ്നേഹത്തിന്റെ ശോണമുദ്രകൾ പതിഞ്ഞുകിടന്നിരുന്നു.

ഒരു പ്രണയസംവാദം

ദുഃസ്വപ്നം കാണുന്ന ഒരാളെ ഞാൻ സ്വപ്നത്തിൽ കാണുന്നു. അയാൾ നിന്നെപ്പോലെയോ എന്നെപ്പോലെയോ അല്ല. ഇടയനോ അടിമയോ അല്ല. ഈ നാട്ടിലെ സാധാരണക്കാരനായ ഒരു മനുഷ്യനേ അല്ല. രാഷ്ട്രപതിയാകുന്നു അയാൾ. വിചിത്രമായിരിക്കുന്നു, അല്ലേ.

കാലാവധി തീരുന്ന രാഷ്ട്രപതിക്ക് രാത്രിയുറക്കം ദുഃസ്വപ്നങ്ങളുടെ ഞെരിഞ്ഞിൽശയ്യയിൽ. ഏഴായി പകുത്ത തലനാരിഴപ്പാലത്തിലൂടെ രാഷ്ട്രപതി കടന്നുപോകുന്നു. താഴെ തീച്ചൂള. തലപൊക്കുന്ന വ്യാളീമുഖങ്ങളിൽ തേറ്റത്തെളിച്ചം.

രാഷ്ട്രപതി നിലവിളിക്കുന്നു. അപ്പോൾ അയാളെ അലങ്കാരരൂപമായി ജനത തിരിച്ചറിയുന്നു. ഉത്സവസമയങ്ങളിലെ ഭേരിക്കായി അവർ ചെവിയോർക്കുന്നു.

നാം ഇന്നലെയിലേക്ക്.

ഒരോർമ്മ.

ഞാൻ നിന്നോടു ചോദിച്ചു:

— നമ്മുടെ രാഷ്ട്രപതി ഇനി എന്തുചെയ്യും?

മൃതഭാരം ശിരസ്സിൽ പേറി നമ്മെപ്പോലെ ഇനി അയാൾ കാലയാപനം ചെയ്യുമെന്നു നീ പറഞ്ഞില്ലേ. വൃദ്ധമായ ഇരുൾ മുറിയിൽ അയാൾ സൂക്ഷിപ്പായി ജീർണ്ണിക്കുമെന്നും പറഞ്ഞില്ല. നീ ചിരിക്കുകമാത്രം ചെയ്തു. നിന്റെ ചിരിയുടെ ഹീനതയിലാകെ അയാൾ കോമാളിരൂപമായി നിറഞ്ഞു. കിരാതനായി ഉറഞ്ഞു.

കാലാവധി തീരുന്ന എല്ലാ രാഷ്ട്രപതിക്കും ചരിത്രം ദുഃസ്വപ്നം തിന്നാൻ നല്കിയിട്ടില്ല. ചിലപ്പോൾ അങ്ങനെയും നിയോഗം. വീണ്ടും നാം ഇന്നത്തെ ഈ ഉച്ചയിലേക്ക്.

പ്രണയത്തോട് തീരെ ചേരാത്ത ഈ സമയത്തിലേക്ക്.

— ഇപ്പോളെന്താണു പതിവില്ലാതെ ഒരു രാഷ്ട്രപതി?

നിശ്ശബ്ദത.

— എല്ലാ വായനയും അർത്ഥരഹിതമാകുമ്പോൾ ആലോചനകൾ മലിനമായി തെറ്റിപ്പിരിയുമ്പോൾ, സംസാരമെല്ലാം കൃത്യവിലോപത്തെക്കുറിച്ചാകുമ്പോൾ, നൈതികതയുടെ കണ്ണ് അന്ധമാകുമ്പോൾ, പൗരൻ വെറും തണുത്ത തലച്ചോറു മാത്രമാകുമ്പോൾ, ഒരുവന്റെ മറവി അപരന്റെ കുടിലമായ ഓർമ്മയായി തീരുമ്പോൾ...

— നില്ക്ക്. ഞാനൊന്നു കൈയടിക്കട്ടെ.

— ചിരിക്കേണ്ട. നിനക്ക് ഞാൻ പറയുന്നതു മനസ്സിലാവില്ല. സ്ത്രീക്ക് ഗർഭപാത്രം അഭിശാപമാണെന്നു പറഞ്ഞുനടക്കുന്നവളല്ലേ നീ?

— ഭരിക്കുന്നവനെ കാത്തുകൊള്ളാനുള്ള തൊഴിലന്വേഷിയുടെ ആവേശം കണ്ട് ചിരിച്ചുപോയതാ.

— നിനക്കറിയാഞ്ഞിട്ടാ. ഞാൻ പറയുന്നത് കേൾക്ക്. വേഷങ്ങളെത്രയാണിവിടെ. ഏതു വേഷം കെട്ടിയവനെക്കുറിച്ചും നമുക്ക് ചിന്തിക്കാനാകണം. വേഷവും പരിവേഷവും ഇപ്പോൾ നമ്മുടെ ബോധത്തിനപ്പുറത്താണ്. അഗ്രസ്സീവ് കാപ്പറ്റലിസ്റ്റ് ലോകം രൂപങ്ങളെ മാത്രം കാമിക്കുന്നു. നീയടക്കം, അന്യമായിപ്പോയ ആവർത്തനങ്ങളുടെ പൂതലിപ്പിനിടയിൽ പരസ്പരം കണ്ടെടുക്കപ്പെട്ട നീയും ഞാനുമടക്കം. രാഷ്ട്രപതിയുടെ വേഷം കെട്ടിയവനെക്കുറിച്ചും നമുക്കു ചിന്തിക്കാനാകണം എന്നാണു പറഞ്ഞുവന്നത്.

— എന്റെ ബൂർഷ്വാ കാമുകാ, ഇത് റാഡിക്കൽ ഹ്യൂമനിസമോ ഫാസിസ്റ്റ് മാനവികതയോ?

— പെണ്ണേ, കാലാവധി തീരുമ്പോൾ രാഷ്ട്രപതി രാഷ്ട്രപതിയല്ലാതായിത്തീരുന്നു. നീചതമസ്സിലെ രാഷ്ട്രീയപ്രക്രിയകൾ ജീർണ്ണമാകുന്നു. അടഞ്ഞൊരു മുറിയിൽ, സാൽവദോർ ദാലി അന്ത്യകാലം കഴിച്ച മുറിപോലുള്ള ഒന്നിൽ രാഷ്ട്രപതി കാത്തുസൂക്ഷിപ്പാകുന്നു. തന്റെ ഉറക്കത്തെക്കുറിച്ചുള്ള ആശങ്കകളുമായി അയാൾ ഇരുണ്ടിരുണ്ട്... അയാൾക്കകത്തൊരു മനുഷ്യനുണ്ട്. ഏത് അധികാരിക്കുമുള്ളിൽ പുക മൂടിയ ഒരു മനുഷ്യനില്ലേ, എന്നെപ്പോലെ. നിന്നെപ്പോലെ. അധികാരദുർമോഹി. ഒരു പക്ഷേ, മതമൗലികവാദി. അതുമല്ലെങ്കിൽ ദേശീയവിഘടനവാദി. ഇനിയുമുണ്ടാകും. രാജ്യാന്തര ഗൂഢാലോചനയുടെ തലച്ചോർ. അന്തരാഷ്ട്രാശക്തി തുരങ്കം. അസ്ഥിരീകരണകേന്ദ്രം. നിന്നെ സംബന്ധിച്ചിടത്തോളം പുരുഷമേധാവി. ഇടയ്ക്കു പറയട്ടെ, ദസ്തയേവ്സ്കി സ്ത്രീ-പുരുഷസമത്വത്തിന് എതിരായിരുന്നു കേട്ടോ. സ്ത്രീ പുരുഷബന്ധത്തിൽ സമത്വം തീരെ പ്രായോഗികമല്ലെന്നാണ് അദ്ദേഹത്തിന്റെ അഭിപ്രായം. രണ്ടിലൊരാൾ ചൂഷണം ചെയ്യപ്പെടുകയോ അസമത്വം അനുഭവിക്കുകയോ വേണമെന്ന് അദ്ദേഹം പറഞ്ഞതായി ഞാൻ വായിച്ചിരിക്കുന്നു.

— അയാളൊരു കാടനാ.

— പക്ഷേ, ലോകം കണ്ട വലിയൊരു ജീനിയസ്സ്.

— എല്ലാ ജീനിയസ്സും കാടന്മാരാ. അവർക്കു പീഡനത്തിന്റെ വിവിധ തന്ത്രങ്ങളറിയാം. സ്നേഹിക്കുന്നു എന്ന വ്യാജേന ചൂഷണം ചെയ്യാനും.

— ഞാൻ നിന്നെ ചൂഷണം ചെയ്തില്ലല്ലോ.

— അതിന് നിങ്ങളൊരു ജീനിയസ്സ് അല്ലല്ലോ.

— അങ്ങനെയാകട്ടെ. എന്നാൽ, എനിക്കിന്നു നിന്നെ ഉമ്മവയ്ക്കണമെന്നു തോന്നുന്നുണ്ട്. നിന്റെ അടിവയറ്റിൽ കുരിശ് വരയ്ക്കണമെന്ന്, പിൻകഴുത്തിൽ പല്ലുവെച്ച് മുറിക്കണമെന്ന് ഒക്കെയും തോന്നുന്നുണ്ട്.

— തോന്നലുകൾ മാത്രമല്ലേ.

— അല്ല. ഞാൻ നിന്നെ ഉമ്മവയ്ക്കാൻ പോകുന്നു.

— ഞാനനുവദിക്കില്ല.

— ഞാൻ നിന്നെ ബലമായി ചുംബിക്കാൻ പോകുന്നു.

— ഞാനനുവദിക്കില്ലെന്നു പറഞ്ഞില്ലേ.

— നിന്റെ അനുവാദം വേണോ എനിക്കു നിന്നെ ചുംബിക്കാൻ. റെയ്പ് ചെയ്യാൻ.

— സ്റ്റോപ്പ് ഇറ്റ് പ്ലീസ്.

— ശരി. നാം പറഞ്ഞത് രാഷ്ട്രപതിയെക്കുറിച്ചാണ്. ഇപ്പോൾ രാഷ്ട്രപതി ദുഃസ്വപ്നം കാണുകയായിരിക്കും. ഞാൻ ഇന്നും അയാളെ സ്വപ്നത്തിൽ കാണും.

— ഉറക്കെ പറയണ്ട. വല്ലവരും കേൾക്കും. ഇന്നലെവരെ സാധാരണന്റെ അവകാശവും സ്വാതന്ത്ര്യവുമായിരുന്നു. ഇന്ന് രാഷ്ട്രപതി. ഛെ.

— ഞാനാണെടോ രാഷ്ട്രപതി. നീയും നിന്റെ തന്തയും എന്റെ തന്തയുമാണെടോ രാഷ്ട്രപതി.

— എനിക്ക് വല്ലാതെ ബോറടിക്കുന്നു.

— എന്നാല് നമുക്ക് ഇണചേരാം.

— ഇണചേർന്നാലും മടുക്കും.

— ആവർത്തിക്കുമ്പോൾ എല്ലാം മടുക്കും. രോഗമാകും.

— എന്നെയും മടുക്കോ?

— ചാരെ വാഴ്കെ നീയെത്രയോ ദൂരെ
ദൂരെയാകെ നീയെത്രയോ ചാരെ

— പണിക്കരുടെയാ?

— അല്ല. വാരിയരുടെ.

— സംസാരം കവിതയെക്കുറിച്ചായാലോ?

— വേണ്ട. രാഷ്ട്രപതിതന്നെയാകാം.

— ഒരു രാഷ്ട്രപതി. അയാളിപ്പോൾ ശ്രീലകത്തെ തീന്മേശയ്ക്കു മുന്നിൽ ഫോർക്കുകൾ കൈയിലെടുക്കുകയായിരിക്കും. പ്രധാനമന്ത്രിയെ പിരിച്ചുവിടാനുള്ള പഴുതന്വേഷിക്കുകയായിരിക്കും. എങ്ങനെ വീണ്ടും രാഷ്ട്രപതിസ്ഥാനം കൈയാളാം എന്നതിനു കുതന്ത്രങ്ങൾ രൂപപ്പെടുത്തുകയായിരിക്കും. അയാൾക്കു ദുഃസ്വപ്നങ്ങളില്ല. സ്വപ്നങ്ങളേയുള്ളൂ.

— ആകാം. ഇതൊന്നുമുണ്ടായില്ലെങ്കിലോ? രാഷ്ട്രപതിഭവനിൽനിന്ന് അയാളെ ഇറക്കിവിടുന്നു. ഭൂമിയിൽ ഒരു കോണിൽ തന്റെ രക്ഷാഗേഹത്തിൽ സുരക്ഷാസന്നാഹം കണ്ടു കണ്ടു മടുത്ത് ഭ്രാന്തനായി അയാൾ കുതറുന്നു. എന്റെ ജീവിതമേ എന്നു വിലപിക്കുന്നു. നോക്ക്, കാലാവധി തീരുന്ന രാഷ്ട്രപതിക്ക് രക്ഷാഗേഹം. സുരക്ഷ. തല കറങ്ങുന്ന പാർലമെന്ററി ജനാധിപത്യത്തിന്റെ ഉപ്പും അന്നവും. നാം കാലാവധി ഇല്ലാത്തവർ. നമുക്കിങ്ങനെയൊരു കാലം മാത്രം. സുരക്ഷയില്ലാത്ത, ഉണർവ്വുകളില്ലാത്ത... നമുക്കും വേണ്ടേ ഒരു സുരക്ഷാഗേഹം. എനിക്കും നിനക്കും. നാമോരോരുത്തർക്കും. ദുഃസ്വപ്നം കാണുന്ന നമ്മെ സ്വപ്നത്തിലെങ്കിലും കാണാൻ ആരാണുള്ളത്? നമ്മുടെ ദുഃസ്വപ്നം ആരുമറിയുന്നില്ലല്ലോ.

കിനാവു കണ്ടിട്ട് കാലമെത്രയായി?

അനുരാഗത്തിന് ചൊറി വന്നിട്ട് നാളെത്രയായി? ഞാൻ ചുംബിക്കാതെ തന്നെ നിന്റെ ചുണ്ടിലും കവിളിലും കഴുത്തിലും എത്രയെത്ര പൊള്ളിക്കരിഞ്ഞ പാടുകളാണ്!

9 789385 018947

Printed by Libri Plureos GmbH in Hamburg,
Germany